D1772176

ஜிம் பவல், கலிஃபோர்னியாவின் சாண்டா பார்பராவில் வசிக்கிறார். அலை விளையாட்டு, எழுதுவது, பியானோ இசைப்பது, ஓவியம் ஆகியவற்றில் மகிழ்ச்சியுடன் ஈடுபடுகிறார். அவர் எழுதிய நூல்களில் *தெரிதா: தொடக்கநிலை யினருக்கு, பின்நவீனத்துவம்: தொடக்கநிலையினருக்கு* ஆகியவை அடங்கும். சமயக் கல்வியில் முதுகலைப் (சம்ஸ்கிருதத்திலும் இந்தியவியலிலும் சிறப்பு) பட்டம் பெற்றவர். இவருடைய ஆய்வு வேதகாலத் தொன்மவியல் பற்றியதாக அமைந்தது. ஆங்கில இலக்கியத்திலும் அவர் முதுகலைப் பட்டம் பெற்றவர். மார்க் ட்வெய்னுக்கும் மிசிசிபி ஆற்றுக்குமான தொடர்பு பற்றியும் ஆய்வுக் கட்டுரை எழுதியுள்ளார்.

ஜோ லீ, ஒரு விளக்கப்பட ஓவியர், கார்ட்டூனிஸ்ட், எழுத்தாளர். இவர் சர்க்கஸ் கோமாளியும்கூட. ரிங் லிங் பிரதர்ஸ், பார்னம் அண்ட் பெய்லிஸ் க்ளவுன் கல்லூரியின் பட்டதாரி. பல ஆண்டுகள் சர்க்கஸ் கோமாளியாகப் பணியாற்றியவர். டாடா மற்றும் சர்ரியலிசம், பின்நவீனத்துவம், கட்டவிழ்ப்பு, ஒலிம்பிக்ஸ் உள்ளிட்ட தொடக்கநிலையினருக்கான நூல்களுக்குப் படங்கள் வரைந்துள்ளார். ஜோ மனைவி மேரி பெஸ், மூன்று பூனைகள், இரண்டு நாய்கள் (டோபி, ஜேக்) ஆகியோருடன் வாழ்கிறார்.

க. பூரணச்சந்திரன் (1949), திருச்சி பிஷப் ஹீபர் கல்லூரியில் தமிழ்ப் பேராசிரிய ராகப் பணியாற்றியவர். திறனாய்வுத் துறை, குறியியல், சூழலியல், இதழியல், மொழிபெயர்ப்பு எனப் பல துறைகளில் ஆர்வமிக்கவர். பல ஆய்வுக் கட்டுரைகளையும் நூல்களையும் எழுதியுள்ளார். பல துறைகளையும் சார்ந்த இருபதுக்கும் மேற்பட்ட நூல்களை மொழிபெயர்த்துள்ளார். அவற்றுள், *உலகமயமாக்கல்: மிகச் சுருக்கமான அறிமுகம், இசை: மிகச் சுருக்கமான அறிமுகம், புவி வெப்பமயமாதல்: தொடக்கநிலையினருக்கு, கீழைத்தத்துவம்: தொடக்கநிலை யினருக்கு* போன்றவை குறிப்பிடத்தக்கன.

பின்நவீனத்துவம்

தொடக்கநிலையினருக்கு

ஜிம் பவல்

விளக்கப்படங்கள்
ஜோ லீ

தமிழில்
க. பூரணச்சந்திரன்

மீள்பார்வை
ஆர். சிவகுமார்

அடையாளம்

முதல் பதிப்பு: 2014
© ஆசிரியர்: ஜிம் பவல்
© தமிழ் மொழிபெயர்ப்பு: அடையாளம்
வெளியீடு: அடையாளம், 1205/1 கருப்பூர் சாலை, புத்தாநத்தம் 621 310, திருச்சி மாவட்டம், தமிழ்நாடு, இந்தியா, தொலைபேசி: (+91) 04332 273444
நூல் வடிவம்: த பாபிரஸ், அச்சாக்கம்: அடையாளம் பிரஸ், இந்தியா
ISBN 978 81 7720 182 6
விலை: ₹ 160

> *pinnaveenathuvam: thodakkanilaiyinarukku* is the Tamil translation of *Postmodernism: For Beginners* in English by Jim Powell, Illustrated by Joe Lee, Translated by G. Pooranachandran, Published by Adaiyaalam, 1205/1 Karupur Road, Puthanatham 621310, Thiruchirappalli District, Tamilnadu, India, email: info@adaiyaalam.net

இந்நூல் தமிழ்நாடு அரசு, தமிழ் வளர்ச்சித் துறையின் நிதியுதவியுடன் வெளியிடப் பெறுகிறது.

லூசியா வின்னுக்கு

உள்ளடக்கம்

அறிமுகம் 1

பின்நவீனத்துவமொழி 6

நவீனத்துவம் என்றால் என்ன? 8

பின்நவீனத்துவம் என்றால் என்ன? 17

இஹாப் ஹசன் 17

ழான்-ஃப்ரான்ஷ்வா லியோதார் 19

சொல்லாடல், உருவம் 20

பின்நவீனத்துவநிலை 22

பிரடெரிக் ஜேம்சன் 34

பின்நவீனத்துவம் அல்லது பிந்தைய முதலாளித்துவத்தின் பண்பாட்டுத் தர்க்கம் 34

ழான் பூத்ரியார் 41

தொடக்க எழுத்துகள் 45

'நிழலுருக்களின் படிநிலைகள்' 48

மௌனப் பெரும்பான்மையினரின் நிழலில் 64

பாலுறவுக்கு ஈர்த்தல் பற்றி 65

அமெரிக்கா 67

தொடர்பாடலின் பேரானந்தம் 69

நவீனத்துவக் கட்டடக்கலை 72

பின்நவீனத்துவக் கட்டடக்கலையும் கலையும் 77

சார்லஸ் ஜெங்க்ஸ் 78

பின்அமைப்புவாதம் 93

மிஷேல் ஃபூக்கோ (ஃபூக்கோவைப் பற்றி பூத்ரியார்) 94

ழாக் தெரிதா 96

தகர்ப்பமைப்பு 99

தெலூஸும் கத்தாரியும் 108

டேவிட் ஹார்வி 116

பின்நவீனத்துவ நிலை 116

பின்நவீனத்துவக் கலைப்பொருட்கள் 122

பிளேடு ரன்னர் 122

சைபோர்குகள் 128

சைபர்பங்க் 131

நியூரோமேன்சர் 132

டெலிடில்டானிக்ஸ், ஆடியோஅனிமேட்ரானிக் பாப்பராஜி, நானோரோவர்கள்	134
மடோன்னா	138
தலைப்பிடப்படாத திரைப்பட நிழற்படங்கள் *(சிண்டி ஷெர்மன்)*	142
எம்டீவி	143
பார்பீ கலை	144
புளூ வெல்வெட்	145
ஆசையின் சிறகுகள்	145
பின்னவீனத்துவச் சுற்றுச்சூழலியம்	147
பின்னவீனத்துவம் என்றால் என்ன *(பின்நோக்கியப் பார்வையில்)*	149
உசாத்துணை	158
சுட்டி	160

அறிமுகம்

எந்த ஒரு முக்கியமான பல்கலைக் கழகத்தின் கலைத்துறை வெளியிடும் தகவல் குறிப்பேடும், குறிப்பிட்ட காலப்பகுதியில் தான் வழங்கும் உலகளாவிய கலாச்சார நிகழ்வுகளைச் சித்திரிப்பதற்குப் பொருத்தமான நிழற்பட ஒட்டிணைப்பைக் கொண்டிருக்கலாம். அந்த ஒட்டிணைப்பு ஒரு கிழக்கிந்திய தலைகொண்ட நடனப் பெண்மணி, அவளின் இடது கால் ஒரு நவாஹோ ஆணினுடையது, வலது கால் ஆஃப்ரோ-அமெரிக்க நவீன நடனக் காரருடையது, உடலில் ஒரு பாதி *சூட்டும் டையும்* அணிந்து, மற்றப் பாதி கழுகின் இறக்கைகளால் அலங்கரிக்கப் பட்டு, அவளின் ஒரு கையில் புனித திபெத்திய அபிநயமும், மற்றொரு தசை வலுமிக்க கை ஒரு ஜப்பானியப் பறையை முழக்கக்கூடியதாகவும் மேலும் இரண்டு பெண் கைகள் இந்திய உணர்ச்சிபூர்வ நடனத்தின் அபிநயத்தை வெளிப்படுத்துவதாகவும் இருக்கலாம்.

புவிக்கோளின் வரலாற்றில் நீண்ட காலமாக இதுவரை வாழ்ந்த பெரும்பான்மை மக்களின் வாழ்க்கை முறைகளோடு இந்தக் கலாச்சாரக் கலவையை ஒப்பிட்டு அவற்றின் வேறுபாட்டைப் பாருங்கள். மத்திய காலத்தில் வாழ்ந்த குடிமக்களும் நவீன காலத்துக்கு முந்தைய பழங்குடி சமூகங்களின் உறுப்பினர்களும் தங்கள் வாழ்நாளில் இன்னொரு கடவுளை வழிபடும் மனிதரையோ, முரண்பட்ட ஓர் உலகப் பார்வையையோ, தங்கள் மரபிலிருந்து வேறுபட்ட நாட்டார் கதைகள், நடனங்கள் அல்லது தொன்மங்களையோ சந்திக்காமலேயே வாழ்ந்துவிட முடிந்தது. வித்தியாசமான ஒரு மனிதரையோ சமூகத்தையோ அவர்கள் சந்திக்க வேண்டியிருந்தால் அவர்கள் அவரை அல்லது அதைப் படைகொண்டு தாக்குவர், பொருளாதார ரீதியில் ஆக்கிரமிப்பர், பாலியல் ரீதியாகவும் வெற்றிகொள்வர்.

பிறரைத் தங்கள் மதத்திற்கு ஈர்த்துக் கொள்ளவேண்டும். அல்லது அவர்களை அழித்துவிடவேண்டும். **மற்றதன்** இருப்பு, **மற்றதன்** பிரசன்னம், அவர்கள் நம்பிக்கைகளுக்கு இருப்ப தாகக் கருதப்பட்ட பொதுமையை அச்சுறுத்தலுக்கு உள்ளாக்கின.

இன்றைய பின்நவீனத்துவக் காலத்திலோ, பலவித நிஜங்களை சந்திக்காமல் ஒரே ஒரு நாளையும் கழிக்க இயலாது. தொலைக் காட்சிக் குமிழைத் திருப்புங்கள். உலக இசைக்குழு ஒன்று அயர்லாந்தின் காதல் பாட்டு, இந்திய ராகம், மெட்டல் ராக் குழுவினரின் இசைப்பு, மங்கோலிய பௌத்த மந்திரம் ஆகியவற்றின் கலவையை இசைத்துக் கொண்டிருக்கும். பேயோட் டிரம்கள், காமிலான்கள், டிட்ஜெரிடூக்கள், பான்பைப்புகள், மூக்குக்குழல்கள், ஆல்பன்ஹார்ன்கள், சிதார்கள், கஞ்சிராக்கள் (இவை எல்லாம் பல்வேறு கலாச்சாரங்களின் இசைக் கருவிகள்) ஆகியவற்றின் இசைக்கேற்ப இது நிகழலாம். அசலான இசைக் கருவிகளால் இந்த நிகழ்ச்சி அளிக்கப்பட வேண்டுமென்ற அவசியமில்லை. விசைப்பலகை *(கீபோர்டு)* வாயிலாகவே நிகழ்த்தப்

படலாம். இத்துடன் நடனமாடக் கூடிய ரெக்கே அல்லது ஹிப்ஹாப் துடிப்பு இசையலாம்.

இந்நிகழ்ச்சி உலகம் முழுதுமுள்ள கோடிக்கணக்கான பார்வையாளர்களுக்குச் செயற்கைக் கோள்கள் வாயிலாக ஒளிபரப்பாகலாம். இதன் மூலம் கிடைக்கக் கூடிய வருவாய் பிரேசில் நாட்டின் மழைக்காடுகளைக் காப்பாற்ற உதவலாம்.

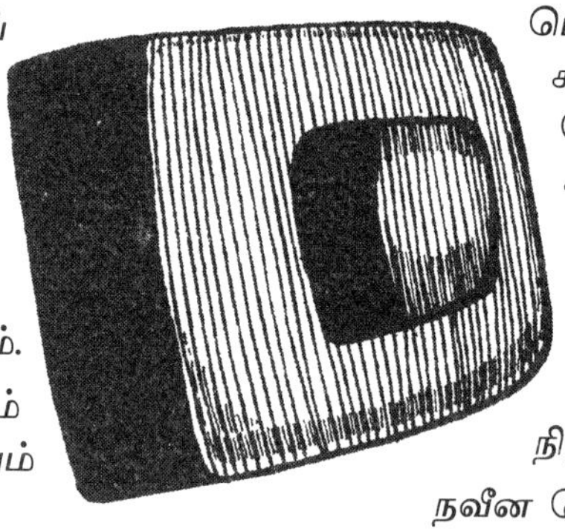

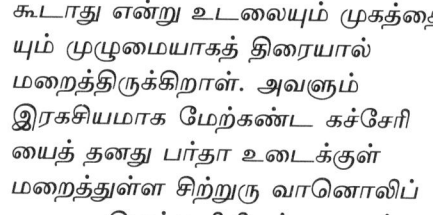

எகிப்திய கிராமம் ஒன்றில் நடைபெறும் அடிப்படைவாதப் பண்பு கொண்ட இஸ்லாமியத் திருமணத்திற்குச் செல்வோம். கண்டிப்பு நிரம்பிய மூத்தோரால் சூழப்பட்ட மணப்பெண், எந்த ஓர் ஆணின் ஆபாசப் பார்வையும் தன்னை மாசுபடுத்திவிடக் கூடாது என்று உடலையும் முகத்தையும் முழுமையாகத் திரையால் மறைத்திருக்கிறாள். அவளும் இரகசியமாக மேற்கண்ட கச்சேரியைத் தனது பர்தா உடைக்குள் மறைத்துள்ள சிற்றுரு வானொலிப் பெட்டியிலிருந்து காதுக் கருவிகளின் மூலமாகக் கேட்டுக் கொண்டிருக்கலாம். அவளுடைய மரபான உடைக்குக் கீழ் அவள் ஜீன்ஸ் அணிந்திருக்கலாம். அவள் வயிற்றில் கோகோகோலா நிரம்பியிருக்கலாம்.

ஓம்.
அதுதான்
உண்மையான
விஷயம்

நவீன மேற்குலக மதிப்பீடுகளை நிராகரித்து ஆன்மிக நம்பிக்கைகளைச் சார்ந்த புது யுகத்தின் சஞ்சிகை எதையும் பாருங்கள். மர்மமானவை, அறிய இயலாதவை – உடலிலிருந்து பிரிந்த ஆவிகளின் உளவியல் வழிகாட்டுதல், புத்தமத, தாவோ, இந்து தியான வித்தைகள், பழங்குடி அமெரிக்கனின் வியர்வைக் குளியல்கள், படிகங்கள், மூலிகைகள், மின்னணு தியான எந்திரங்கள், விசித்திரமான மருந்து நீர்கள் போன்றவை ஆயிரக்கணக்கான வடிவங்களில் அவற்றில் விற்கப்படுவதைக் காணலாம்.

இன்றைய மாதிரி எடுத்துக்காட்டான புதுயுக இளம்பெண் ஒருத்திக்குக் காலையில் நண்பர் குழுச் சந்திப்பில் பங்கேற்பு, ஜென் முறையில் நீண்ட காலம் வாழ உதவும் இயற்கையான காலை உணவு, பிறகு சீனத் தாவோயிய தியானம், இந்திய ஆயுர்வேதமுறையிலான நண்பகல்உணவு, தைச் சீ-க்கு முன் செரோ-கீ வியர்வைக் குளியல், இரவு உணவுக்கு ஒரு சோயா பர்கர்.

கிறித்துவம் அல்லாத, பல தெய்வ வழிபாட்டு முறைகொண்ட சமயத்தின் முழுநிலவு நடனத்தின் தேவதை வழிபாட்டுக் குழுவில் நிகழும் சூனியவாதச் சடங்கில் கலந்துகொள்ளல், பிறகு இரவு வீட்டுக்கு வந்ததும் தனது புதுயுக நண்பனோடு இந்திய தாந்திரிகக் கோட்பாட்டின்படி உடலுறவு கொள்ளுதல் ஆகியவற்றிற்கிடையில் எந்த முரண்பாடும் இல்லை.

உலகின் எல்லாக் கலாச்சாரங் களும் சடங்குகளும் இனங்களும் தகவல் களஞ்சியங்களும் தொன்மங் களும் இசை அடிக் கருத்துகளும் ஒரு பூகம்பத்தின் போது ஏற்படும் கலப்புபோல ஒன்றோடொன்று கலந்துகொண்டிருக்கின்றன. இந்தப் பல்வேறுவிதமான படிமங்களின் கலப்பு உலகளாவியது. மரபான ஊடகங்களிலும் கணினி வெளியிலும் வெள்ளமென இது பரவுகிறது. கணினிவெளி – *சைபர்ஸ்பேஸ்* – என்பது புதிய பிரபஞ்சங்களும் யதார்த்தங்களும் மலர்வது. அதிகரித்துக்கொண்டே செல்லும் சைபர்பங்க்குகள், சைபர்மந்திர வாதிகளால் ஆராயப்படுவது என்று கூறலாம். இந்தக் கணினிவெளிக் காரர்கள், எல்லையற்ற ஊடிணைப்புக் கொண்ட சங்கேதங்களின் அட்டவணைகள் உதவியால், மின்னணு வாய்க்கால்கள், கிடங்குகள், நடைபாதைகள், குகைவழிகள், வடிகால்கள், சுரங்கவழிகள் ஆகியவற்றின் வாயிலாக, மின்னணு எலி களைப் போல, பக்கவாட்டில் தோண்டிக் கொண்டே ஒரு கணினித் தளத்திலிருந்து இன்னொரு கணினித் தளத்துக்குத் தங்களைச் செலுத்திச் செல்லக்கூடியவர்கள்.

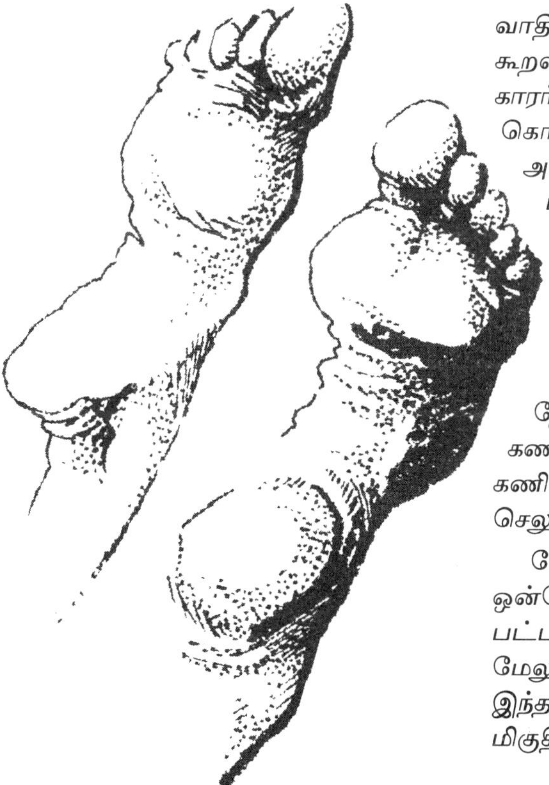

வேறு சொற்களில் கூறினால், ஒன்றோடொன்று இணைக்கப் பட்ட வேற்றுமைகளின் உலகில் மேலும் மேலும் வாழ்கிறோம். இந்த வேற்றுமைகள் அளவு மிகுதியாக்கப்பட்டு மின்வேகத்தில்

பெருக்கப்படுகின்றன. இனி, ஒரேவிதமான அறநெறி, தொன்மம், சடங்கு, நடனம், கனவு அல்லது ஒரேவிதமாக ஆதிக்கம் செலுத்தக்கூடிய தத்துவம், சுயம் பற்றிய கருத்து, கடவுள், கலாச்சாரம், கலைப்பாணி என்பது உலகில் இல்லை.

புதிய தொடர்பியல் தொழில்நுட்பங்களின் வெடிப்பு, தொடர்ந்து பெரும் கலாச்சாரங்கள் ஆயிரக்கணக்கான சிறு கலாச்சாரங்களாகச் சிதறுதல் போன்றவை உலகத்தை ஒரே சமயத்தில் பெருகுவதாகவும் சுருங்குவதாகவும் நம்மை நோக்க வைக்கின்றன. பழங்காலத்தில் புதிய உலகைத் தேடிக் கப்பல்களில் புறப்பட்ட கண்டு பிடிப்பாளர்கள், புதிய நிலப்பகுதிகளைக் கண்டுபிடித்த போதெல்லாம், பழைய வரைபடங்கள் மாற்றி எழுதப்பட்டு புதிய பகுதிகள் சேர்க்கப்பட்டன. அதுபோலப் புதிய பின்நவீனத்துவ உலகம், பின்நவீனத்துவ யதார்த்தம் இவற்றிற்கும் கண்டுபிடிப்பாளர்களும் வரைபடக் காரர்களும் இருக்கிறார்கள்.

பழங்காலத்தின் வரைபடக்காரர்கள் உலகப்படத்தின் மீது கற்பனையான அட்ச, தீர்க்க ரேகைகளை வரைந் தார்கள். குறுகிய ஜலசந்திகள், வெகுதொலைவில் பரவிய விசித்திரத் தீவுக் கூட்டங்கள், இருண்ட கண்டங்கள், அடிக்கடி வீசும் காற்றுகள், அலைகள், நீரோட்டங்கள் ஆகியவற்றை வரைபடமாக்கினார்கள். அது போலவே பின்நவீனத்துவ அறிவுஜீவிகளும் – தத்துவவாதிகளும், கொள்கையாளர் களும் – மிகவேகமாக மாறிவரும் நமது பின்நவீனத்துவ உலகின் வரை கோடுகளை – அதன் அடையாளக் கலப்புகளை, யதார்த்தங்களை, கலாச்சாரங்களை, இனங்களை, பாலினப் பங்கேற்புகளை, தொழில்நுட்பங்களை, பொருளாதாரங்களை, கணினி வெளிகளை, ஊடகப் பரப்பு களைப் – படமாக்க முயற்சி மேற்கொள்கிறார்கள்.

ஆனால் இம்மாதிரி நிகழும் எல்லா மாற்றங்களைக் குறித்தும் எல்லோருமே அறிவு பூர்வமாகச் சிந்திப்பதில்லை.

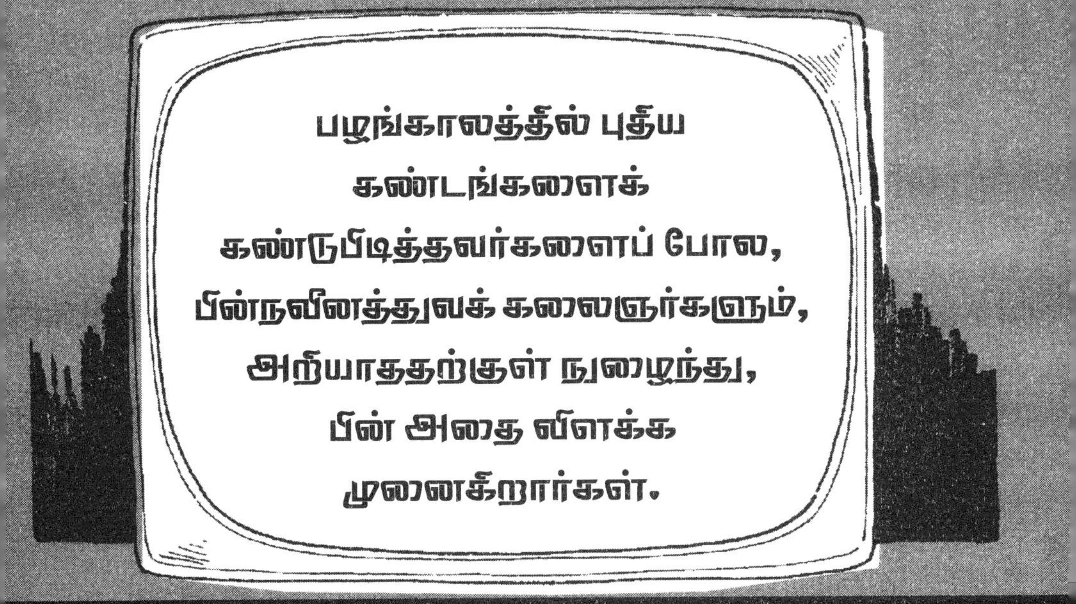

பழங்காலத்தில் புதிய
கண்டங்களைக்
கண்டுபிடித்தவர்களைப் போல,
பின்நவீனத்துவக் கலைஞர்களும்,
அறியாததற்குள் நுழைந்து,
பின் அதை விளக்க
முனைகிறார்கள்.

இந்தப் பின்நவீனத்துவக் கலைஞர்கள் அல்லது சிற்பிகள் புதிய செய்திகளின், குறியீடுகளின், கலாச்சாரங்களின், ஊடகங்களின் கலப்பினைக் கூர்ந்து கவனிக்கிறார்கள். பிறகு பின்நவீனத்துவ நிலையை எடுத்துக்காட்டக்கூடிய ஓர் ஒளிப்படம், பாட்டு, வண்ண ஓவியம் அல்லது கட்டடமாக அதை உருவாக்குகிறார்கள். இம்மாதிரி ‘வரைபடக் காரர்கள்’, ‘கண்டுபிடிப்பா ளர்கள்’ – அதாவது, பின்நவீனத்துவ அறிவுஜீவிகள், கலைஞர்கள் – சிலரின் சிந்தனைகளைப் பின்வரும் பக்கங்களில் நுணுகி ஆராய்வோம்.

பின்நவீனத்துவ மொழி

கே ஒரு நிமிடம் பொறுங்கள்! நமது காலத்தின் வரைகோடுகளைப் படமாக்க முனையும் பின்நவீனத்துவ அறிஞர்களுக்கு உண்மையிலேயே புதிய கருத்துகள் இருந்தால், ஏன் இவற்றை நான் முன்பே கேள்விப் படவில்லை?

ப பின்நவீனத்துவ மொழி புரிந்து கொள்வதற்கு மிகவும் கடினமானது என்பது ஒரு முக்கியக் காரணம். பின்நவீனத்துவம் குறித்த பெரும் பாலான நூல்கள் இப்படிப்பட்ட இருண்மையான மொழியில் தான் எழுதப்படுகின்றன.

எடுத்துக்காட்டாக, நீங்கள் 1970களில் வாழ்பவர் என்று வைத்துக் கொள்வோம். 'மூன்றாம் உலகப் பெண்களைப் பாலியல் பொருள் களாக வெள்ளை ஆடவர்கள் நடத்தும் விதம் மேலோட்டமானது, வெறுப்பளிக்கக்கூடியது' என்று நீங்கள் சொல்ல வருகிறீர்கள்.

இந்த வாக்கியத்தைப் பின்நவீனத் துவ மொழியில் பெயர்க்கவேண்டு மானால், முதலில் செய்ய வேண்டுவது அந்த வாக்கியம் அர்த்தம் தருவதை நிறுத்தியாக வேண்டும். சாதாரணமாக அர்த்தம் அளிக்கக்கூடிய வார்த்தை களுக்குப் பதிலாக மர்மமான பின்நவீனத்துவ பாணி வார்த்தை களை அல்லது தொடர்களைப் போட்டு நிரப்பவேண்டும்.

எடுத்துக்காட்டாக, வெள்ளை ஆடவர்கள் என்பதற்குப் பதிலாக 'லிங்கஆசை கொண்டும் எங்கும் கண்காணிக்கும் நிலையிலும் உள்ள (ஃபூக்கோவின் அர்த்தத்தில்) இறந்த – வெள்ளை – ஆண் தன்னிலை இருப்புகள்' என்ற தொடரைப் பயன் படுத்துவது நல்லது. ஏனென்றால் பின்நவீனத்துவ மொழியில் தனிமனிதர்கள் இல்லை. அவர்கள் தன்னிலை இருப்புகளாக மாறி விட்டனர்.

இதேபோலத்தான் பெண் களும். மூன்றாம் உலகப் பெண்கள் என்பதைப் 'பிற்காலனியப் பெண் தன்னிலை இருப்புகள்' என்றாக்க வேண்டும்.

'விதம்' என்பதை 'அதிகாரப் (தவறான) பிரதிநிதித்துவம் மற்றும் மதிப்பளித் தல்/மதிப்பின்றிச் செய்தல்' என்று ஆக்க வேண்டும்.

சாய்கோடுகள் [/], இணைப்புக் குறிகள் - ஹைபன்ஸ் [-], அடைப்புக் குறிகள் [()], இன்னும் பிற நிறுத்தற்குறிகள் ஆகியவற்றை எந்த அளவு கையாள முடியுமோ, எந்த அளவு உங்கள் கணினி அனுமதிக்கிறதோ அந்த அளவுக்குப் பின்நவீனத்துவ மொழி கையாள முனைகிறது என்பதைக் காணலாம்.

'மேலோட்டமான' என்ற சொல்லைச் சரியாக, 'முன்பரவ விட்ட, (எதிர்) கீழறுப்புச் செய்யக்கூடிய ஆழமின்மையைப் பிரதியாகச் (மறு) செதுக்கப்பட்ட நடைமுறை' என்று சொல்ல வேண்டும்.

முற்றிலும் சரியாக இருக்க, உங்கள் இறுதி மொழிபெயர்ப்பு பின்வருமாறு இருக்கலாம்:

'லிங்கஆசை' கொண்ட, கிழக்கு வயப்பட்ட, கண்காணிக்கும் நிலையிலுள்ள (ஃபூக்கோவின் அர்த்தத்தில்) இறந்த-வெள்ளை-ஆண் தன்னிலை இருப்புகள், ஏற்கெனவே என்றுமுள்ள பல-பால் தன்மை(யிழந்த) கொண்ட பல குரலுருக் களும், பிற்காலனியத்தின் இன்மையான/இருக்கின்ற பெண் தன்னிலை இருப்புகளின், மைய (மிழந்த) மான (தகர்த்து) அமைக்கப் பட்ட, உரையாடல் வாயிலாகப் பிரச்சினைப்பாடு களுக்குள்ளாகிய விளையாட்டுப் போலிமைகள் ஆனவற்றின், அதிகாரப் (தவறான) பிரதி நிதித்துவம் மற்றும் மதிப்பளித்தல்/ மதிப்பின்றிச் செய்தல் பற்றிய சொல்லாடல், முன்பரவலுக்குள்ளான, (எதிர்) கீழறுப்பு செய்யக் கூடிய, 'ஆழமின்மையைப் பிரதியில் (மறு)செதுக்கல் செய்கின்ற' நடைமுறை.

கே என்னது!!??

ப இதற்கெல்லாம் அர்த்தம் என்ன என்று எவரேனும் உங்களைக் கேட்டால், நீங்கள் அவர்களை எல்லையற்ற குழப்பம் கொண்ட ஒரு பார்வையால் நோக்க வேண்டும். பிறகு அவர்கள் கண்ணைப் பரிவுடன் நேராகச் சந்தித்து, அவர்கள் கேள்வியிலுள்ள அர்த்தம் (இன்மையின்) பலகுரல்தன்மை கொண்ட பொருள் மயக்கநிலை, அவர்கள் புரிந்துகொள்ளக்கூடிய விதமான மலிவான கீழ்மைகொண்ட லிங்க மைய, பிரணவ மைய தந்தை வழி அதிகாரவயப்பட்ட வழவழா விடையை நீங்கள் அளிக்கும் சாத்தியப்பாட்டை இன்மையாக்கி விடுகிறது என்று சொல்வீர்களாக.

கே பின்நவீனத்துவம் என்றால் என்ன என்பதை நான் புரிந்து கொள்கிறேன் என்று உறுதியாகச் சொல்வதற்கில்லை. அது, **பின்**நவீனத்**துவமா**, **பின்**நவீனத் துவமா, பின்-நவீனத்துவமா அல்லது வெறுமனே பின்நவீனத்துவமா?

ப நீங்கள் சொன்ன எல்லா விதங் களிலும் அது எழுதப்பட்டிருக்கிறது. பின்நவீனத்துவத்திலுள்ள பின் என்பது நவீனத்துவத்தின் பிறகு அது வந்தது என்பதைக் காட்டுகிறது. ஆனால் பின்நவீனத்துவம் போன்ற வற்றைச் சிந்திக்கும் பெருமக்கள், பின்நவீனத்துவம் என்பது நவீனத் துவத்திலிருந்து விலகி வந்ததா, அதன் தொடர்ச்சியா அல்லது இரண்டுமா என்பதில் ஒன்றுபடவில்லை. பின்நவீனத்துவம் கிடக்கட்டும், நவீனத்துவம் என்றால் என்ன என்பதிலேயே கருத்து ஒற்றுமை இல்லை.

நவீனத்துவம் என்றால் என்ன?

கே சரி, நவீனத்துவம் என்றால் என்ன?

ப இருபதாம் நூற்றாண்டின் முன்பாதியில் கலைகளில் நிகழ்ந்த வெவ்வேறுவிதமான புதிய பாணிகள், போக்குகள் ஆகியவற்றின் வெடிப்பைக் குறிக்கும் ஓர் ஒட்டுமொத்தச் சொல் நவீனத்துவம். நவீன யுகத்திற்கென ஒரு பிம்பம் இருந்தால் – அது பிம்பமின்மையின் ஒருவகைதான் – ஒரு வெறுமை – இந்த யுகத்திற்கென இவை அனைத்தையும் சுருக்கமாகச் சொல்லக்கூடிய ஒரு மேற்கோள் இருக்குமானால், அது ஐரிஷ் கவிஞர் வில்லியம் பட்லர் யேட்ஸின் வரிகளாகத்தான் இருக்க முடியும்:

வாழ்வு நிலைகள் சிதறி விழுகின்றன; மையத்தால் அவற்றைத் தன் பிடியில் வைக்க இயலவில்லை; உலகின்மீது முழு அராஜகம் கட்டவிழ்த்து விடப்பட்டுள்ளது.

கே நவீன யுகத்தில் எந்த வாழ்வுநிலைகள்தாம் சிதறிவிட்டன? எந்த மையத்தால் அவற்றைப் பிடித்துவைக்க முடியவில்லை?

ப அறிவொளியின் காலம் என்றும், பகுத்தறிவின் காலம் என்றும் வருணிக்கப்பட்ட 18ஆம் நூற்றாண்டின் மதிப்பீடுகள்தாம் நவீன யுகத்தில் சிதறிவிட்டன. பகுத்தறிவு மட்டுமன்றி, முன்னேற்றம் என்ற கருத்தும் அக்காலத்தின் முக்கிய மதிப்பீடாக இருந்திருக்கலாம்.

உலகளாவிய மதிப்பீடுகளான *அறிவியல், பகுத்தறிவு, தர்க்கம்* ஆகியவற்றைப் பயன்படுத்துவதன் மூலமாக, மனித இனத்தை முன்னேறவிடாமல் தடுத்துக் கொண்டிருந்த கட்டுக்கதைகள், மதச்சிந்தனைகள் ஆகியவற்றிலிருந்து விடுபட்டு விடலாம் என்று 18ஆம் நூற்றாண்டின் சிந்தனையாளர்கள் மகிழ்நோக்கோடு இருந்தார்கள். அதனால் வறுமைத் துயர், மதம், மூடநம்பிக்கை, எல்லாவிதமான பகுத்தறிவுக்கும் எதிரான நடத்தைகள், ஆதாரமற்ற கதைகள் ஆகியவற்றிலிருந்து மனித இனத்தைக் காலப்போக்கில் விடுவித்து விடலாம் என்று நம்பினார்கள். இவ்வாறாக, *சுதந்திரம், மகிழ்ச்சி, முன்னேற்றம்* ஆகியவை கொண்ட நிலைக்கு மனித இனம் முன்னேற்றம் அடையும்.

முன்னேற்றம் என்பது ஞானமும் அறவியல் நோக்கும் மிக்க, அறிவியல்மனம் கொண்ட மேட்டுக் குடிமக்களின் கையில் உள்ளது என்று **ஃபிரான்சிஸ் பேக்கன்** கண்டார். அவர்கள் அறிவின் பாதுகாவலர் களாக இருப்பார்கள். சமுதாயத்திற்கு வெளியில் வாழ்ந்தாலும், சமுதாயத் தின்மீது செல்வாக்குச் செலுத்துவார்கள்.

மார்க்ஸூம் முன்னேற்றத்தில் நம்பிக்கை கொண்டவர். ஒரு நல்லுலகை அவர் கனவு கண்டார். ஆனால் அந்தக் குறைபாடற்ற நல்லுலகைப் பொருள் முதல்வாத விஞ்ஞானத்தால் சாதிக்கமுடியும் என்றார்.

பிற சிந்தனையாளர்கள் அவ்வளவு மகிழ்நோக்கோடு இல்லை. பிரெஞ்சுப் புரட்சியின் அத்துமீறல்களால் **எட்மண்ட் பர்க்** வெறுப்படைந்தார். பிறர்வதை இன்பம்/ தன்வதை இன்பம் *(சேடிசம்/மசாக்கிசம்)* ஆகியவற்றின் கொள்ளுத் தாத்தாவான **மார்க்கியூஸ் தெ சேட்** பாலியல் சுதந்திரத்தின் வக்கரிப்புகளை ஆராய்வதன் வாயிலாக, மனித விடுதலையின் இருண்ட சித்திரத்தை வரைந்தார். எதிர்காலம் பகுத்தறிவு, ஆட்சியதிகாரம் ஆகியவற்றால் ஆன இரும்புச் சிறையாக இருக்கும் என்று தொலைநோக்குடன் கூறினார் சமூகவியலாளரான **மேக்ஸ் வெபர்.**

கே சரி, யேட்ஸும் அவநம்பிக்கையாளர் யாவரும் சரியாகவே சொல்லியிருக்கலாம். வாழ்வு நிலைகள் சிதறிவிட்டது போலத்தான் தோன்றுகிறது. அறிவியல், பகுத்தறிவு, முன்னேற்றம் யாவும் நமக்கு என்னதான் செய்திருக்கின்றன? இருபதாம் நூற்றாண்டு என்பது இருண்ட, பகுத்தறிவுவாதம் இணைந்து நடத்திய மரண முகாம்களின் காஃப்காத்தனமான கொடுங்கனவுகள், கொலைப் படைகள், ஆஷ்விட்ச், முதலாம்-இரண்டாம் உலகப்போர்கள், ஹிரோஷிமா, நாகசாகி, சுற்றுச்சூழலியல் பேரழிவு, பலவித முழுமையதிகாரத்துவ அமைப்புகள் – இவை தவிர வேறொன்றுமில்லையே? இவை யாவும் அறிவியல், பகுத்தறிவு, விடுதலை, சுதந்திரம், முன்னேற்றம் என்னும் அறிவொளிக்கால மதிப்பீடுகளின் பெயரால் செய்யப்பட்டன என்பதுதான் இதில் கொடுமையே!

ப ஆனால் நான் இதுவரை, எல்லோரிலும் மிகமிக அவநம்பிக்கை வாதியான ஒருவரைப் பற்றிச் சொல்லவே இல்லை – ஜெர்மானிய தத்துவஞானியான ஃபிரட்ரிக் நீட்சே தான் அவர். அறிவொளிக்கால மதிப்பீடுகள் எவற்றின்மீதும் அவருக்கு நம்பிக்கையில்லை. பகுத்தறிவு? உலகளாவிய தன்மை? நீதிநெறி, முன்னேற்றம்? இந்த அறிவொளிக் கால பாசாங்குகளை அவர் பொருட் படுத்தவேயில்லை. அழிவுபூர்வமான ஆக்கத்திறனும் ஆக்கபூர்வமான அழிவுத்திறனும் கொண்ட டயோனிசிஸ் என்னும் கடவுளின் தாண்டவமாகவே – அதிகாரத்திற்கான விருப்புறுதியின் தாண்டவமாகவே உலகத்தை அவர் கண்டார். வாழ்க்கை எனும் குழப்பம் மிகுந்த சூறாவளியில் எப்படி நடந்துகொள்வது என்பதற்கு டயோனிசிஸ்தான் அவருக்கு முன்மாதிரி. இம்மாதிரி நடந்துகொள்ளும் எவனும் ஒரு மீமனிதன் *(சூப்பர்மேன்)* ஆகமுடியும்.

மேலும் நீட்சே சொன்னது முற்றிலும் சரி.

இருபதாம் நூற்றாண்டின் மீமனிதர்கள் பலர், ஒன்றை அழித்தால்தான் ஒன்றை உருவாக்க முடியும் என்பதை நிரூபித்துக் காட்டியுள்ளனர்: ஹிட்லர், மாவோ, ஸ்டாலின் போன்றவர்கள். கிறித்துவ ஒழுக்கங்கள், மீமெய்யியல் *(மெடாபிசிக்ஸ்)* ஆகியவற்றுடன் 'கடவுளின் மரண'த்தையும் பிரகடனம் செய்தார் நீட்சே. அவருடைய தத்துவ மந்திரக்கோலின் ஒரு வீச்சில், **ஜீபூம்பா!** – அங்கியின் இருண்ட மடிப்புகளுக்குள் ஒரு மந்திரவாதியின் முயல் மறைந்து விடுவது போல – பகுத்தறிவுக் காலத்தில் பெரும் அடி வாங்கியிருந்த மேற்கத்திய கலாச்சாரத்தின் மைய அடையாளங்கள், நிறுவனங்கள், நம்பிக்கைகள் முதலியன மறைந்து போய்விட்டன.

எஞ்சியிருந்தவை இன்மையின் இருண்ட அலைகள்தாம் – ஒரு வெறுமை.

ஆனால் இயற்கை வெறுமையை வெறுக்கிறது. பௌத்தர்கள், தாவோ வாதிகள் போல மேற்கத்தியவர்களான நாம் வெறுமையைப் பொறுத்து ஏற்றுக்கொள்வதில்லை. நாம் நமது வீடுகளின் சுவர்களில் துவாரங்களை உண்டாக்கி, அவற்றைப் புனிதமாகக் கருதி, 'ஓ புனிதத் துவாரமே, என்னைக் காப்பாற்றுவாய்!!!' என வழிபடுவதில்லை.

இல்லை. நாம் ஒரு கலாச்சாரத்தில் வாழ்கிறோம். அது இன்மையைவிட இருப்புக்கு, இருத்தலற்ற நிலையைவிட திருவுருவங்களுக்கு (அடையாளங்களுக்கு), எதுவுமற்ற வெற்றிடத்தை விடக் கிளர்ச்சியூட்டும் கன்னித்தன்மைக்கு, துவாரங்களைவிட முழுமைகளுக்கு மதிப்பளிக்கிறது. இருப்பினும் முன்பு நமக்கு எங்கு ஒரு மையம் இருந்ததோ – கிறித்துவ மதத்திலோ, அறிவியலின் இலட்சியங்கள், முன்னேற்றம் போன்றவற்றிலோ – திடீரென, நம்மிடம் ஒன்றுமே இல்லாமல் போனது.

புனிதமானது
எதுவுமே
இல்லையா?

ஹெமிங்வே போன்ற நவீனத்துவவாதிகள் சிலர் இந்த மையமின்மையை மறைமுகமாக அங்கீகரிக்கும் விதமான கலைப்படைப்புகளை உருவாக்கினர். 'சுத்தமான, வெளிச்சம் மிக்க இடம்' (A Clean, Well-lighted Place) என்னும் அவருடைய கதையில், ஒரு கதாபாத்திரம், உணவுவிடுதிப் பணியாளன், தேவனின் இறை வணக்கப் பாடலிலும் மேரியின் வாழ்த்துப் பாடலிலும் முக்கியமான இடங்களில் எல்லாம் 'நாடா' (ஸ்பானிய மொழியில் ஒன்றுமில்லாதது/இன்மை/ nothing என்று அர்த்தம்) என்ற சொல்லை இட்டு வேறாக மாற்றுகிறான்.

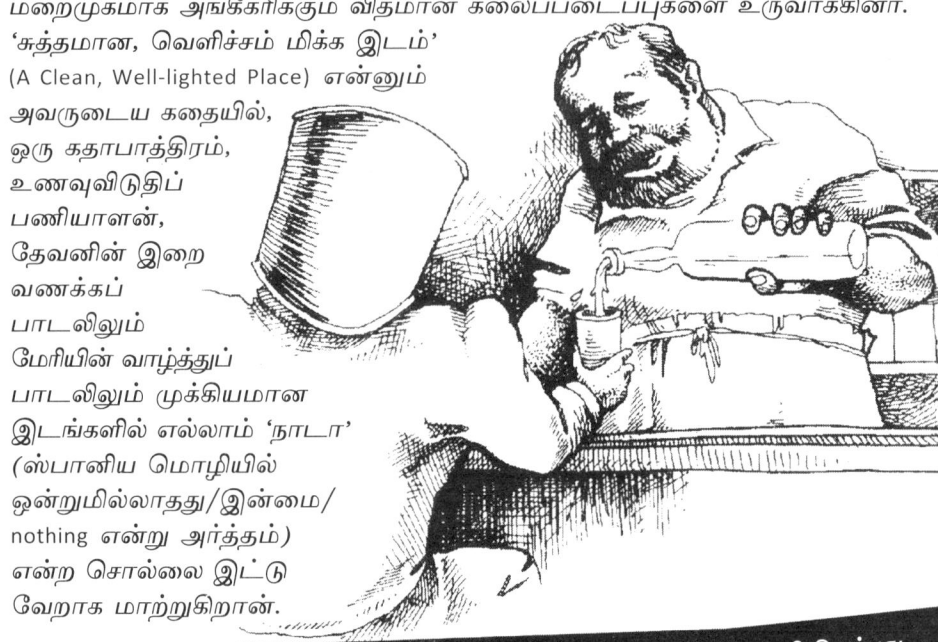

'இன்மையிலிருக்கும் எங்கள் இன்மையே! இன்மையிலிருப்பது போலவே உன் பெயரும், உன் இராச்சியமும் உன் விருப்புறுதியும் இன்மை ஆகுக. எங்களுக்கு நாள்தோறும் இன்மையாக இந்த இன்மையை அளிக்கவும். நாங்கள் எங்கள் இன்மைகளை இன்மை செய்வதுபோலவே எங்களையும் இன்மையாக்கி இன்மைக்குள் அளிக்கவும். எங்களை இன்மையிலிருந்து காக்கவும். வாழ்க இன்மை. இன்மை நிறைந்திருக்கும் இன்மை வாழ்க. உங்களுடன் இன்மையே இருக்கிறது...'

(SSEH: 379-383)

கிறித்துவக் கடவுள், கிறித்துவ ஒழுக்கம் அல்லது அறிவியல் முன்னேற்றம் இவற்றில் நவீன சிந்தனையாளர்களால் நம்பிக்கை வைக்கமுடியவில்லை என்றால், மேற்கத்தியக் கலாச்சாரத்திற்கு எந்த ஒரு மையமும் இல்லை என்றால், நாம் புதிதாக ஒன்றைக் கண்டுபிடிக்கத்தானே வேண்டும்? ஏனென்றால் நாம் வெறுமைகளை விரும்புவதில்லை. அறிவொளிக்காலத்தின் மதிப்பீடுகள், கடவுள், கிறித்துவ ஒழுக்கம் இவற்றின் மரணத்தைப் பிரகடனப்படுத்திய நீட்சேதான் இதற்கும் வழிகாட்டினார்.

மேற்கத்திய கலாச்சாரத்திற்கான மையத்தை அவர் அழித்துவிட்டாலும், அதன் இடத்தில் வேறொன்றை வைக்கவே செய்தார் – நன்மைக்கும் தீமைக்கும் அப்பாற்பட்ட ஒரு மீமனிதன் *(சூப்பர்மேன்)*; அதுமட்டுமல்ல, நன்மைக்கும் தீமைக்கும் அப்பாலிருக்கும் கலையையும்கூட.

இப்படியாக, எல்லாவிதப் பின்னப்படுதல்களுக்கும் குழப்பத்திற்கும் இடையில், சிதறும் வாழ்வுநிலைகளுக்கு இடையில், இந்தக் குழப்பங்கள் எல்லாவற்றிற்கும் அப்பாற்பட்ட ஒரு மாறாத மதிப்பீட்டை நவீனத்துவக் கலைஞர்கள் தேடலானார்கள்.

புத்தாக்கு

மானிட சாராம்சத்தை மீள்கண்டுபிடிப்புச் செய்தல், குழப்பங்களுக்கெல்லாம் அப்பாற்பட்ட ஒரு நிரந்தர மதிப்பீடு, நீட்சேவுக்குப் பிந்தைய வெறுமையைப் பலவழிகளிலும் நிரப்புதல் என்னும் ஒரு தீரமிக்க, ஏறத்தாழ மீமனிதச் செயலை இந்தக் கலைஞர்கள் மேற்கொண்டார்கள். மையமற்ற ஓர் உலகில் அழகியல் – கலை – மையமாயிற்று. கலை கலைக்காகவே! நவீன ஓவியம், தனக்குள் அமிழ்ந்து, தன்னையே நேசித்து, தனது முதன்மையான சாத்தியங்களைத் தேடி ஆராய்ந்தது. புலனுணர்வு, ஞாபகம், சுய அடையாளம் ஆகியவற்றினுடான சாத்தியமிக்க எல்லா உறவாடல்களையும் நிகழ்த்தியது. மரபுவழிக் கலையை நிராகரித்த முன்னோடித் தன்மைகொண்ட, மரபிலக்கியப் பாணிகளிலும் வகைகளிலும் சோதனை செய்ய முனைந்த நவீனக் கலைஞர்கள் 1910களுக்கும் 1930களுக்குமிடையே நவீனத்துவக் கலையை அதன் முழு மலர்ச்சிக்கு எடுத்துச் சென்றார்கள். கவிஞர் எஸ்ரா பவுண்டின் ‘புதிதாக்கு’ என்னும் முழக்கத்தில் ஊக்கம் கொண்டார்கள். பழைய கலாச்சார வடிவங்களின் காவலர்களாக இருப்பதை விட்டுப் புத்தாக்கம் செய்பவர்களாகத் தங்களைக் கண்டார்கள்.

குழப்பத்திற்கிடையே நிரந்தரத்தை மீளாக்கம் செய்வதாக இவ்வகைக் கலை அமைந்தது. ஆப்பிரிக்கச் சிற்பக்கலையின் எளிய வடிவவியல் தன்மைகளால் *(ஜியோமெட்ரீஸ்)* கியூபிசம் ஊக்கம் கொண்டது; பொருள்களை வடிவமற்றதாக ஆக்கியது; அவற்றை அவற்றின் அடிப்படை வடிவவியல்சார் (ஜியோமிதி) தோற்றங்களாக உடைத்தது. பிக்காஸோ சொன்னது போல, ‘நீங்கள் எதைப் பார்க்கிறீர்களோ அதையல்ல. ஆனால் அங்கே என்ன இருப்பதாக நீங்கள் அறிந்துள்ளீரோ அதை, கியூபிசக் கலைஞர்கள் சித்திரித்தார்கள்.’

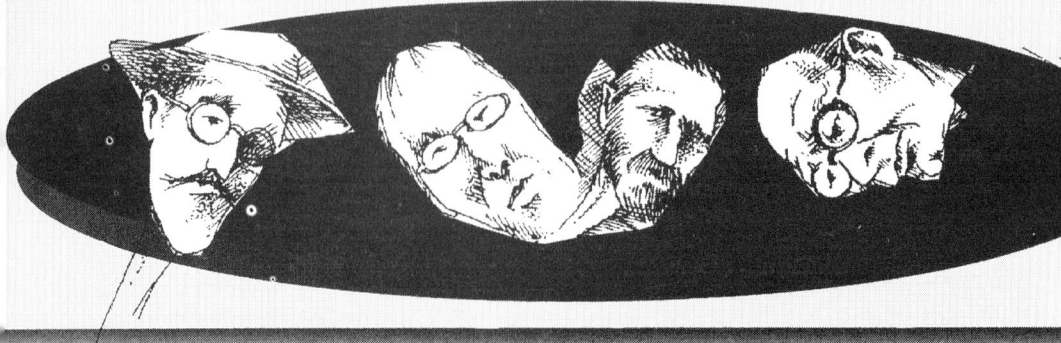

மானே, மோனே போன்ற பதிவு நவிற்சியாளர்கள் பொருள்களை வேறுவிதத்தில் சிதைத்து, பொருள்களின் மேற்பரப்பு மீது ஒளி விளையாடுவதைக் காட்டுமுகமாக, தொடர்ச்சியான தூரிகைத் தீட்டல்களால் வரைவதை விட்டு பட்டை பட்டையான வண்ணங்களால் நிரப்பினார்கள். எனவே பதிவு நவிற்சிக் கலையுலகில், பொருள்கள் திடத்தன்மை இழந்து, ஒளித் துண்டுகளாகச் சிதறியதைப்போலக் காட்சியளித்தன.

இலக்கியத்தில், தோற்றங்களுக்கு அப்பாலுள்ளதொரு உள்உண்மையைத் தேடி டி.எச். லாரன்ஸ், டி.எஸ். எலியட், ஜேம்ஸ் ஜாய்ஸ், வில்லியம் பட்லர் யேட்ஸ் போன்றவர்கள் ஒரு புதிய மையத்தை உருவாக்க முயற்சி செய்தார்கள். இதற்கு மானிடவியலின் அண்மைக் காலக் கண்டுபிடிப்புகளாலும், கிழக்கத்திய மத நூல்கள், பழங்குடியினரின் தொன்மங்கள் போன்றவற்றின் மொழிபெயர்ப்புகளாலும் தங்களுக்குத் தெரிய வந்த விசித்திரமான கட்டுக்கதைகளைப் பயன்படுத்திக் கொண்டார்கள்.

பெரும்பெரும் சுருள் வட்டங்களாக என்றும் விரிந்து கொண்டே செல்கின்ற வரலாற்றுச் சுழற்சிக் காலப் பகுதிகளைப் பற்றிய தரிசனத்தை யேட்ஸ் எழுதினார். மையம் இனி ஈர்த்துப் பிடிக்காது என்று நோக்கிய அவர், கெல்டிக் பழங்கதைகள், நாட்டார் கதைகளில் இருந்து எடுத்த வீரதீரர்களாலும் அழகுப் பெண்களாலும் தேவதைகளாலும் அதை நிரப்பினார். டி.எச். லாரன்ஸ் தமது நாவல்களிலும் சிறுகதைகளிலும் நீட்சேவுக்குப் பிந்தைய வெறுமையை ‘புராதனக்’ கடவுளர், பெண் தெய்வங்கள், ஆற்றல்கள் ஆகியவற்றால் நிரப்பினார். கன்னி, நாடோடி போன்றோரின் பாலியல், சூரியன், பாம்பு, கருத்த தோலுள்ள மனிதன் முதலியவை அவற்றில் இடம்பெற்றன. சிக்மண்ட் ஃப்ராய்டின் கண்டுபிடிப்புகளின் மீது வரையப்படும். இந்தப் படிமங்கள் ஆதிப் பருவம், இருண்மை, சிற்றின்பம், வன்முறை கொண்ட நனவிலி மனத்தின் உந்துதல்கள், இயக்கங்கள் ஆகியவற்றைக் கொண்ட ஒரு நனவுமனத்தை பேயோட்டமுள்ள இடமாகவும் பிளவூட்டப்பட்டதாகவும் சித்திரிக்கின்றன.

ஜேம்ஸ் ஜாய்ஸின் நாவலான *போர்ட்ரைட் ஆஃப் தி ஆர்டிஸ்ட் அஸ் ஏ யங் மேன்* (இளைஞனாக ஒரு கலைஞனின் சித்திரம்) என்பதில், கூருணர்வு உள்ள இளைஞன் ஒருவன் டப்ளின் நகரில் கத்தோலிக்க முறையில் வளர்க்கப்பட்டதால் உருவாகிய கட்டுப் பாட்டை உடைத்துத் தப்பிக்க முனைகிறான். டேடாலஸ் என்னும் கிரேக்க சாகசவீரன், சுழலும் சிக்கல் வழி களிலிருந்து *(லேபிரிந்த்)* தப்பிக்க முனைந்த தொன்மையான கிரேக்கக் கதையொன்றை இது அடிப்படையாகக் கொண்டது. ஆக, இதன் மையத்தில் ஒரு பழங்கதை உள்ளது.

‘கடவுளின் மரண’த்தால் ஏற்பட்ட வெற்றிடத்தை நிரப்ப முயன்ற குறியீடுகளில் ஒன்று எந்திரம் ஆகும். கவிஞர் எஸ்ரா பவுண்டு சொற்களையே எந்திரங் களாகக் கண்டார். கவிஞர் வில்லியம் கார்லோஸ் வில்லியம், முழுக் கவிதை யைச் சொற்களால் ஆன ஓர் எந்திரமாகக் கண்டார். இருந்து வாழ்வதற்கான எந்திரங்களாக வீடுகளை நவீன கட்டடவியலா ளர்கள் எண்ணினார்கள்.

உண்மையில், சமூகம் முழுவதுமே அதிகமும் எந்திரம் போல்தான் ஆகிக் கொண்டிருந்தது: அதிகார இனம், தொழில் நுட்பம், பகுத்தறிவு ஆகியன சார்ந்த எந்திரம் அது. இவ்வகை எந்திரம் போன்ற திறனில் இருந்து திறன் மிக்கவை யாகவும் சக்தி வாய்ந்தவை யாகவும் இருக்கும் போர் எந்திரங்கள் எழுந்தன. இத்தாலி யில் முஸோலினி என்னும் மீமனித எந்திரம். ஜெர்மனியில், மீமனிதன் ஹிட்லரின் நாஜி ரயில்கள் நேரத் துக்கு ஓடின. ஆஷ்விட்ச், புக்கன்வால்டு போன்ற மரண முகாம்களுக்கு மனிதச் சுமைகளை உரிய நேரத்தில் கொண்டு சேர்த்தன. இந்த முகாம்களே நவீனத்துவ திட்டமிடுதல், கட்டடக் கலைக் கோட்பாடுகள் ஆகியவற்றிற்கேற்ப அமைந்தவை. நாஜி போர் எந்திரத்துக்கும் ஒரு மையம் இருந்தது – தான்தான் மேம்பட்ட இனம் *(சூப்பர் ரேஸ்)* – ஆரிய இன மக்களின் நீலக் கண்களும் பொன்மேனிகளும் கொண்ட உயர் தன்மை.

எனவே அறிவியலும் பகுத்தறிவும் முன்னேற் றத்தை மட்டுமே உண்டாக்கவில்லை – அவை ஆஷ்விட்சையும் ஹிரோஷிமாவையும் உண்டாக்கின என்பது நவீனத்துவத்தின் பிரச்சினை. வேறு சில பிரச்சினைகளும் இருந்தன. அவை கலை சம்பந்தமானவை. நவீனத்துவக் கலையும் இலக்கியமும் மேலும் மேலும் புரிந்து கொள்ளக் கடினமாயின.

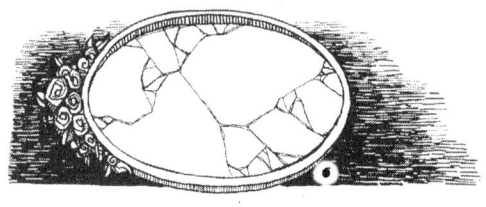

நவீனத்துவம், உயர்நவீனத்துவம் ஆயிற்று. ஜேம்ஸ் ஜாய்ஸின் **யுலிசிஸ்,** டீ.எஸ். எலியட்டின் **தி வேஸ்ட்லேண்ட் (பாழ்நிலம்)** ஆகிய படைப்புகள் வெளிவந்ததோடு 1922இல் உயர் நவீனத்துவம் உச்சத்தை அடைந்தது.

யுலிசிஸ், ஃபினிகன்ஸ் வேக் ஆகிய இரண்டிலும் ஜேம்ஸ் ஜாய்ஸ், தமது பாத்திரங்களின் மனங்களில் பாய்ந்து சுழித்துக்கொண்டிருக்கும் ஓட்டத்திற்குள் வாசகர்களை அமிழ்த்தும் நனவோடை நடையைப் பின்பற்றினார்.

டீ.எஸ். எலியட்டின் **பாழ்நிலம்,** மறுஇணைப்பு வேண்டி, புது மையம் வேண்டித் தவிக்கும் ஓர் ஆன்மாவையும் சமூகத்தையும் சிதறிய நிலையிலும் சோர்வுற்ற நிலையிலும் படைத்தது. சிதறுண்ட கவிதை வடிவத்தைக் கையாண்டும் உலகெங்கிலுமுள்ள இலக்கிய, வரலாற்று, தொன்மக் குறிப்புகளை இணைத்தும் சோதனை செய்தார் அவர். ஜாய்ஸும் எலியட்டும் பகுத்தறிவுக்கு ஏற்ப நேரான கதை சொல்லும் அல்லது கருத்துச் சொல்லும் முறையைப் புறக்கணித்தார்கள். ஒரு சிதறுண்ட பாணியைக் கையாண்டார்கள். மரபுவழியான பாத்திர வளர்ச்சியையும் புறக்கணித்தார்கள். இம்மாதிரி மரபுவழிப் பாத்திரவளர்ச்சியை மறுத்தலும், அந்தரங்கமான, அகவய அனுபவத்தைக் கொண்டாடுதலும் ஆகிய தன்மை, பாரிஸ், பெர்லின், ரோம், வியன்னா, லண்டன், நியூயார்க், சிகாகோ, கோபன்ஹேகன்,

ம்யூனிக், மாஸ்கோ போன்ற இடங்களில் சிறுகுழுக்களாகக் குழுமியிருந்த நவீனத்துவக் கலைஞர்கள், பண்பாடு கடத்தப்பட்ட, அந்நியப்பட்ட கலாச்சார உயர்குழுவாகத் தங்களை நினைத்துக்கொள்ளும் மனப்பாங்கை இன்னும் தீவிரமாக்கியது.

உருமாற்றம் (மெடமார்ஃபசிஸ்) கதையில், எழுத்தாளர் ஃப்ரன்ஸ் காஃப்கா, அபத்தமான மனிதச் சூழலில் சிக்குண்ட ஒரு பூச்சியின் படிமத்தினால் கலைஞனின் அந்நியப்பட்ட நிலையைச் சித்திரித்தார். இம்மாதிரிக் கலைஞர்களின் படைப்புகள், வாசிப்பதற்குச் சவாலாகவும் விசித்திரமாகவும் அமைந்ததால் ஒரு குறுகிய வாசகர்வட்டம் மட்டுமே போற்றுமாறு அமைந்தன. இது இந்தக் கலைஞர்களுடைய மேட்டிமைப் படிமத்தை மேலும் வலுவுறச் செய்தது.

நவீனத்துவக்கலை, மரபைப் புறக்கணிக்கும் தன் தன்மையால் கலாச்சாரத்தை, 'உயர் கலாச்சாரம்', 'தாழ் கலாச்சாரம்' என இரு பிரிவுகளாகப் பிரித்தது. தன்னைப் புரிந்துகொள்ள இயலாத நடுத்தர மக்களை அது தள்ளி வைத்தது. அறிஞர்களும் திறனாய்வாளர்களும் ஒருவித 'புரோகிதத்தன்மை' பெற வழிவகுத்தது. நவீனத்துவத்தின் புதிர்த்தன்மைகளை விளக்குவது அந்தப் புரோகிதர்களின் பணி ஆயிற்று. ஜேம்ஸ் ஜாய்ஸின் **யுலிசிஸ்,** டீ.எஸ். எலியட்டின் **வேஸ்ட்லேண்ட்,** அல்லது எஸ்ரா பவுண்டின் **கேண்டோஸ்** போன்றவற்றைப் படிப்பது அமேசான் காட்டினூடாக ஆய்வுப் பயணம் செல்வதுபோல, ஒரு சாகசச்செயல். இதற்கும் ஒரு வழிகாட்டி தேவை.

பின்நவீனத்துவம் என்றால் என்ன?

கே அப்படியானால், பின்நவீனத்துவம் எவ்வாறு நவீனத்துவத்திலிருந்து வேறுபடுகிறது?

ப இந்த விஷயத்தில் கருத்தொற்றுமை இல்லை. பின்நவீனத்துவம், அது எதுவாக இருப்பினும், இன்று நிகழ்வதைப் பொருள்படுத்தும் முயற்சி என்பது ஒரு காரணம். நிகழ்காலத்தைப் பின்னோக்கிய நிலையில் தான் தெளிவாகப் பார்க்க முடியும்.

இஹாப் ஹசன்

பின்நவீனத்துவக் கொள்கையாளர்களில் ஒருவராகிய இஹாப் ஹசன், இந்த இரு இயக்கங்களுக்கும் இடையிலுள்ள வேறுபாடுகளை ஓர் அட்டவணையாகத் தருகிறார்.

நவீனத்துவம்		**பின்நவீனத்துவம்**
வடிவம் (இணைப்பு, மூடியது)	←→	எதிர்வடிவம் (பிரிப்பு, திறந்தது)
இலட்சியம்/நோக்கம்	←→	ஆட்டம்/விளையாட்டு
வடிவமைப்பு	←→	தற்செயல்
படிநிலை	←→	அராஜகம்
கலைப்பொருள்/முடிந்த படைப்பு	←→	செயல்முறை/நிகழ்த்தல்/சம்பவித்தல்
இருப்பு	←→	இன்மை
மையப்படுத்தல்	←→	சிதறல்
இலக்கியவகை/எல்லை	←→	பிரதி/ஊடுபிரதி
வேர்/ஆழம்	←→	வேர்த் தண்டு/மேற்புறம்

(TDO: TPL 267-268)

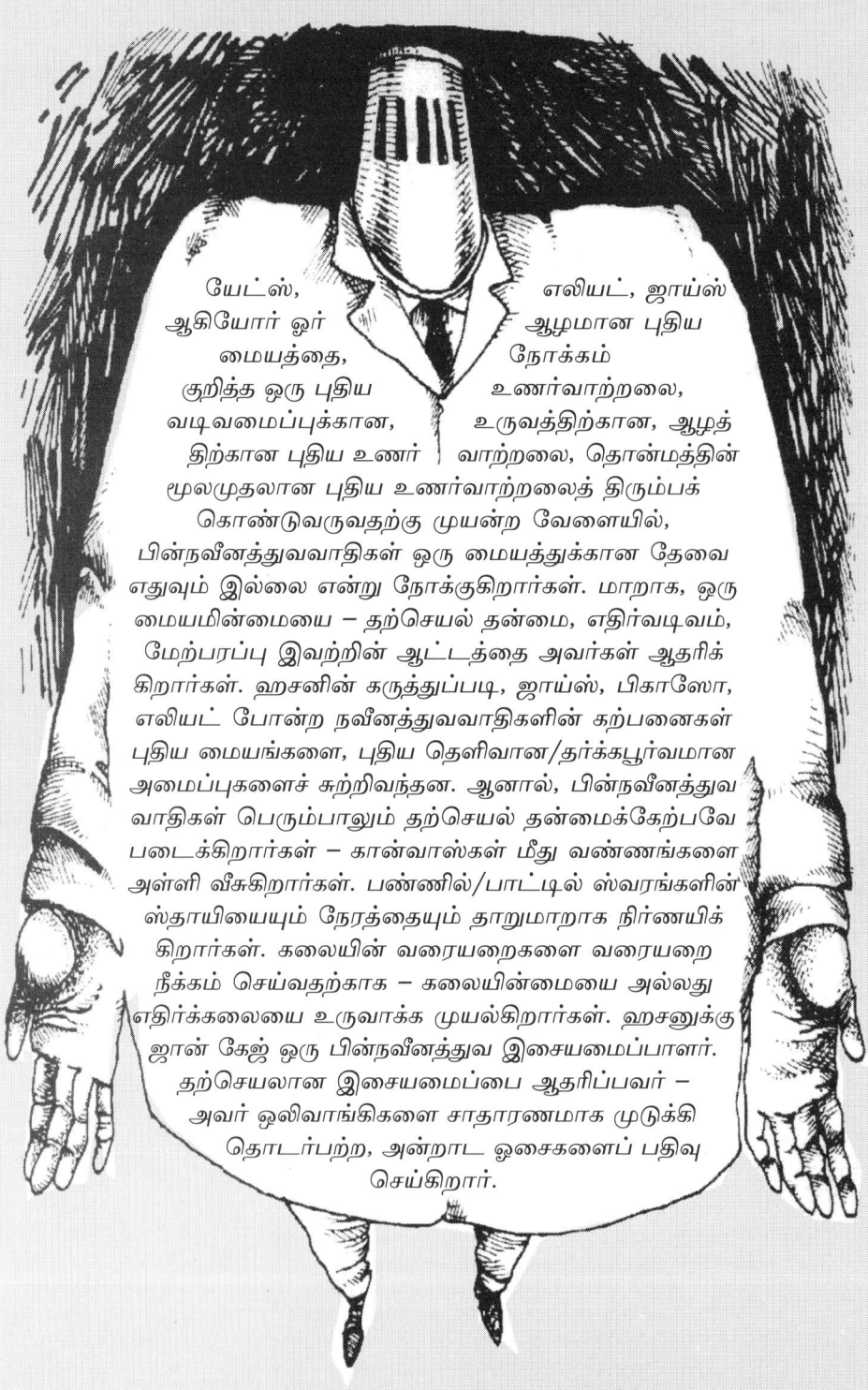

யேட்ஸ், எலியட், ஜாய்ஸ் ஆகியோர் ஓர் ஆழமான புதிய மையத்தை, நோக்கம் குறித்த ஒரு புதிய உணர்வாற்றலை, வடிவமைப்புக்கான, உருவத்திற்கான, ஆழத் திற்கான புதிய உணர் வாற்றலை, தொன்மத்தின் மூலமுதலான புதிய உணர்வாற்றலைத் திரும்பக் கொண்டுவருவதற்கு முயன்ற வேளையில், பின்நவீனத்துவவாதிகள் ஒரு மையத்துக்கான தேவை எதுவும் இல்லை என்று நோக்குகிறார்கள். மாறாக, ஒரு மையமின்மையை – தற்செயல் தன்மை, எதிர்வடிவம், மேற்பரப்பு இவற்றின் ஆட்டத்தை அவர்கள் ஆதரிக் கிறார்கள். ஹசனின் கருத்துப்படி, ஜாய்ஸ், பிகாஸோ, எலியட் போன்ற நவீனத்துவவாதிகளின் கற்பனைகள் புதிய மையங்களை, புதிய தெளிவான/தர்க்கபூர்வமான அமைப்புகளைச் சுற்றிவந்தன. ஆனால், பின்நவீனத்துவ வாதிகள் பெரும்பாலும் தற்செயல் தன்மைக்கேற்பவே படைக்கிறார்கள் – கான்வாஸ்கள் மீது வண்ணங்களை அள்ளி வீசுகிறார்கள். பண்ணில்/பாட்டில் ஸ்வரங்களின் ஸ்தாயியையும் நேரத்தையும் தாறுமாறாக நிர்ணயிக் கிறார்கள். கலையின் வரையறைகளை வரையறை நீக்கம் செய்வதற்காக – கலையின்மையை அல்லது எதிர்க்கலையை உருவாக்க முயல்கிறார்கள். ஹசனுக்கு ஜான் கேஜ் ஒரு பின்நவீனத்துவ இசையமைப்பாளர். தற்செயலான இசையமைப்பை ஆதரிப்பவர் – அவர் ஒலிவாங்கிகளை சாதாரணமாக முடுக்கி தொடர்பற்ற, அன்றாட ஓசைகளைப் பதிவு செய்கிறார்.

கே இதெல்லாம் குழப்பமாக இருப்பதுபோல்தான் தெரிகிறது. மையமற்ற, ஆழமற்ற ஒரு புதிய உலகை வரைபடமாக்க அறிவுஜீவிகள் நமக்குத் தேவை என்பதில் வியப்பேதுமில்லை. இந்த மாதிரியான 'வரைபடக்காரர்கள்' சிலரைச் சொல்லுங்கள்.

வரைபடக்காரர்கள்

முக்கியமான பின்நவீனத்துவச் சிந்தனையாளர்கள்

மூான்-ஃப்ரான்ஷ்வா லியோதார்

ப *மூான்-ஃப்ரான்ஷ்வா லியோதார் பிரான்சில் 1924இல் பிறந்தார். அல்ஜீரியா, பிரேசில், கலிபோர்னியா ஆகிய இடங்களில் ஆசிரியராக இருந்தார். பிறகு 1968இல் பாரிஸ் பல்கலைக்கழகத்தில் தத்துவப் பேராசிரியரானார். 1985இல் பன்னாட்டுத் தத்துவக் கல்லூரியின் இயக்குநர் ஆனார்.*

15 ஆண்டுகளுக்கு மேலாக ***சமூகவுடைமையா, காட்டுமிராண்டித் தனமா (சோஷலிசம் ஆர் பார்பாரிசம்)*** *என்று அழைக்கப்பட்ட இடதுசாரிக் குழுவினருடன் தொடர்பு கொண்டிருந்தார். அக்குழு, பிறவற்றுடன், சோவியத் பாணி பொதுவுடைமையைக் கண்டித்த ஒன்று. 1964 அளவிலேயே லியோதார் சோஷலிசம், மார்க்சியம் ஆகியவற்றில் ஏமாற்றம் அடைந்த போதிலும், 1968இல் பாரிசில் நடந்த மாணவர் எழுச்சி அவருடைய அமைதியின்மையை உறுதிப்படுத்தியது.*

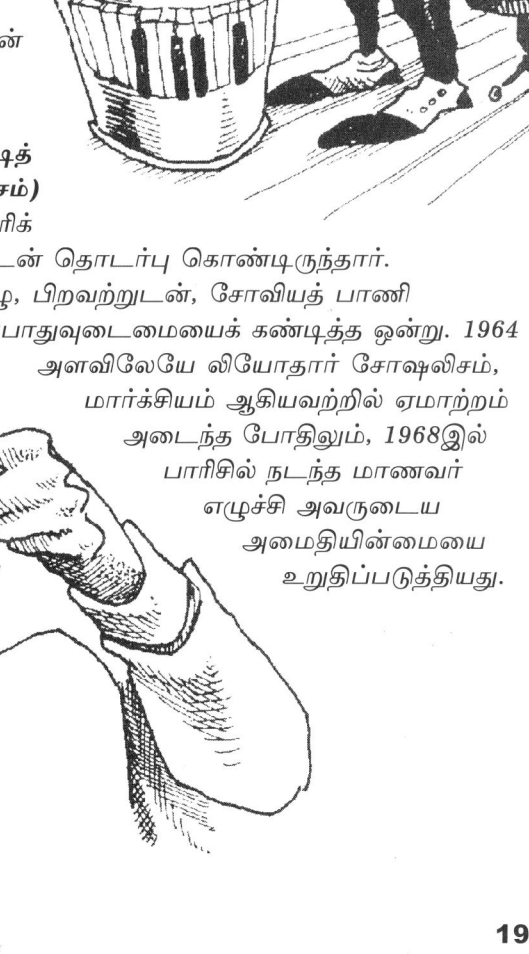

சொல்லாடல், உருவம்

1971இல் மார்க்சியத்திற்குப் பிந்தையக் காலத்தில் தத்துவம், மொழி, கலைகள் ஆகியவற்றைப் பற்றிய சிந்தனையில் ஈடுபடத் தொடங்கினார். *டிஸ்கோர்ஸ், ஃபிகர்*

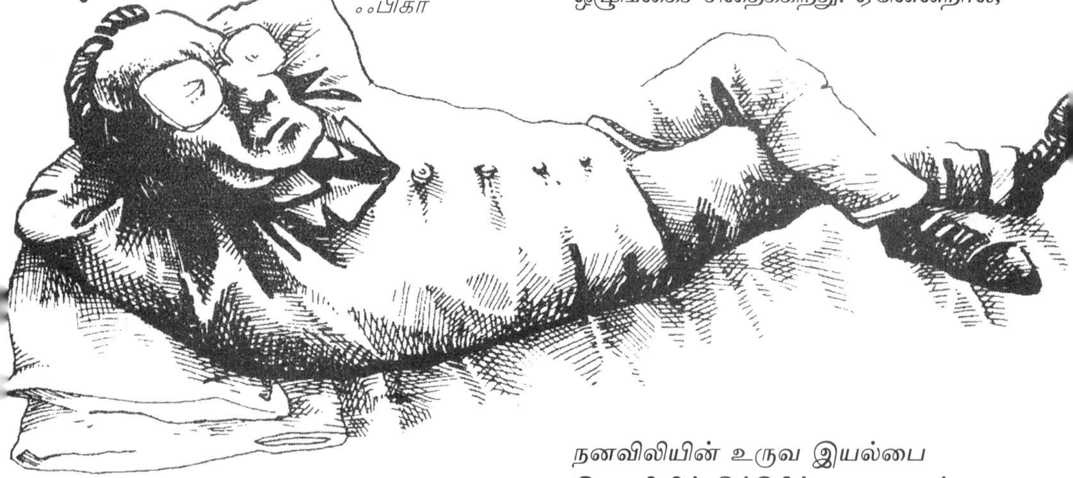

(சொல்லாடல், உருவம்) என்னும் அவருடைய நூல், ழாக் லக்கான் முன்வைத்த நனவிலிமனம் ஒரு மொழி போன்றது என்ற சிந்தனையைப் பற்றி விவாதிக்கிறது. லக்கான் கருத்துக்கு மாறாக, நனவிலி மொழி போன்றதல்ல என்றும், நாம் வரையும் உருவங்கள், ஓவியங்கள் போன்றது – காட்சிப்புலம் சார்ந்தது என்கிறார். மொழி, இருபரிமாணமுடையது, தட்டையானது. அது ஆசையை ஒடுக்கியுள்ளது. மாறாக, கனவுகள், காட்சிப்புலம் சார்ந்தவை, உருவத் தன்மை கொண்டவை, முப்பரிமாண உருவங்கள் கொண்டவை, ஆசை சொட்டுபவை. நவீன ஓவியங்கள் பலவற்றைப் போல, அவை சிதறுண்டவை. நனவிலிப்பொருள்களைக் காட்சிப்புலமாக்க முனையும் போது, மொழிக்குத் தேவைப்படும் நேர்க்கோட்டுப் பிரக்ஞையைக் கனவுகள் சிதைக்கின்றன. நனவிலியின் காட்சிப்படுத்தும், உருவமாக்கும் இயல்பு மொழிக்குள்ளும் செயல்பட்டாலும், நனவிலி, மொழியைச் சிதைக்கிறது – மொழியின் தர்க்க ஒழுங்கைச் சிதைக்கிறது. ஏனென்றால், நனவிலியின் உருவ இயல்பை மொழியில் சித்திரிப்பது கடினம்.

ஹாலோகாஸ்டை (பெருங் களப்பலியை) எழுத்தில் பதிவு செய்வது கடினம் என்பது போலவே உருவ இயல்பைப் பதிவு செய்வதும் கடினம். ஆஷ்விட்சில் பலியாவோரின் மரண ஓலங்கள் கேட்காதவாறு இசையை அலற விடுவது நாஜிகள் வழக்கம். அதுபோலவே, ஆஷ்விட்சை மொழியில் பதிவுசெய்ய முனையும் போதும் – இழிவையும் மரணத்தையும் துர்நாற்றத்தையும் ஒரு கருத்தாக்கமாகக் குறைக்கும்போது – மரண ஓலங்களை அது அடக்கிவிடுகிறது.

லியோதாரின்படி, ஹாலோகாஸ்ட், நினைவுக்கு எட்டாததாக இருப்பது அவசியம் – நினைவில் வைத்துக்கொள்ள முடியாததாக, ஆனால் மறக்கப் படாமலும் இருப்பது அவசியம். அதேபோல, ஹாலோகாஸ்டைப் பதிவுசெய்யும் எந்தக் கலையும் பதிவுசெய்ய இயலாத ஒன்றைத் தான் பதிவுசெய்ய இயலாமையை, சொல்ல இயலாததைச் சொல்ல முடியாமையை நம் மனத்தில் இடைவிடாமல் தோன்றச் செய்வது முக்கியம். பதிவு செய்வதற்கு அப்பால் **மற்றது** ஒன்று இருக்கிறது என்ற நினைவை மனத்தில் தொடர்ந்து எழச்செய்வது அவசியம்.

இதற்கு எடுத்துக்காட்டாக, மசாக்கியோவின் **டிரினிடி** ஓவியத்தைச் சொல்கிறார் லியோதார். ஃபிளாரன்ஸ் நகரில் சாண்டா மரியா நொவல்லா ஆலயத்தின் சுவரில் தீட்டப்பட்டுள்ளது அது. மத்தியகால, மறுமலர்ச்சிக்கால இயல்புகளை ஒன்றுசேரப் புலப்படுத்துகிறது. இரண்டு மிகவும் வேறுபட்ட யுகங்களை ஒருங்கே புலப்படுத்த முனைவதன் வாயிலாக அந்தச் சித்திரம் பதிவுசெய்யமுடியாத ஒன்று – எப்போதுமே **மற்றது** என்று ஒன்று உள்ளது என்பதைச் சொல்வது போலத் தோன்றுகிறது.

லியோதார் தரும் இன்னொரு எடுத்துக்காட்டு செழானின் **மோன்த் செயின்த் விக்டோய்ரே**. பார்வையின் இருவிதத் (உடனிகழ்கின்ற/*சைமல்டேனியஸ்*) தன்மைகளை ஒருங்கே புலப்படுத்த முனையும் ஓவியம்: துல்லியக் குவிமையம் கொண்ட பார்வை, விளிம்பை மட்டும் சித்திரிக்கும், கலைந்த, துல்லியமற்ற பார்வை. மறுபடியும் இரண்டு விதமான, இணைய ஒவ்வாத (கலவையான/*ஹெடரோஜினியஸ்*) முரணான கூறுகள்.

கே இணைய ஒவ்வாத கூறுகளா?

ப ஆம். இணைய ஒவ்வாத என்றால், 'ஒன்றுக்கொன்று மாறான இயல்புகளைக் கொண்ட கூறுகளால் ஆனது' என்று பொருள். இவற்றை இணைக்க வேண்டும்.

கவிதை உருவகம் இதைச் செய்கிறது. 'என் காதல்(காதலி) ஒரு ரோஜா' என்று நான் சொல்லும்போது ஒத்த தன்மை அற்ற வேற்றுமையை எழுப்புகிறேன். ஒரு ரோஜாவுக்கும் என் காதலுக்கும் பொது வான விஷயம் எதுவும் இல்லாமலிருக்கலாம்.

இம்மாதிரிக் கலைப் படைப்புகள் 'மற்றதன்' மீது நம் கவனத்தை ஈர்ப்பதால் ('மற்றது' என்பது ஒரு தீவிர வேறுபாடு) அப் படைப்புகள் அரசியல் தன்மை கொண்டவை.

பின்நவீனத்துவ நிலை

1974இல் பின்நவீனத்துவ நாவலாசிரியர் தாமஸ் பிஞ்சனின் 'கிரேவிடீஸ் ரெயின்போ' தேசியப் புத்தகப் பரிசை வென்றது; அமெரிக்க ஐக்கிய நாடுகளில் நிர்வாண ஓட்டம் புதுப்பாங்காக / தினுசாக (ஃபேஷன்) மாறியது; 'மம்மாக்களும் பப்பாக்களும்' என்ற இசைக்குழுவின் பிரபல பாடகி மம்மா கேஸ் ஒரு நாள் பன்றி இறைச்சி சேண்ட்விச் சாப்பிட்ட போது மூச்சடைத்து இறந்து போனாள்; சோவியத் விண்கலம் ஒன்று செவ்வாயைத் தொட்டது; லியோதார் **'பின்நவீனத்துவநிலை: அறிவு பற்றிய ஓர் அறிக்கை'** என்னும் நூலின் வாயிலாக உலகப் புகழடைந்தார். இது கியூபெக் அரசின் பல்கலைக்கழகங்களின் மன்றம் அளித்த பணி; இந்த அறிக்கை அறிவியல், தொழில் நுட்பத்தின் அந்தஸ்து பற்றி ஆய்வு செய்கிறது. இப்போது அந்நூல் பின்நவீனத்துவத்தின் பைபிள் என்று சொல்லப்படும் அந்தஸ்தைப் பெற்று விட்டது.

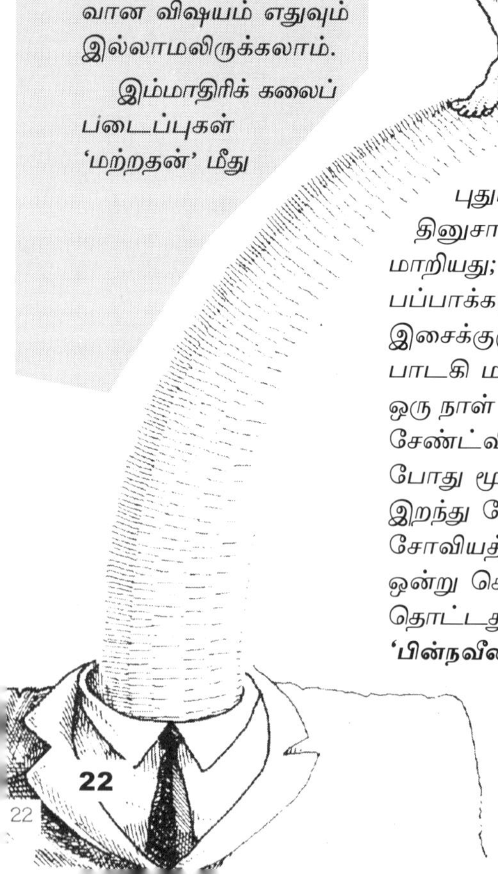

கடந்த சில பத்தாண்டுகளாக அறிவியல் மேன்மேலும் மொழியை, மொழியியல் கொள்கை களை/கோட்பாடுகளை, தொடர்புச் செயல்களை, சைபர்னடிக்ஸை, தகவலியலை, கணினி களை, கணினி மொழி களை, தகவல் சேமிப்பை, ஒரு கணினி மொழியி லிருந்து இன்னொன்றிற்கு மொழிபெயர்த்தலை ஆராய்ந்து வருகிறது என்று வாதிடுகிறார் லியோதார். மேலும் இந்த மாதிரித் தொழில் நுட்ப மாற்றங்கள் அறிவின்மீது மிக முக்கிய மான தாக்கத்தை ஏற்படுத்தும் என்று கூறினார்.

அவர் 1974இல் இவ்வாறு முன்னறிவித்தார்: கணினி மொழிக்கு மாற்றப்படாத – தகவலின் அளவுகளாக – எந்த அறிவும் உயிர் தரித்திருக்க முடியாது; கற்றல் என்பது இனி மனங்களைப் பயிற்றுவிப்பதோடு, ஆசிரியர்கள் மாணவர்களைப் பயிற்றுவிப்பதோடு தொடர்புகொண்டிருக்காது. தகவல் சேமிப்பும் கைமாற்றுதலும் இனிமேல் தனிமனிதர்களை நம்பியிராது, கணினிகளையே சார்ந்திருக்கும்; தகவலறிவு உற்பத்தி செய்யப்பட்டு விற்கப்பெறும். தேசங்கள் இது வரை எல்லைக்காகப் போரிட்டது போல இனி தகவல் அறிவுக்காகப் போரிடும். தகவலறிவு 'ஜிப்' செய்யப்பட்டு மின் வேகத்தில் உலகைச் சுற்றிவரும். மக்கள் அதைத் திருடிக் கொள்ள முற்படுவார்கள். அரசாங்கங்களின் பங்கு பலவீனமாகும். அரசாங்கத்தின் இடத்தில், பெரும் பன்னாட்டுக் குழுமங்கள் ஆதிக்கம் செலுத்தும்.

அறிவியலறிவின் போக்கைப் பற்றி இத்தனையையும் கூறிவிட்டு, அறிவியலறிவு மட்டுமே ஒரே வகையான அறிவு அல்ல என்றும் லியோதார் கூறுகிறார். அவருக்கு அறிவியலறிவு, அறிவியல் முறை ஆகியவற்றின்மீது தம்மளவில் ஈடுபாடு கிடையாது.

ஆனால் அவை எவ்விதம் தம்மை நியாயபூர்வமாக்கிக் கொள்கின்றன – நம்பிக்கைக்கும் பொறுப்பிற்கும் பாத்திரமாக்கிக்கொள்கின்றன என்பதுதான் முக்கியமானது. இந்த இடத்தில் லியோதார்த் அறிவியல் பேச்சுக்கும் கதையாடல் பேச்சுக்கும் இடையே உள்ள வேறுபாட்டைப் பற்றிப் பேசுகின்றார். அவர் 'பேச்சு' என்ற சொல்லைப் பயன்படுத்தவில்லை என்பது உண்மைதான். 'அறிவியல் (விஞ்ஞானச்) சொல்லாடல்' *(சயின்டிஃபிக் டிஸ்கோர்ஸ்)*, 'கதையாடல் சொல்லாடல்' *(நெரேடிவ் டிஸ்கோர்ஸ்)* என்ற சொற்களைப் பயன்படுத்துகிறார்.

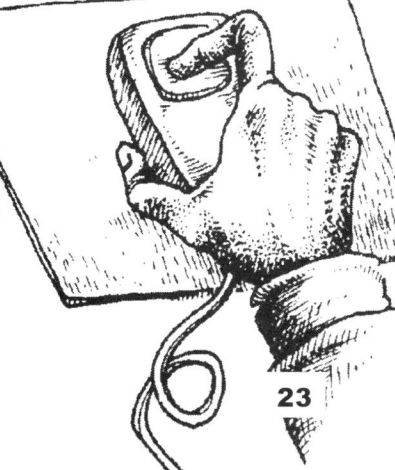

கே கதையாடல்?

ப ஆம். லியோதார் தராத சில எடுத்துக்காட்டுகளை இங்கு நான் தரு கிறேன். ஆனால் அவை அவருடைய கோட்பாட்டை விளக்க உதவும். வின்னிபாகோ பழங்குடியினத்தைச் சேர்ந்த மக்கள் தீயைச் சுற்றி அமர்ந்து உலகம் எவ்வாறு சிந்தனையால் உருவாக்கப்பட்டது என்பது பற்றிய ஓர் உச்சாடனத்தைக் (குரல்முழக்க மிடுவதைக்) கேட்கிறார்கள். அல்லது பாண்ட்டு பழங்குடி இனத்தின் ஒரு பிரிவினரான போஷோங்கோ, பும்பா என்ற (படைப்புக்) கடவுள் எப்படி நிலவையும் நட்சத்திரங்களையும் வாந்தியெடுத்தார் என்று ஓர் உச்சாடனத்தைச் சொல்கிறார்கள். அல்லது முற்கால ஜப்பானியர்கள் எவ்வாறு ஒரு தொல்கால முட்டை யிலிருந்து மேலுலகும் பூமியும் படைக்கப் பட்டன என்பதைக் கேட்கிறார்கள். அப்போது அவர்கள் கதையாடல்கள், ஜனரஞ்சகக் கதைகள், புராணங்கள், பழங்கதைகள், தொல்கதைகள் போன்றவற்றைக் கேட்கிறார்கள்.

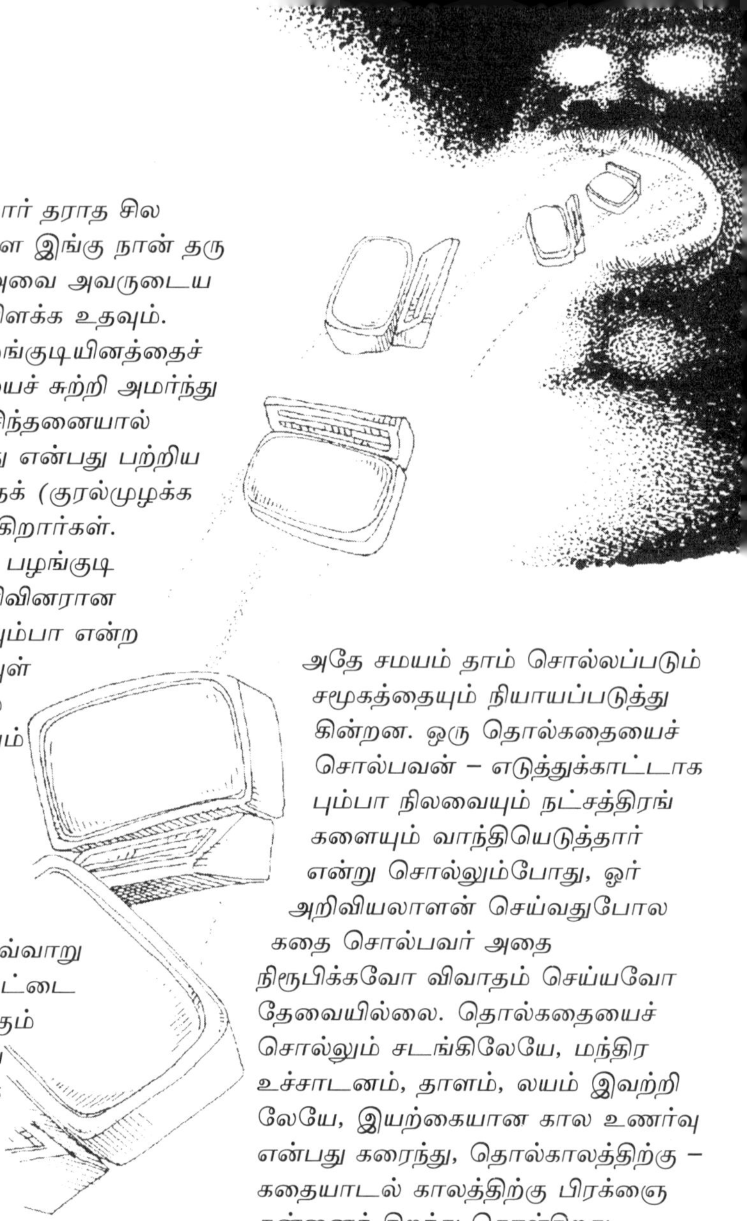

இம்மாதிரித் தொல்கதைகள் சொல்லும் விதத்திலேயே தம்மைத் தாமே நியாயப்படுத்திக் கொள் கின்றன - அதாவது நம்பிக்கைக்கு உரியனவாக்கிக் கொள்கின்றன. அதே சமயம் தாம் சொல்லப்படும் சமூகத்தையும் நியாயப்படுத்து கின்றன. ஒரு தொல்கதையைச் சொல்பவன் – எடுத்துக்காட்டாக பும்பா நிலவையும் நட்சத்திரங் களையும் வாந்தியெடுத்தார் என்று சொல்லும்போது, ஓர் அறிவியலாளன் செய்வதுபோல கதை சொல்பவர் அதை நிரூபிக்கவோ விவாதம் செய்யவோ தேவையில்லை. தொல்கதையைச் சொல்லும் சடங்கிலேயே, மந்திர உச்சாடனம், தாளம், லயம் இவற்றி லேயே, இயற்கையான கால உணர்வு என்பது கரைந்து, தொல்காலத்திற்கு – கதையாடல் காலத்திற்கு பிரக்ஞை தன்னைத் திறந்து கொள்கிறது. லியோதாரின் கருத்துப்படி, குழந்தைப் பாடல்களும், தற்கால இசையில் திரும்பத் திரும்ப வாசிக்கப்படும் சில வடிவங்களும் தொல்காலத்தின் இதே வெளிக்குள் நுழைய முயல்கின்றன.

ஒரு தொல்கதையை ஜெபிப்பவர், பின்வருமாறு சொல்வதனாலேயே அதை நியாயப்படுத்திவிடுகிறார்:

> 'நான் பல காலமாகக் கேட்ட, நிலவையும் நட்சத்திரங்களையும் வாந்தியெடுத்த பும்பாவின் கதை உச்சாடனம் தான் இது. இப்போது உங்களுக்கு அதை உச்சாடனம் செய்வது என் முறை. கேட்பீராக.'
>
> பிறகு அந்தத் தொல்கதையைச் சொல்கிறார். முடித்தபிறகு சொல்கிறார்:
>
> 'பும்பாவின் தொல்கதை இங்கே முடிவுபெறுகிறது. இதை உங்களுக்குச் சொன்னவன் போங்கோ.'

இதைச் சொல்பவருக்குத் தான் அதைக் கேட்டிருப்பதனாலேயே திரும்பச் சொல்லும் அதிகாரம் கிடைக்கிறது. அதேபோல இதைக் கேட்பவனுக்கும் கேட்கும் செயலினாலேயே சொல்லும் அதிகாரமும் கிடைக்கிறது. இந்த ஜெபித்தல் (உச்சாடனம்) என்றென்றுமாக நிகழ்ந்து வருவது என்றும், பும்பாவே இதை முதன் முதலில் சொன்னார் என்றும் சொல்லப்படுகிறது. இந்தக் கதை, சொல்பவர், கேட்போர், எல்லோரும் ஒரு சமூக உறவில் உள்ளவர்கள். இந்தக் கதையைச் சொல்வதன் மூலமே தங்கள் குழுவை நியாயப் படுத்திக் கொள்பவர்கள். அந்தக் குழுவினரின் ஏற்பைவிட வேறு நியாயப்படுத்துதலோ நற்சான்றிதழோ இந்தத் தொல் கதைக்குத் தேவையில்லை. அந்தக் கலாச் சாரத்தில் என்ன சொல்லப் பட வேண்டும், செய்யப் பட வேண்டும் என்பதை அந்தத் தொல்கதை வரையறுக்கிறது.

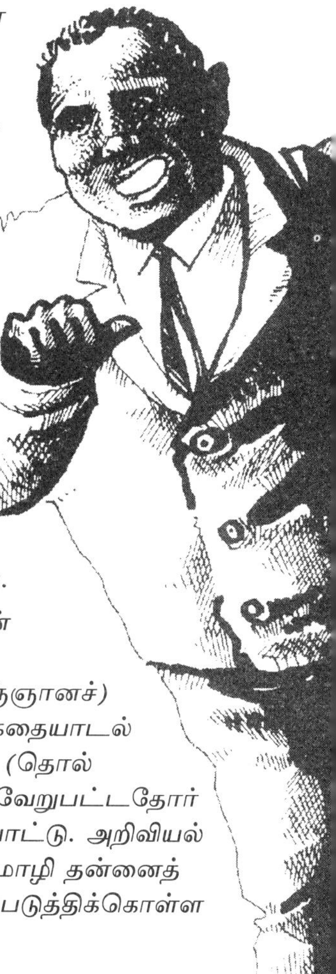

லியோதாரின் கருத்துப்படி, அறிவியல் (விஞ்ஞானச்) சொல்லாடல், கதையாடல் சொல்லாடலை (தொல் கதையை)விட வேறுபட்டதோர் மொழி விளையாட்டு. அறிவியல் (விஞ்ஞான) மொழி தன்னைத் தானே நியாயப்படுத்திக்கொள்ள இயலாதது.

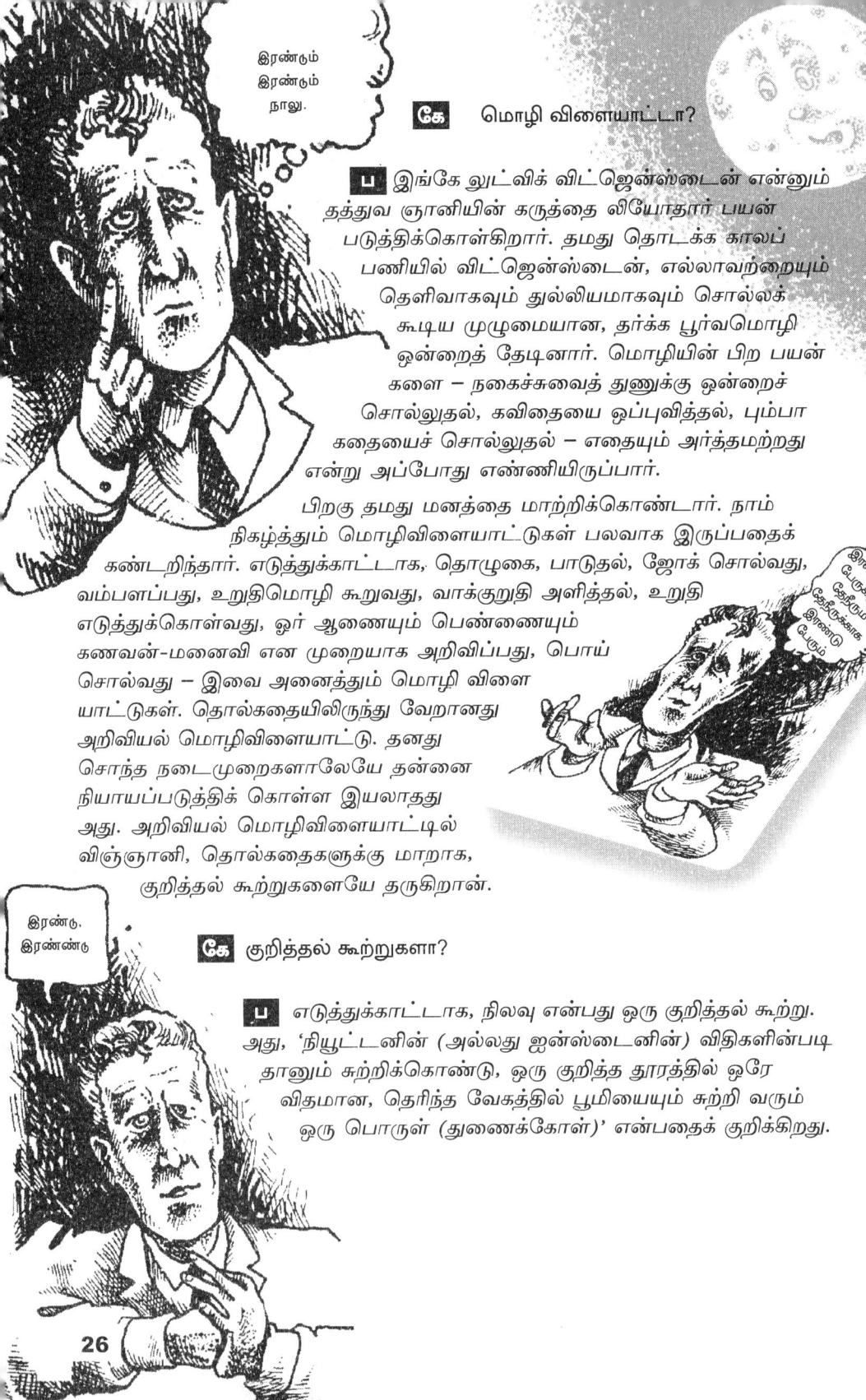

இரண்டும்
இரண்டும்
நாலு.

கே மொழி விளையாட்டா?

ப இங்கே லுட்விக் விட்ஜென்ஸ்டைன் என்னும் தத்துவ ஞானியின் கருத்தை லியோதார் பயன் படுத்திக்கொள்கிறார். தமது தொடக்க காலப் பணியில் விட்ஜென்ஸ்டைன், எல்லாவற்றையும் தெளிவாகவும் துல்லியமாகவும் சொல்லக் கூடிய முழுமையான, தர்க்க பூர்வமொழி ஒன்றைத் தேடினார். மொழியின் பிற பயன் களை – நகைச்சுவைத் துணுக்கு ஒன்றைச் சொல்லுதல், கவிதையை ஒப்புவித்தல், டும்பா கதையைச் சொல்லுதல் – எதையும் அர்த்தமற்றது என்று அப்போது எண்ணியிருப்பார்.

பிறகு தமது மனத்தை மாற்றிக்கொண்டார். நாம் நிகழ்த்தும் மொழிவிளையாட்டுகள் பலவாக இருப்பதைக் கண்டறிந்தார். எடுத்துக்காட்டாக, தொழுகை, பாடுதல், ஜோக் சொல்வது, வம்பளப்பது, உறுதிமொழி கூறுவது, வாக்குறுதி அளித்தல், உறுதி எடுத்துக்கொள்வது, ஓர் ஆணையும் பெண்ணையும் கணவன்-மனைவி என முறையாக அறிவிப்பது, பொய் சொல்வது – இவை அனைத்தும் மொழி விளை யாட்டுகள். தொல்கதையிலிருந்து வேறானது அறிவியல் மொழிவிளையாட்டு. தனது சொந்த நடைமுறைகளாலேயே தன்னை நியாயப்படுத்திக் கொள்ள இயலாதது அது. அறிவியல் மொழிவிளையாட்டில் விஞ்ஞானி, தொல்கதைகளுக்கு மாறாக, குறித்தல் கூற்றுகளையே தருகிறான்.

இரண்
இரண்டு

இரண்டு,
இரண்ண்டு

கே குறித்தல் கூற்றுகளா?

ப எடுத்துக்காட்டாக, நிலவு என்பது ஒரு குறித்தல் கூற்று. அது, 'நியூட்டனின் (அல்லது ஐன்ஸ்டைனின்) விதிகளின்படி தானும் சுற்றிக்கொண்டு, ஒரு குறித்த தூரத்தில் ஒரே விதமான, தெரிந்த வேகத்தில் பூமியையும் சுற்றி வரும் ஒரு பொருள் (துணைக்கோள்)' என்பதைக் குறிக்கிறது.

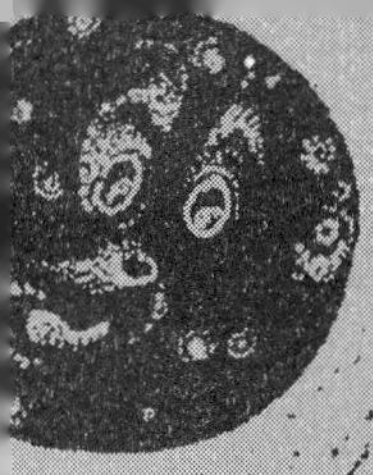

அறிவியல் மொழிவிளையாட்டில், நிலவு என்பது, நட்சத்திரங்களோடு உலகப் படைப்புக் காலத்தில் பும்பாவினால் உமிழப் பட்ட ஒன்று அல்ல. பும்பாவின் கதையைச் சொல்பவனைப் போலன்றி, ஒரு விஞ்ஞானி, நிலவு பற்றிய தன் குறித்தற் **கூற்றை நிரூபிக்க வேண்டும்.** அதற்கு எதிரான அல்லது முரணான கூற்று ஏதேனும் இருப்பின் அதைத் **தவறென்று நிரூபிக்கவேண்டும்** (19ஆம் நூற்றாண்டில் இது சரிபார்த்தல் விதி எனப்பட்டது. 20ஆம் நூற்றாண்டில் இது பொய்யாக்கல் விதி எனப்படுகிறது).

அறிவியல் சொல்லாடலும், கதையாடல் சொல்லாடலும் வெவ்வேறு மொழி விளை யாட்டுகள். ஒன்றில் சரியான நகர்வு என்பது இன்னொன்றில் சரியாக இருக்கவேண்டும் என்பதில்லை. கதையாடல், தொல்கதை, அறிவு ஆகியவற்றை அறிவியல் அடிப்படையில் ஒருவரால் நிரூபிக்க முடியாது.

தனது சொந்தச் செயல்பாட்டை நியாயப்படுத்த அறிவியலால் முடியாது. முதலில், அறிவியல் செயல்பாட்டுக்கான அவசியம் என்ன? அல்லது சமூகம், அறிவியல் ஆராய்ச்சியை ஏன் ஊக்கப்படுத்தி ஆதரிக்கவேண்டும்? இம்மாதிரிக் கேள்விகளுக்கு அறிவியலால் விடைகூற முடியாது.

லியோதாரின் கருத்துப்படி, **அறிவியல் தன்னை நியாயப்படுத்திக் கொள்ளத் தன்னையே சார்ந்திருக்க இயலாததால், கதையாடலை அறிவியல் நாடவேண்டும்!**

கே அப்படியானால், நாசா விஞ்ஞானிகள், தங்கள் நிலவுப் பயணத்தை நியாயப் படுத்த, பும்பா எப்படி நிலவை வாந்தியெடுத்தார் என்ற கதையை உச்சாடனம் செய்ய வேண்டுமா?

பு அப்படியில்லை. லியோதார் சொல்கிறார்: இதுவரை அறிவியல் தன்னை நியாயப்படுத்திக் கொள்ள வேறிரு கதையாடல்களை நம்பிவந்துள்ளது. முதல் கதையாடல், அரசியல். இரண்டாவது, தத்துவம்.

அறிவியல் தன்னை நியாயப்படுத்திக் கொள்ள நம்பும் முதல் கதையாடல், 18ஆம் நூற்றாண்டோடு, அறிவொளியோடு, பிரெஞ்சுப் புரட்சியோடு சம்பந்தப்பட்டது. 18ஆம் நூற்றாண்டு, பகுத்தறிவின் காலம் என்றும் சொல்லப் பட்டது – பிரெஞ்சு மொழியில் *லெ சீகிள் தெ லூமியேர்.* ஏனென்றால், அந்தக் காலத்தின் மிகப்பெரிய சிந்தனையாளர்களான வால்டேர், ரூஸோ, பஃபன், கோண்டிலாக், டிடெரோ ஆகியோர் பகுத்தறிவை (தர்க்க அறிவை) வாழ்க்கையின் ஒவ்வொரு பகுதிக்கும் – மதம், ஒழுக்கம், அரசியல், சமூக வாழ்க்கை – பயன்படுத்தினர். பொதுவான விமரிசன அறிவுக்கு சமூகத்தில் ஓரிடம் கிடைத்தது – உண்மையில், புத்திஜீவி என்ற சிந்தனையே அறிவொளிக் காலத்தின் விளைபொருள் தான். புத்திஜீவிகள் யாவரும் 'தத்துவவாதிகள்' என்று அழைக்கப் பட்டனர். ஃபிரான்சில் அவர்கள் *ஃபிலாசஃபீஸ்* எனப் பட்டனர். அவர்களுக்கு மிகப்பெரிய புகழும் கௌரவமும் இருந்தன, இன்று வரை இருக்கின்றன.

மத ஆதிக்கத்தைப் புறக்கணியுங்கள்! பழைய விஷயங்களான மீமெய்யியல் (மெடா- பிசிக்ஸ்), அறியாமை, மூடநம்பிக்கை, சகிப்பின்மை, குறுகிய

மனப்பான்மை ஒழியட்டும்! அறிவியலோடு இணைந்த மனத்தின் பகுத்தறிவுசார் (தர்க்கரீதியான) திறன்கள், அறிவை என்றும் விரியும் களங்களுக்குக் கொண்டு செல்லட்டும்! இயற்கை யின் விதிகளை அறிவியல் திறக்கட்டும்! மகிழ் நோக்குக்கொண்ட ஒரு காலத்தை நுழைய விடட்டும்! அறிவியலின் நடைமுறைக் கண்டு பிடிப்புகள் ஆடவரும் பெண்டிரும் மகிழ்ச்சியை நாடும் தக்க செயல்களுக்கு உதவட்டும்! மகிழ்ச்சி என்றால் அரசியல் சுதந்திரம்! பூமியிலுள்ள மனித இனத்தின் மகிழ்ச்சி, விடுதலையில் அர்த்தம் கொள்ளட்டும் - மனித இனத்தின் விடுதலை! இவையெல்லாவற்றிற்கும் தான் முன்னேற்றம் என்று பெயர்! அறிவியலும் தர்க்க அறிவும் (பகுத் தறிவும்) முன்னேற்றத் தையும் சுதந்திரத்தையும் கொண்டுவரட்டும்!

இந்தப் பிரெஞ்சு அரசியல் சுதந்திரக் கதையாடலுடன் ஒரு ஜெர்மன் கதையாடலும் சேர்ந்துகொண்டது: *அனைத்து அறிவின் ஒருங்கிசைவு* என்ற ஹெகலின் தத்துவம். ஹெகலைப் பொறுத்த வரை, மனிதமனம் அறியாமையிலிருந்து முழு இருப்புக்குப் படிப் படியாகப் பரிணாமம் அடைவதில் அறிவு ஒரு முக்கிய இடம் வகித்தது.

பிரெஞ்சு அறிவொளிக் கதை யாடல், ஜெர்மன் அறிவுக் கதையாடல் ஆகியவற்றை லியோதார் **மீக்கதை யாடல்கள்** அல்லது **பெருங்கதையாடல்கள்** என்கிறார். பழங்காலத் தொன்மங்களின் பரிமாணங்களைக் கொண்ட பெரிய கதைகள் இவை – இவற்றைவிடக் குறைந்த, சிறிய, உள்ளூர்க் கதை யாடல்களையெல்லாம் சுவீகரித்து, விளக்கி, கீழ்ப் படுத்தக்கூடிய திறன்கள் தமக்கு உள்ளதாக சொல்லிக்கொள்ளும் கதையாடல்கள் இவை. மார்க்சியத் தத்துவம், கிறித்துவம் கூறும் மீட்பின் கதை இவை யெல்லாம் இன்னும் சில பெருங்கதையாடல்கள். இப்படியாக, செவ்வாய்க் கிரகத்திற்கு 3’’ × 3’’

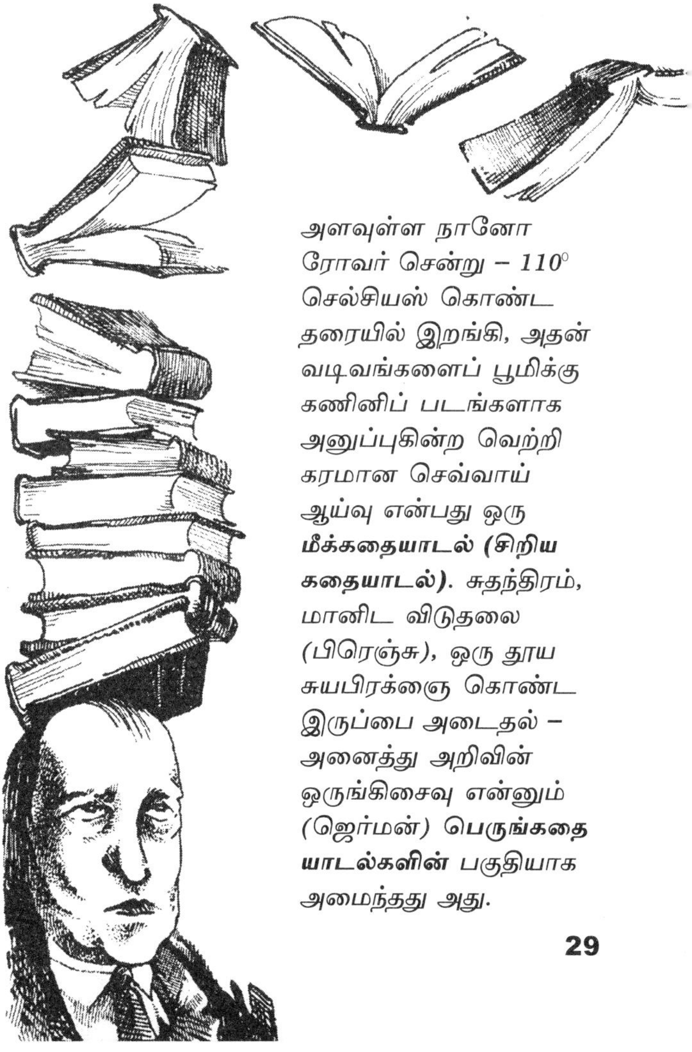

அளவுள்ள நானோ ரோவர் சென்று – 110° செல்சியஸ் கொண்ட தரையில் இறங்கி, அதன் வடிவங்களைப் பூமிக்கு கணினிப் படங்களாக அனுப்புகின்ற வெற்றி கரமான செவ்வாய் ஆய்வு என்பது ஒரு **மீக்கதையாடல் (சிறிய கதையாடல்)**. சுதந்திரம், மானிட விடுதலை (பிரெஞ்சு), ஒரு தூய சுயபிரக்ஞை கொண்ட இருப்பை அடைதல் – அனைத்து அறிவின் ஒருங்கிசைவு என்னும் (ஜெர்மன்) **பெருங்கதை யாடல்களின்** பகுதியாக அமைந்தது அது.

கே எனவே முரண்நிலையில், அறிவியல் தன்னை நியாயப்படுத்திக்கொள்வதற்கு இந்த வேறிரு பெருங்கதையாடல்களைத் சார்ந்துள்ளது; அப்படித்தானே?

ப மிகவும் சரி. ஆனால், லியோதாரின் கருத்துப்படி – இரண்டாம் உலகப் போருக்குப் பிறகு – மக்கள் இந்த இரு பெருங்கதையாடல்களையும் நம்புவதில்லை என்பதே பிரச்சினை. அறிவியலையும், பகுத்தறிவையும் (தர்க்க அறிவையும்) மரணவாயு அறைகளுக்கும், மிகச் சரியான நேரத்துக்கு ஓடும் ரயில்களுக்கும் பயன்படுத்தி நாஜிகள் மில்லியன் கணக்கான மனிதர்களை அழித்தனர். அவர்களுக்குச் சுதந்திரமும் விடுதலையும் கிடைத்ததா என்ன?

ஹெகலின் *விரிவடையும் அறிவு* என்ற கதையாடலை அறிவியல் பூர்த்தி செய்ததா? இல்லை. எலக்ட்ரான்கள் விண்வெளியில் இருவேறு பாதைகளில் ஒரே சமயத்தில் பயணம் செய்யக்கூடும் – அல்லது, இடையே உள்ள வெளியைத் தாண்டிச் செல்லாமலேயே அவற்றால் ஒரு கோளப் பாதையிலிருந்து இன்னொன்றுக்குப் போய்விட முடியும் என்று இயற்பியல் காட்டியிருக்கிறது. இது ஒரு முரண்பாடு. இம்மாதிரிச் சிறிய விஷயங்களைக்கூட நமது சிந்தனைச் செயல்பாட்டினால் புரிந்துகொள்ள இயலவில்லை என்றால் *அனைத்து அறிவின் ஒருங்கிசைவை* எப்படி நாம் வெளிப்படுத்தப் போகிறோம்?

அறிவியலை நியாயப்படுத்திய இரு பெருங்கதையாடல்களின்மீது நம்பிக்கை வீழ்ச்சி அடைந்ததால், மெதுவாக முழுச் சுதந்திரம், முழுப் பேரறிவு இவற்றிற்கு நம்மைக் கொண்டு செல்லும் சாகசவீரன் என்ற அந்தஸ்தை அறிவியல் இழந்துவிட்டது.

கே அறிவியல் ஆராய்ச்சி உண்மையைத் தேடுவது அல்ல என்றால் அப்போது அது என்னதான் செய்கிறது?

ப முரண்களை அறிவியல் சந்திக்கும்போது – எடுத்துக்காட்டாக, எலக்ட்ரான் எதிரெதிர் திசைகளில் ஒரேசமயத்தில் பயணம் செய்கிறது என்பது போல – தீர்மானிக்க இயல்கிற முடிவுகளை அறிவியல் தேடுவதைக் கைவிட்டுத் தன்னை நிகழ்த்திக்காட்டுதல் தன்மை வாயிலாக நியாயப்படுத்திக்கொள்ள முனைகிறது. 'எவ்வகையான ஆய்வு, இயற்கை விதிகளை வெளிப் படுத்தும்?' என்று கேட்பதை விட்டு, 'எவ்வகையான ஆய்வு மிக நன்றாகச் செயல்படும்?' என்று கேட்கத் தொடங்குகிறது. 'மிக நன்றாகச் செயல்படுதல்' என்றால், இதேபோன்ற ஆய்வை எந்த அறிவியல் ஆய்வு உற்பத்தி செய்யும்? அது செயல்படுமா? இதே மாதிரியான ஆய்வை அது மேலும் உற்பத்தி செய்யுமா? ஆகவே அறிவியல், உண்மையோடு தொடர்புடையதாக இல்லை. நிகழ்த்திக் காட்டுதல் தன்மை – அதாவது, அதே போன்ற ஆய்வை மேலும் மேலும் செய்து காட்டுதல் மட்டுமே தேவை. எவ்வளவு அதிகமான ஆய்வை உற்பத்தி செய்கிறீர்களோ அவ்வளவு அதிக நிரூபணங்களை உற்பத்தி செய்கிறீர்கள். நீங்கள் மேலும் சரியானவர் என்று இனம் காணப்படுகிறீர்கள். மேலும் அதிகப் பணத்தையும் அதிகாரத்தையும் அடைகிறீர்கள்.

எனவே அறிவியலை நியாயப்படுத்தும் பெருங்கதை யாடல்களை மக்கள் நம்பாதபோது, பும்பா நிலவையும் நட்சத்திரங்களையும் வாந்தி எடுத்த கதை தன்னைத் தானே நியாயப்படுத்திக் கொண்டதைப்போல, தன்னைத் தானே நியாயப்படுத்திக்கொள்ளுமாறு அறிவியல் நிர்ப்பந்திக்கப்படுகிறது. அதனால் அறிவியலும் பும்பா கதையைச் சொல்லும் மக்களும் ஒன்றுசேர்ந்து இப்போது,

'நாங்கள் செய்வதைச் செய்து வருகிறோம். ஏனென்றால் அதை நாங்கள் செய்யும் முறை அதுதான்'

என்று உச்சாடனம் செய்யலாம்.

கே அப்படியானால், இரண்டிற்கும் வேறுபாடுதான் என்ன?

ப மரபான சமூகங்கள் – பும்பா தொல்கதை போல, ஓர் ஆதிக்கக் கதையாடலின் கீழ் இருந்தன. பின்நவீனத்துவச் சமூகம் என்பது – பெரியதோ சிறியதோ – எந்த ஒரு கதையாடலும், எந்த ஒரு மொழி விளையாட்டும் ஆதிக்கம் செலுத்த இயலாத சமூகம். பின்நவீனத்துவச் சமூகத்தில் பல மீச்சிறு கதையாடல்கள் கும்பலாக இறுக்கி வைக்கப் பட்டுள்ளன. ஒரே ஒரு இறுகியப் பெருங்கதையாடலுக்கு மாறாக, இந்தச் சிறிய கதையாடல்களின் களியாட்டம் இடம்பெறுகிறது என்பதுதான் இரண்டிற்குமான வேறுபாடு என்கிறார் லியோதார்.

கே அப்படியானால், உலகளாவிய அர்த்த ஒழுங்கமைவு மறைந்து விடும் அல்லவா? இது ஒரு வெறுமையை ஏற்படுத்தாதா?

ப ஆம். ஆனால் இந்த வெறுமையில் சிறிய கதைகள் – மீச்சிறு கதையாடல்கள் நட்சத்திரக் கூட்டங்களாகச் சுழன்று சுற்றி வருகின்றன. இந்த வெறுமை ஒரு வகையான கதைசொல்லலினால் நிரப்பப்படுகிறது. அது தனக்கு வெளியேயுள்ள ஒரு தனித்த பெருங்கதையாடலைக் காட்டித் தன்னை நியாயப்படுத்திக் கொள்ள முயல்வதில்லை. எடுத்துக் காட்டாக, இந்தியாவில் உள்ள ஒரு கதை சொல்லி, ஆலமரத்தின் கீழிருந்து, ஆயிரக்கணக்கான கதைகளைச் சொல்லியிருப்பார். அந்தக் கதைகள் அனைத்தும் ஞானம் பெறுவதன் மூலம் முக்தி அடைதல் என்ற இந்துப் பெருங்கதையாடலினால் நியாயப்படுத்தப் படுபவை.

மாறாக, உங்கள் அருகில் உள்ள புத்தகக் கடையிலுள்ள கதை சொல்லியோ, பள்ளிக்கூடங்களுக்குக் கதைசொல்ல வருபவரோ, எஸ்கிமோ மரபில் அல்லது பழங்குடி அமெரிக்க இன மரபில் வரும் ஒரு தந்திரக் கதையைச் சொல்லலாம் அல்லது ரெபுன்சில் தனது நீண்ட பொன்னிறமான கூந்தலை ஒரு அழகான இளம் ராஜகுமாரனுக்காகத் தொங்க விடுவதைச் சொல்லலாம் அல்லது பும்பா நிலவையும் நட்சத்திரங்களையும் வாந்தி எடுப்பதைச் சொல்லலாம். இவையனைத்தையும்

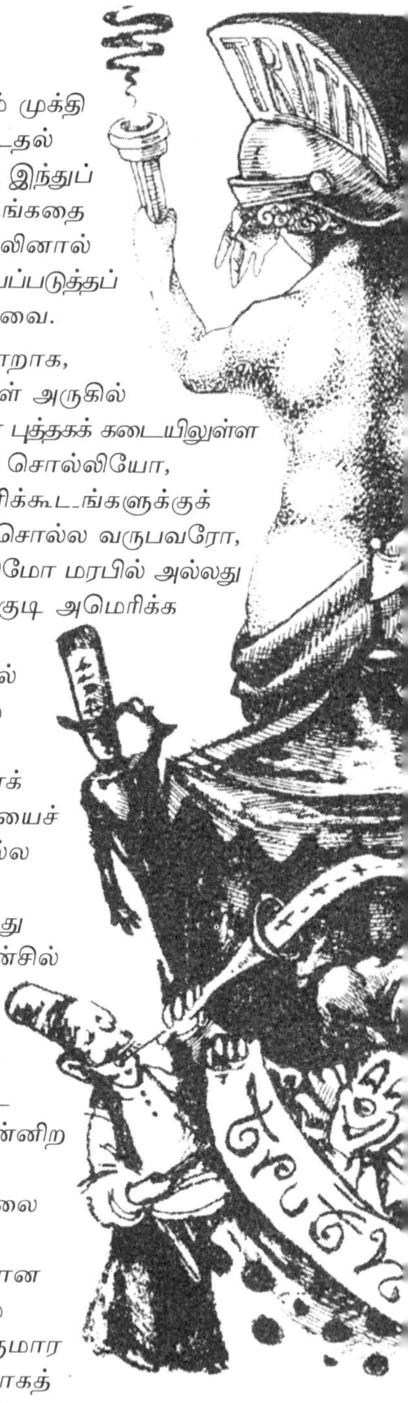

ஒரே அமர்வில்கூடச் சொல்லிமுடித்து விடலாம். இவை எதுவும் வேறொரு பெருங்கதையாடல் வாயிலாகத் தம்மை நியாயப்படுத்திக்கொள்ள முனைவதில்லை. ஒவ்வொரு கதையும் சொல்லப்படுவதுதான் அதன் நிரூபணம், பிற கதைகளுக்கும் நிரூபணம். தான் செய்வது மூலமாகவே தன் நியாயத்தைப் பெறுகிறது.

பின்நவீனத்துவக் கதைசொல்லியின் கதைக் கலவையைப் போல, பின்நவீனத்துவ சமூகமும் பலநூற்றுக் கோடிக் கணக்கான, ஒன்றுக்கொன்று ஒவ்வாத, சிறு கதைகளால் – மீச்சிறுகதைகள் அல்லது மீச்சிறு கதையாடல்களால் *(மைக்ரோ நெரேடிவ்)* ஆகியிருக்கிறது. இவற்றில் எதுவும் மற்றக் கதையின் மீது ஆதிக்கம் செலுத்தவோ அதை விளக்கவோ முடியாது.

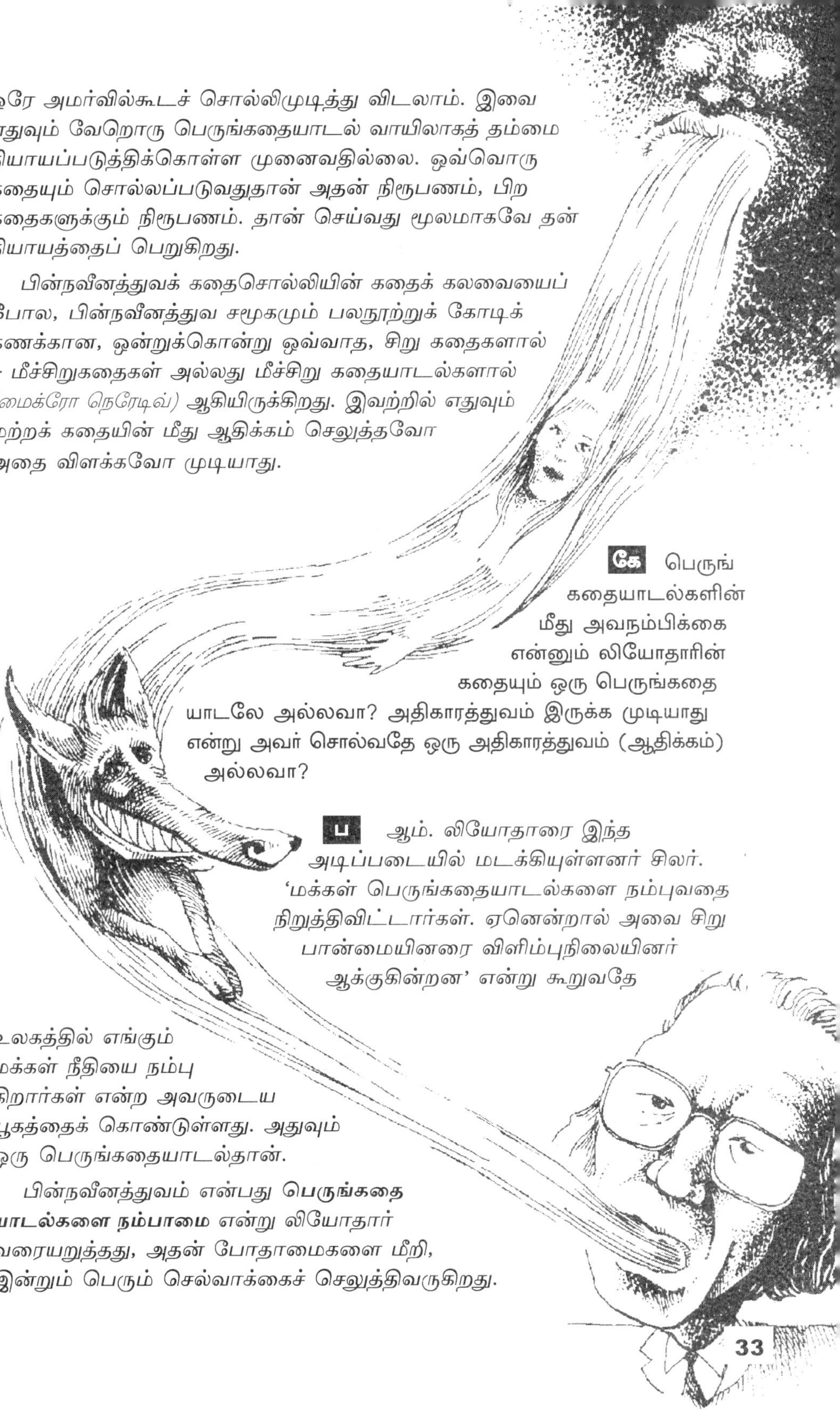

கே பெருங்கதையாடல்களின் மீது அவநம்பிக்கை என்னும் லியோதாரின் கதையும் ஒரு பெருங்கதை யாடலே அல்லவா? அதிகாரத்துவம் இருக்க முடியாது என்று அவர் சொல்வதே ஒரு அதிகாரத்துவம் (ஆதிக்கம்) அல்லவா?

ப ஆம். லியோதாரை இந்த அடிப்படையில் மடக்கியுள்ளனர் சிலர். 'மக்கள் பெருங்கதையாடல்களை நம்புவதை நிறுத்திவிட்டார்கள். ஏனென்றால் அவை சிறு பான்மையினரை விளிம்புநிலையினர் ஆக்குகின்றன' என்று கூறுவதே உலகத்தில் எங்கும் மக்கள் நீதியை நம்பு கிறார்கள் என்ற அவருடைய யூகத்தைக் கொண்டுள்ளது. அதுவும் ஒரு பெருங்கதையாடல்தான்.

பின்நவீனத்துவம் என்பது பெருங்கதை **யாடல்களை நம்பாமை** என்று லியோதார் வரையறுத்தது, அதன் போதாமைகளை மீறி, இன்றும் பெரும் செல்வாக்கைச் செலுத்திவருகிறது.

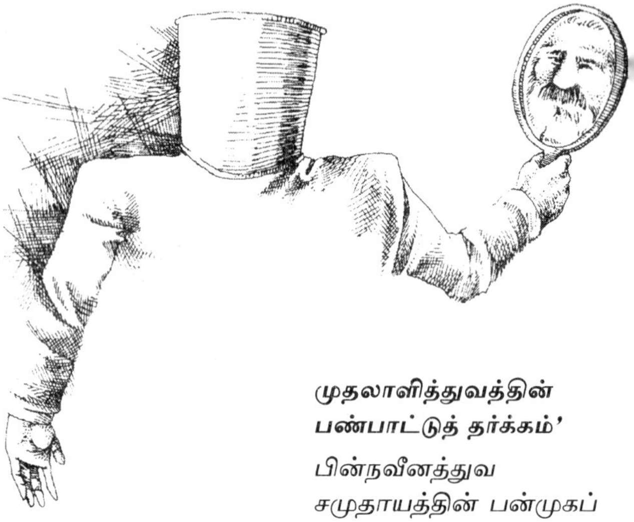

> **கே** பின்நவீனத்துவ உலகின் வேறு சில வரைபடக் காரர்களைச் சொல்லுங்கள்.

பிரடெரிக் ஜேம்சன்

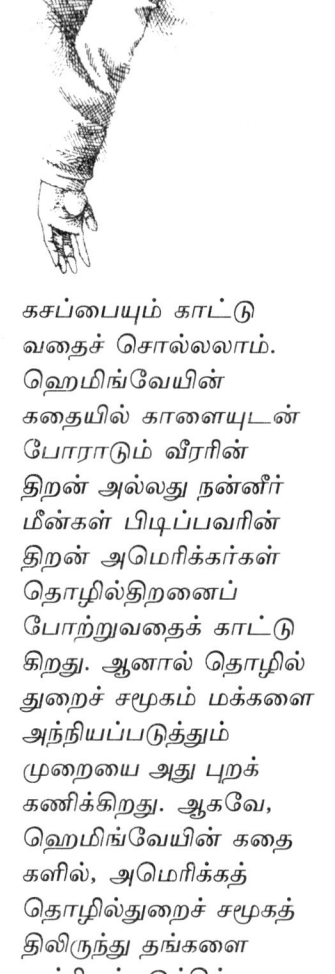

பின்நவீனத்துவச் சிந்தனையாளர்களில் இரண்டாவதாகச் செல்வாக்குப் பெற்றவர் பிரடெரிக் ஜேம்சன். மார்க்சியவாதி என்ற முறையில் ஜேம்சன், பொருள்களின் உலகோடு (புறவுல குடன்) தனிமனிதனின் உறவைப் பற்றி அக்கறை கொள்கிறார். அந்தப் பொருள்கள் சூப் கேன் களாகவோ பன்னாட்டு நிறுவனங்களாகவோ இருக்கலாம். பெரும் பாலான மார்க்சியர் களைப் போல, அவரு டைய சிந்தனைகள், வரலாற்று யதார்த்தத் திற்கே அவரை அழைத்துச் செல்கின்றன.

எடுத்துக்காட்டாக, ஹெமிங்வேயின் உரைநடை பாணி – அவருடைய வெறுமை யான, கத்திரிக்கப்பட்ட வாக்கியங்கள் – இயற்கை யினூடாக இயக்கத்தை யும் அவருடைய துணிகரக் கதாபாத்திரங் களுக்கு இடையிலான இறுக்கத்தையும் கசப்பையும் காட்டு வதைச் சொல்லலாம். ஹெமிங்வேயின் கதையில் காளையுடன் போராடும் வீரரின் திறன் அல்லது நன்னீர் மீன்கள் பிடிப்பவரின் திறன் அமெரிக்கர்கள் தொழில்திறனைப் போற்றுவதைக் காட்டு கிறது. ஆனால் தொழில் துறைச் சமூகம் மக்களை அந்நியப்படுத்தும் முறையை அது புறக் கணிக்கிறது. ஆகவே, ஹெமிங்வேயின் கதை களில், அமெரிக்கத் தொழில்துறைச் சமூகத் திலிருந்து தங்களை அந்நியப்படுத்திக் கொண்ட, பெரும்பாலும் நாடு துறந்தவர்கள் போன்றோர் கையாளும் ஓய்வுநேரச் செயல்களில் மட்டுமே திறன் வெளிப் படுகிறது.

'பின்நவீனத்துவம், அல்லது பிந்தைய முதலாளித்துவத்தின் பண்பாட்டுத் தர்க்கம்'

பின்நவீனத்துவ சமுதாயத்தின் பன்முகப் பட்ட, ஒன்றுக்கொன்று பொருந்தாத, கதம்பமான, சிதறிப்போன, எதிர் முரணாக அமைகின்ற, பல்பொருள் கொண்ட தன்மையை லியோதார் கொண்டாடுகிறார். ஜேம்சனோ அதை அவநம்பிக்கையோடு காண்கிறார், வெறுக் கிறார். அவருடைய புகழ்பெற்ற கட்டுரை யான 'பின்நவீனத்துவம்: அல்லது பிந்தைய முதலாளித்துவத்தின் கலாச்சாரத் தர்க்கம்' என்பதில், பின்நவீனத்துவ சமுதாயத்தைப் பிந்தைய தொழில் சமுதாயமாக – முதலாளித்துவப் பேரலையின் வடிந்து இறங்குதலாகக் காண வில்லை. மாறாக, முதலாளித்துவ உலக அமைப்பு தீவிரப் படுவதாகவும் அதன் மிக அண்மைக்காலப் பகுதி இது என்றும் அவர் காண்கிறார்.

எர்னஸ்ட் மேண்டல் எழுதிய லேட் கேபிடலிஸம் (பிந்தைய முதலாளித் துவம்) என்னும் நூல் ஜேம்சன் மீது பெருமளவு தாக்கத்தை ஏற்படுத்தியது. அது 19, 20ஆம் நூற்றாண்டுகளைத் தெளிவான வரலாற்றுக் காலப் பகுதிகளாகப் பகுத்துக் காட்டியது. அவை பின்வருமாறு:

ஒன்று: 1700 முதல் 1850 வரை சந்தைப் பொருளாதாரத்தின் காலம் (மார்கெட் கேபிடலிஸம்). இந்தக் காலப் பகுதியில், தொழில் மூலதனம், பெரும்பாலும் தேசியச் சந்தைகளிலேயே குவிந்தது.

இரண்டு: பேரரசுக் (வல்லரசு/ஏகாதிபத்தியம்) காலத்தின் ஏகபோக (தனியுரிமை) முதலாளித்துவம் (மோனோபோலி கேபிடலிஸம்). தேசியச் சந்தைகள், உலகச் சந்தைகளாக விரிவடைந்தன. பேரரசைச் சார்ந்த குறிப்பிட்ட தேசப் பகுதிகளில் இவை அமைந்திருந்தாலும், தங்களுக்குத் தேவையான கச்சாப் பொருள்களுக்காகவும் மலிவான உழைப்புக் காகவும் தொலைதூரப் (காலனியப்) பகுதி களைச் சார்ந்திருந்தன.

மூன்று – பின்நவீன காலம்: கொக்கோ கோலா போன்ற பன்னாட்டுக் கூட்டு வணிக நிறுவனங்களின் எழுச்சி. இவை எல்லை யற்றுப் பெருகிய காலம் தான் பின்நவீனத்துவக் காலம். இதுவரை காணாத முதலாளித் துவத்தின் மிகத்

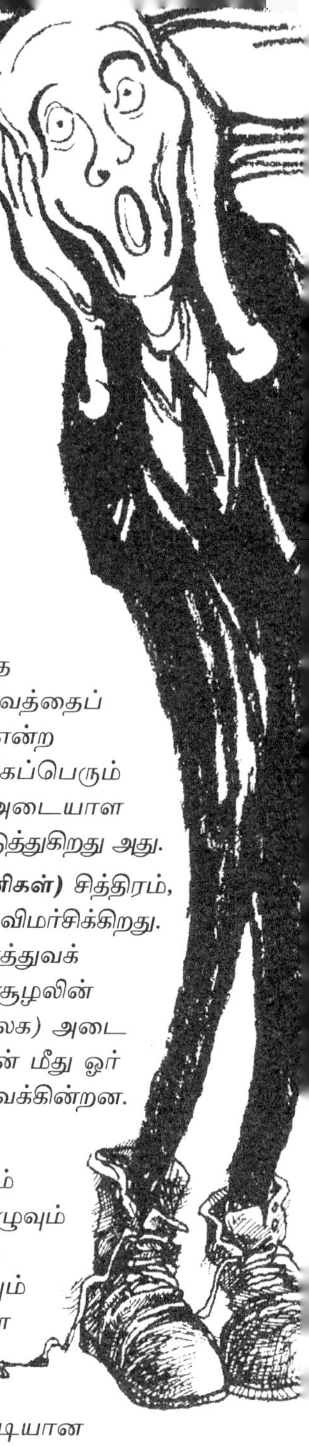

தூய்மையான வடிவம்
– முதலாளித்துவத்திற்கு முந்தைய விவசாய வடிவங்களை அழித்து இயற்கைமீது எடுத்திருக்கும் படையெடுப்பு; விளம்பரத்தின் வாயிலாக நனவிலி மனத்தின் மீது எடுத்திருக்கும் படையெடுப்பு.

மேண்டலின் வரலாறு, ஜேம்சனுக்கு கலாச்சாரத்தை மூன்று காலப் பகுதிகளாகக் காணத் தூண்டியது – ஒவ்வொரு பகுதியிலும் ஒரு தனித்த கலாச்சார தர்க்கம் மேலாண்மை செய்கிறது.

முதலாவது, யதார்த்தவாதத்தின் காலம்

பூர்ஷுவா/நடுத்தர வர்க்கம், வரலாற்று நாவல் ஆகியவற்றின் காலம்.

இரண்டாவது, நவீனத்துவக் காலம்

நவீனத்துவக் கலாச்சாரம் உலகத்தின் மீது தனக்கிருந்த அதிருப்தியை வெளிப்படுத்தியதால், ஜேம்சன் நவீனத்துவத்தைப் பாராட்டுகிறார். எடுவர்ட் மஞ்ச்சின் **த ஸ்கிரீம் (ஓலம்)** என்ற சித்திரத்தை எடுத்துக்கொள்ளுங்கள். நவீனத்துவத்தின் மிகப்பெரும் பொருண்மைகளான அந்நியமாதல், வேரற்ற தன்மை, அடையாள மின்மை, தனிமை, சமூகச் சிதைவு ஆகியவற்றை வெளிப்படுத்துகிறது அது.

வான் கோவின் **பெசண்ட் ஷூஸ் (விவசாயியின் காலணிகள்)** சித்திரம், விவசாயிகளின் வறுமையும் துயரமும் நிறைந்த உலகத்தை விமர்சிக்கிறது. லெ கார்பூசியரின் 'கிரேட் பைலோடிஸ்' போன்ற நவீனத்துவக் கட்டடங்கள், தம்மைச் சூழ்ந்துள்ள கீழ்மையான நகரச் சூழலின் மத்தியில் மாபெரும் உடோபிய (இலட்சியக் கற்பனையுலக) அடையாளக் குறிகளாக நிமிர்ந்து நிற்கின்றன. கற்பனை உலகின் மீது ஓர் அரசியல் நோக்குள்ள தீவிரப் பார்வையை அவை முன்வைக்கின்றன.

மூன்றாவது, பின்நவீனத்துவக் காலம்

மொழிச் சமுதாயங்கள் இடம்பெயர்ந்தும் சிதறுண்டும் போன காலம் – சிறு குழுக்களாக உடைந்த ஒவ்வொரு குழுவும் – 'ஒரு விசித்திரமான தனித்த தனக்கே சொந்தமான ஒரு மொழியைப் பேசிக்கொண்டு, ஒவ்வொரு பணித்துறையும் தனக்கே உரிய அந்தரங்கமான குழூஉக்குறியையோ கிளை மொழியையோ உருவாகிக்கொண்டு, கடைசியாக, பிற ஒவ்வொருவரிடமிருந்தும் பிரிந்து ஒவ்வொரு தனிமனிதனும் ஒரு மொழித்தீவு போல் ஆகிவிட, இப்படியான நிலையைப் பின்நவீனத்துவக் கலாச்சார வடிவங்கள் பிரதிபலிக்கின்றன.' (PCS 114)

இப்படியாக, ஜேம்சனின் கருத்துப்படி, பின்நவீனத்துவ நகரவாசிகள் அந்நியப் பட்டுப் போனவர்கள், மாயக் காட்சியில் களிப்பூட்டுகின்ற மங்கலான

தோற்றத்தில் வாழ்தல், வெறும் பிம்பங்களாகவும் அரங்கக் காட்சிகளாகவும் ஆவியாகின்ற யதார்த்தம், காலத்திலும் வெளியிலும் விசித்திரமான புதிய உருக்கோணல்கள், நுகர்பொருள்களிலும் சந்தைப் பொருள்களிலும் பிம்பங்களிலும் நிலைபெற்றுவிட்ட ஆண்டிவார்ஹோலின் பாப்-கலையின் வெடிப்புப் போல, நுகர்வுக் கலாச்சாரத்திடமிருந்து திருடப்பட்டு, தொழிற்சாலைகளின் திரும்பச் செய்யும் நடைமுறைகளால் மறுஉற்பத்தி செய்யப்பட்ட பிம்பங்களின் ஒட்டம், கேம் பெல்லின் சூப் கேன்கள் (கொள்கலன்கள்), பிரில்லோ பெட்டிகள், கோகோ கோலா பாட்டில்கள், மர்லின் மன்றோ மாதிரியான ஹாலிவுட் நட்சத்திரங்களின் ஒன்று போலத் தோற்றமளிக்கிற படங்களின் கொலாஜ்கள், எல்லாம் ஒன்றுபோல, எல்லாம் மேல்பூச்சு, எல்லாம் ஆழமற்ற நிலை. ஓவியர் வான்கோவின் **பெசண்ட் ஷுஸ் (விவசாயியின் காலணிகள்)** ஓவியம் கிராமப்புற வறுமையின் உண்மையான உலகை எடுத்துக் காட்டுகிறது. வார்ஹோலின் **டயமண்ட் டஸ்ட் ஷுக்களோ**, எவ்வித யதார்த்தத்திற்கும் தொடர்பற்ற ஒரு ஆழமின்மையை எடுத்துரைக்கிறது: உயர் கலாச்சாரத்திற்கும் தாழ் கலாச்சாரத்திற்கும் வேறுபாடு நொறுங்கிப்போன நிலை; பிம்பத்திற்கு அடிமையாகும் நிலைக்குத் தள்ளப்பட்ட பார்வையாளர் கும்பல்கள்; யதார்த்தங்கள் களையப்பட்ட தொலைக்காட்சி பிம்பங்கள், மேற்பூச்சுத் தோற்றம், போலிமை, மலிவான தரமற்ற பொருள்கள், பிரபலமான ஆனால் கலைத்தன்மை அற்ற படைப்புகள், மலிவாகத் தயாரிக்கப்பட்ட மோசமான திரைப்படங்கள், ஜனரஞ்சகப் புனைகதைகள், விளம்பரங்கள், சாலையோர உணவு விடுதிகள் *(மோட்டல்ஸ்)*, ரீடர்ஸ் டைஜஸ்ட் கலாச்சாரம் ஆகியவை மட்டுமே கிடைக்கும் நிலை; மேல்பூச்சு அலங்காரம் கொண்ட, மேலெழுந்தவாரியான, பழங்காலக் கட்டடக் கலையின் பலவித பாணிகளின் கூறுகளைத் தெளிவான காரணம் ஏதுமின்றித் திரட்டிக் கொண்ட பின்நவீனத்துவக் கட்டடக்கலை; லாஸ் ஏஞ்சலிஸிலுள்ள போனாவென்ச்சர் ஹோட்டல், பின்நவீனத்துவக் கட்டடக்கலை வெளியின் நினைவுச் சின்னம்.

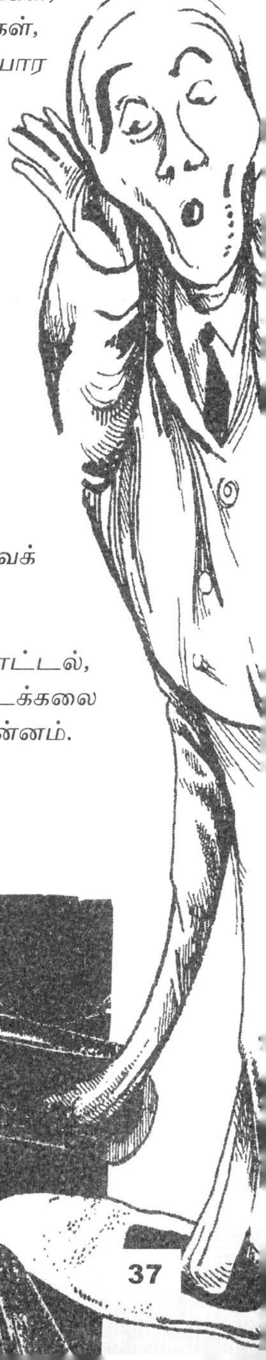

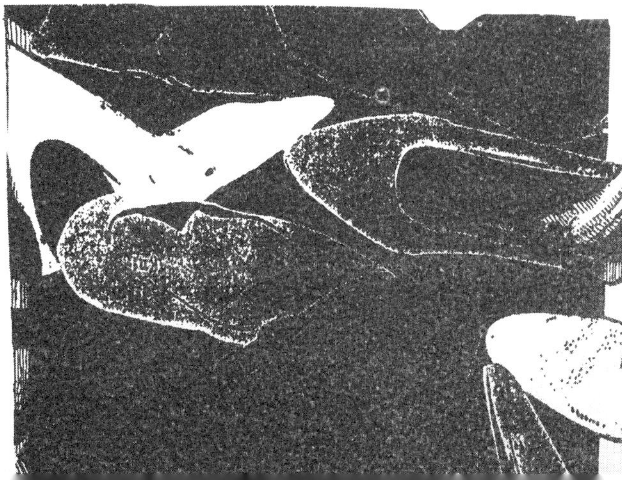

ஆனால், பொறுங்கள்! ஜேம்சன் அந்த ஹோட்டலில் நுழைய முடியாது! நுழைவாயில் மறைந்திருக்கிறது! பிறகு அவர் அந்த வாயிலைக் கண்டுபிடிக்கிறார்! அது பின்கதவைப் போலிருக்கிறது! பின்நவீனத்துவப் பெரு வெளியில் அவர் நுழைகிறார்! அசுர கோண்டோலாக்களைப் போல மேலும்கீழும் இடைவிடாது இயங்கிக் கொண்டிருக்கும் எலிவேட்டர்கள், எஸ்கலேட்டர்களில் அவர் செல்கிறார்! மூடப்பட்ட உருளை (சிலிண்டர்) வடிவக் கோபுரங்களை நோக்குகிறார்! கண்சுழற்றும் காலியிடத்தில் மூழ்கி, மயக்கம் வருவதுபோல் ஆகிறார்! புறவுலகிற்குத் திரும்பிப்போகும் வழியைக் கண்டுபிடிக்க வரைபடம் ஒன்று தேவையெனக் கேட்கிறார்!

பரந்தகன்ற கணினி வலைப்பின்னல்கள், பன்னாட்டு வணிக நிறுவனங்கள் ஆகியவற்றின் மையமற்ற உலகத்தை எதிர்கொள்ளும் போது நாம் எப்படி அவற்றுடன் தொடர்புகொள்வது என்று வரைபட மாக்கத் தவிக்கின்ற நமது தலைசுற்றல் போன்றதுதான் பின்நவீனத்துவக் கலாச்சாரத்தை எதிர்கொள்ளும்போது தனக்கு ஏற்படும் தலைசுற்றல் என்கிறார் ஜேம்சன். பின்நவீனத்துவக் கோட்பாடும் எந்த ஒரு வரை படத்தையும் அளிப்பதில்லை. அது மையமற்ற பின்நவீனத்துவ உலகின் நோய்க்குறி *(சிம்டம்)* போன்றதாக உள்ளதே தவிர, அதற்கான மருத்துவமாக இல்லை.

ஜேம்சன் நையாண்டிப் போலி (Parody), கதம்பப் படைப்பாக்கம் (Pastiche) ஆகிய இரண்டையும் வேறுபடுத்திக் காட்டியதால் புகழ்பெற்றவர் என்றுகூட சொல்லலாம். பின்நவீனநிலை ஒரு பொருளைச் சுக்குநூறாக ஆக்கியிருக்கிறது -- அது தன்னிலை (சுயம்/ஈகோ). நவீனநிலைக் காலத்திலும் நாம் தன்னிலையின் -- சுயத்தின் -- இருப்பில் நம்பிக்கை வைத்திருந்தோம். ஹெமிங்வே போன்ற கலைஞர்கள், ஒருங்கிசைந்த சுயத்தையும் அடையாளத்தையும் பெற்றிருந்தார்கள் -- அது அந்நியப் பட்ட ஒன்றாக இருந்தாலும்கூட. அவர்களிடம் தனித்த பாணி இருந்தது. அதை நையாண்டி செய்யமுடியும். அதைப் போலிசெய்வதன் மூலம் கேலிக்கு ஆளாக்க முடியும். எடுத்துக்காட்டாக, ஒவ்வொரு ஆண்டும், ஓர் இலக்கியப் போட்டி நடைபெறுகிறது. அதில் பங்கேற்கும் எழுத்தாளர்கள் நகைச் சுவையான முறையில் ஹெமிங்வேயின் நடையைப்/பாணியைப் போலி செய்கிறார்கள்.

ஒவ்வொரு ஆண்டும் நாங்கள் ஹாரியின் மதுக்கூடத்தில்/பாரில் சந்தித்தோம். அங்கு குடித்தோம். ஒவ்வோர் ஆண்டும் நல்ல ஆண்டுதான். அங்கு உட்கார்ந்து குடித்து ஹெமிங்வேயின் நடையைப்/பாணிகளைப் போலிசெய்தோம். நாங்கள் அங்கே நல்லவிதமாக இருந்தோம்.

ஆனால் பின்நவீனத்துவநிலை மொழியையும் தன்னிலையையும் சுக்குநூறாக்கி விட்டது. இரண்டுமே சிதைவுக்குள்ளாகிவிட்டன. நல்ல நலத்தோடு இருக்கின்ற மொழியின் இயல்பான காலத்தில்தான் நையாண்டியும் அங்கதமும் பிறக்கமுடியும் என்கிறார் ஜேம்சன்.

கே ஒவ்வொருவருக்கும் இயல்பான பேச்சுமுறை எப்படி இருக்கும் என்று தெரிந்த தால்தான் ஜானதன் ஸ்விஃப்ட் எழுதிய *கலிவர்ஸ் ட்ராவல்ஸ்* (கலிவரின் பயணங்கள்) என்னும் நூலில் செய்ததுபோல, அறிவியல் தர்க்கத்தின் இயல்புக்கு மாறான மொழியை அங்கதப்படுத்த முடிந்தது என்கிறீர்களா?

ப ஆம். ஆனால் பின்நவீனத்துவக் காலத்தில் மொழியின் இயல்பான தன்மை என்பது இல்லை. எனவே நாம் கதம்பப் படைப்பாக்கத்தைத்தான் உருவாக்க முடியும். பிறர்போல நடித்துக் காட்டுபவர் ஒருவர், போகார்ட்டைப் போல் நடிக்கத்தொடங்கி, பிறகு வசனத்தின் மத்தியில் மார்லின் மன்றோ போல் மாறி, பிறகு பாய் ஜியார்ஜ் அல்லது ஜேம்ஸ் டீன் ஆகி, பிறகு ரொனால்டு ரீகன் மாதிரி ஆகிறார் என்று வைத்துக்கொள்வோம். கதம்பத்தில் இது போல, மேற்கோள்களின் ஒரு கலப்புதான் இருக்கிறது – ஒரு டஜன் திரைப்படங்கள், எம்டீவி, வீடியோக்கள், தொலைக்காட்சித் தொடர்கள் போன்றவற்றை எவ்வித முறைமையும் இன்றி ஆங்காங்கு வெட்டி ஒட்டினாற்போல.

உலகம் வரலாற்றுச் சக்திகளால் இயக்கப்படுகிறது என்பதை நம்புகின்ற ஒரு மார்க்சியர் என்ற முறையில், பின்நவீனத்துவக் காலம், வரலாற்றைப் பற்றிய ஓர் உண்மையான பிரக்ஞையின் முடிவை அறிவிக்கிறது என்று ஜேம்சன் கவலைப்படுகிறார். ஆனால் உடைந்துபோன ஹம்ட்டி டம்ட்டியைப் போல நொறுங்கிப்போய்க் கிடக்கும் நமது பின்நவீனத்துவ மொழி, நமது சுயங்கள் ஆகியவற்றை ஒட்டவைப்பதற்கு வரலாற்றுப் பிரக்ஞைதான் இப்போது நமக்குக் கண்டிப்பாக தேவைப் படுகிறது என்றும் உணர்கிறார். வாக்கியத்தின் இறந்தகாலம்-நிகழ்காலம்-எதிர்காலம் போன்றவற்றை ஒன்றிணைக்க இதுதான் நமக்குத் தேவை – நமது மனங்களையும், வாழ்க்கையையும் ஒருங்கிணைப்பதற்கு.

யதார்த்தத்துடன் நமக்குள்ள கற்பனை உறவைச் சித்திரிப்பதற்கு ஜேம்சன் அழைக்கும் 'உணர்ந்தறிந்து வரைபடமாக்கலின் அழகியல்' என்பதுதான் நமக்குத் தேவை. அதாவது ஜேம்சனைப் பொறுத்தவரை, நமக்குத் தேவை, மார்க்சியம். எது நிஜம் எது கற்பனை என்பதை எடுத்துச் சொல்லும் ஓர் அறிவியல் அது. அதுதான் உண்மை யான வரலாற்றுப் பிரக்ஞையையும் இயல்புநிலையையும் மீட்கும்.

கே ஆனால் மார்க்சியமும் ஒரு பெருங்கதையாடல்தான் என்று லியோதார் சொல்லமாட்டாரா?

ப ஆம். ஆக, எல்லாப் பின்நவீனத்துவவாதிகளும் ஒன்று போலச் சிந்திப்பதில்லை என்பதை நீங்கள் காணலாம். பின்நவீனத்துவ ஊடகங்களில் நிகழும் பிம்பங்களின் பாய்ச்சலைப் பார்த்து ஜேம்சன் கடுமையாகப் பாதிக்கப்பட்டிருக்கிறார் என்று தோன்றுகிறது. ஆனால், நமது அடுத்த வரைபடக்காரர் – ழான் பூத்ரியார் இந்தப் பாய்ச்சலுக்கு நாம் எதுவும் செய்யாமல் சரணடைந்து விடுவது நல்லது என்று சொல்வது போலத் தோன்றுகிறது.

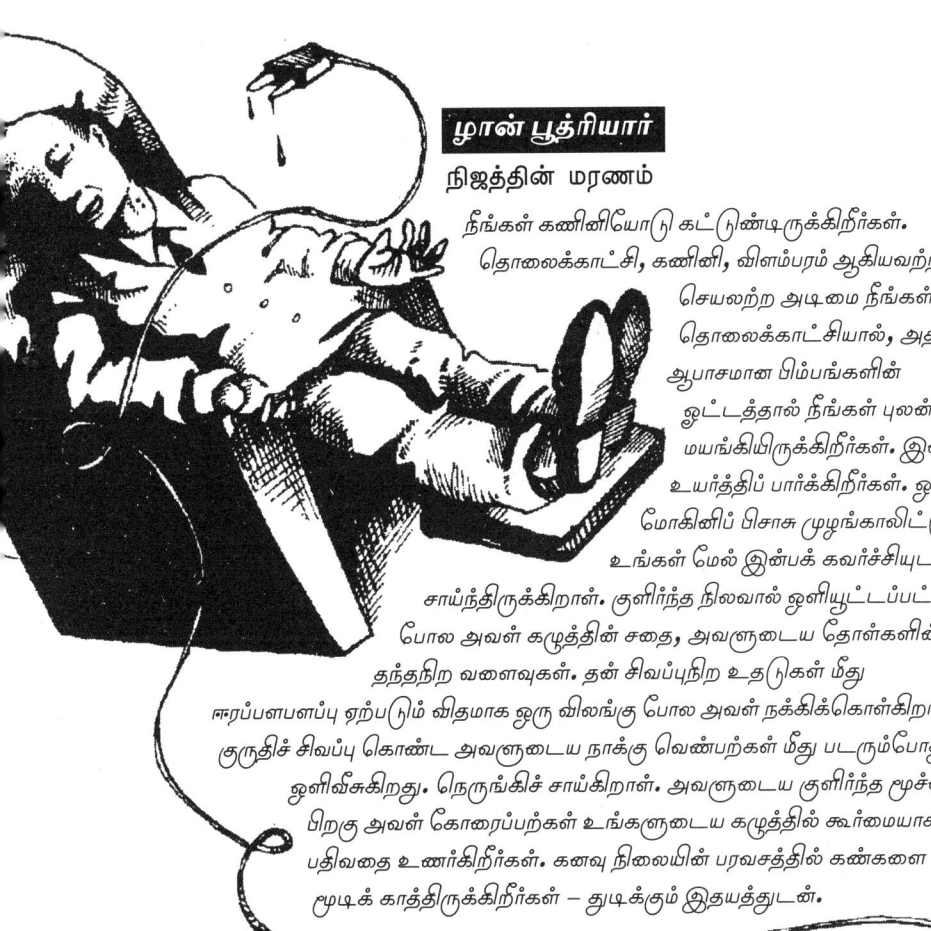

ழான் பூத்ரியார்

நிஜத்தின் மரணம்

நீங்கள் கணினியோடு கட்டுண்டிருக்கிறீர்கள். தொலைக்காட்சி, கணினி, விளம்பரம் ஆகியவற்றின் செயலற்ற அடிமை நீங்கள். தொலைக்காட்சியால், அதன் ஆபாசமான பிம்பங்களின் ஓட்டத்தால் நீங்கள் புலன் மயங்கியிருக்கிறீர்கள். இமை உயர்த்திப் பார்க்கிறீர்கள். ஒரு மோகினிப் பிசாசு முழங்காலிட்டு உங்கள் மேல் இன்பக் கவர்ச்சியுடன் சாய்ந்திருக்கிறாள். குளிர்ந்த நிலவால் ஒளியூட்டப்பட்டது போல அவள் கழுத்தின் சதை, அவளுடைய தோள்களின் தந்தநிற வளைவுகள். தன் சிவப்புநிற உதடுகள் மீது ஈரப்பளபளப்பு ஏற்படும் விதமாக ஒரு விலங்கு போல அவள் நக்கிக்கொள்கிறாள். குருதிச் சிவப்பு கொண்ட அவளுடைய நாக்கு வெண்பற்கள் மீது படரும்போது ஒளிவீசுகிறது. நெருங்கிச் சாய்கிறாள். அவளுடைய குளிர்ந்த மூச்சை, பிறகு அவள் கோரைப்பற்கள் உங்களுடைய கழுத்தில் கூர்மையாகப் பதிவதை உணர்கிறீர்கள். கனவு நிலையின் பரவசத்தில் கண்களை மூடிக் காத்திருக்கிறீர்கள் – துடிக்கும் இதயத்துடன்.

பின்நவீனத்துவக் கோட்பாட்டாளர் ழான் பூத்ரியாரின் படிமத்தின்படி, வெகுஜன ஊடகங்களின் உலகோடு – விளம்பரம், தொலைக்காட்சி, செய்தித்தாள்கள், சஞ்சிகைகள் ஆகியவற்றோடு – சமூகத்தின் உறவு மேற்கண்டவாறுதான் அமைந்திருக்கிறது. இருட்டாக்கப்பட்ட நமது அறைகளில் வெகுஜன ஊடகங்களின் யுகம் படையெடுத்திருக்கிறது. தன்னை அதன் குளிர்ந்த, நிலவு போன்ற ஒளியால் மயக்கி, மிக அந்தரங்கமான நமது இடங்களில் ஊடுருவியிருக்கிறது. அதன் மரணக் கவர்ச்சியில் நாம் மயங்குகிறோம். ஊடகத்தொடர்பு தரும் பரவசத்திற்கு நம்மை ஒப்புக்கொடுத்து விட்டோம்.

அமெரிக்காவில் இரண்டாம் உலகப் போருக்குப் பிந்தைய நிலையில் சார்த்தர் போன்றவர்கள் ஆதிக்கம் செலுத்தி வந்த இடங்களில் அதற்குப் பிறகு எழுபதுகள், எண்பதுகள், தொண்ணூறு களில் நிகழ்ந்த **பிரெஞ்சுக் கோட்பாட்டின் புதிய அலையின்** ஒரு பகுதியாக எழுந்ததுதான் தூான் பூத்ரியாரின் சிந்தனை. ஒரு காலத்தில் நீட்சே கடவுளின் மரணத்தைப் பிரகடனம் செய்தது போல, பூத்ரியாரின் சிந்தனை நவீனத் தன்மையின் மரணத்தை, நிஜத்தின் மரணத்தை, பாலிய லின் மரணத்தைப் பிரகடனம் செய் கிறது. மார்க்சியம், குறியியல், அரசியல் விஞ்ஞானம், பொருளாதாரம், சமயக் கல்வி, மானிடவியல், இலக்கியம், திரைப்படம், ஊடக ஆய்வுகள் – பற்பல அறிவுத்துறைகளில் இவை சில மட்டுமே – போன்றவை தொடர்பான சிந்தனையின் ஆழமான அடிப்படைகளைப் பூத்ரியார் கீழறுக்கிறார்.

1968 மே மாதத்தில் குட்டைப் பாவாடை அணிந்த அமெரிக்கப் பெண்கள் தங்கள் மார்புக் கச்சைகளையும் பிற உள்ளாடைகளையும் எரித்து, கச்சை-அற்றநாள் *(நோ-பிரா டே)* கொண்டாடிக் கொண்டி ருந்தார்கள். அதேசமயம், ஹிப்பிகள் பார்ப்பிள் ஹேஸ், மெல்லோ யெல்லோ, மிசஸ் ராபின்சன் பாடல்களுக்கு ஆடிக் கொண்டிருந்தார்கள். பாரிஸ் இளைஞர்களோ பொதுவுடைமையாளர்கள், பிற மார்க்சியர்களின் ஆதரவில் அடங்க மறுக்கும் உணர்வும் களிப்பும் சேர்ந்த மனப்பாங்குடன் தெருக்களில் சென்று களியாட்டத் திற்கும் புரட்சிக்கும் இடையிலான ஒன்றை உருவாக்கினார்கள். மாணவர் போராட்டத்தினால் பாரிஸ் நகரப் பல்கலைக் கழகங்கள் மூடப்பட்டன. மாணவர்களைத் தொழிலாளர்கள் பின்தொடர்ந்தார்கள். உற்பத்தியும் கல்வியும் ஸ்தம்பித்துப் போயின. ஒரு தீவிர நிலையில் அரசியல் ஒழுங்கமைப் பைத் தூக்கி எறிந்து விடுவார்கள் என்ற அச்சுறுத்தலில், டி கால் நாட்டை விட்டு வெளியேறினார்.

ஜூன் வந்தது. கோடை விடுமுறைக் காலம். எதிர்கால மாணவப் புரட்சி யாளர்கள் கடற்கரைக்குச் சென்று விட்டார்கள். டி கால் தந்த ஊக்கத்தில் பணியாளர்கள் தங்கள் பணிகளுக்குத் திரும்பினார்கள். விஷயங்கள் கொஞ்ச நாளில் சரியாகிவிட்டன.

இருந்தாலும், அந்த இயக்கத்தின் வெகுஜனத் தொற்றின் ஆழமான பதிவுகள் சில பங்கேற்பாளர்களிடம் நிலைத்துவிட்டன. அவர்களில் ஒருவர் ழான் பூத்ரியார். பல ஆண்டுகள் வரை, அவர் மார்க்சியச் சிந்தனையால் தாக்கம் பெற்றிருந்தார். ஆனால் பிந்தைய முதலாளித்துவச் சமூகங்களின் வாழ்க்கையை விவரிக்க மார்க்சியம் போதாது என்று மேலும் மேலும் கருதலானார். எனவே அமைப்புவாதமும் *(ஸ்ட்ரக்சுரலிசம்)* குறியியலும் *(செமியாடிக்ஸ்)* மார்க்சியத்தோடு இணைந்து அதை நிறைவாக்கும் என்று நோக்கத் தொடங்கினார்.

"ஒரு குதிரை குதிரைதான், கண்டிப்பாக, கண்டிப்பாக."

கே அமைப்புவாதமா? குறியியலா? என்ன அவை?

ப ஆம். மாணவர் எழுச்சியின்போதே மொழி, கலாச்சாரம் இவற்றிலும் புரட்சிகரமான நிகழ்வுகள்

நடந்துகொண்டிருந்தன. ஸ்விஸ் நாட்டு மொழியியலாளர் ஃபெர் டினாண்ட் டி சசூர் மொழியிலுள்ள சப்தங்களின் தொகுப்புகள், எவ்விதத்திலும் கருத்துகள் அல்லது பொருள்களோடு தொடர்புடையவை அல்ல என்று வாதிட்டார்.

சசூரைப் பொறுத்தவரை, 'குதிரை' என்ற ஒலிக்கும், 'குதிரை' என்ற மனக் கருத்துக்கும், 'குதிரை' என்ற பிராணிக்கும் இயல்பான எவ்விதத் தொடர்பும் கிடையாது. மாறாக, மொழி என்பது – ஒரு போக்குவரத்து சமிக்ஞையில், சிவப்பு, மஞ்சள், பச்சை விளக்குகள் அமைந்திருப்பதைப் போல, வித்தியாசங்கள் கொண்ட ஓர் ஒழுங்கமைவு என்று விளக்கினார்.

மஞ்சள் என்ற நிறத்துக்கும் 'வேகத்தைக் குறை' என்ற கருத்துக்கும் எவ்வித இயல்பான தொடர்பும் கிடையாது. அதேபோல, பச்சை என்ற நிறத்துக்கும், 'செல்' என்ற கருத்துக்கும் எவ்வித இயல்பான தொடர்பும் கிடையாது.

தமக்கிடையிலான தொடர்பின் வாயிலாகவே சிவப்பு, மஞ்சள், பச்சை ஆகிய விளக்குகள் தம் அர்த்தத்தை அடைகின்றன. இந்த நிறங்களுக்குப் பதிலாக கத்தரிப்பூ நிறம், நீலம், பொன்னிறம் ஆகிய நிறங்களைப் பயன்படுத்தினாலும் இந்த அமைப்பு இதே போலப் பயன்படும்.

தொன்மம், புதுப்பாங்கு (*ஃபேஷன்*), ஊடகங்கள், அரசியல், மதம் இப்படியான பிற துறைகளுக்கும் குறியியல், சசூரின் மொழி அடிப்படையிலான அமைப்பு வாதத்தை விரிவாக்கியது. எடுத்துக் காட்டாக, சாத்தான் என்ற வார்த்தைக்கு அதனளவில் எந்த அர்த்தமும் இல்லை. கிறித்துவ இறையியலில்/தொன்மத்தில் ஒரு கூறு என்ற அளவிலேயே அந்தச் சொல்லுக்கு அர்த்தம் உருவாகிறது. அங்கு அது வேறுபிற கருத்துகளாகிய கடவுள், தேவதூதர் போன்றவற்றுடன் தொடர்புபடுகிறது.

44

தொடக்க எழுத்துகள்

தொன்மங்கள், நெடுஞ்சாலைச் சமிக்ஞை விளக்குகள், புதுப்பாங்கு (ஃபேஷன்) போன்ற பல்வேறு அர்த்த ஒழுங்கமைவுகளின் அமைப்புவாத அடிப்படையிலான ஆய்வுதான் குறியியல் என்பது. பூத்ரியாரின் எழுத்துகள், கலாச்சார ஆய்வு, குறியியல் அமைப்புவாதம் ஆகியவற்றை நவமார்க்சியப் பகுப்பாய்வுடன் ஒன்றிணைக்கின்றன. அவருடைய தொடக்ககால எழுத்துகளான த சிஸ்டம் ஆஃப் ஆப்ஜெக்ட்ஸ் (பொருட்களின் ஒழுங்கமைவு), நுகர்வின் சமூகம் (த சொசைடி ஆஃப் கன்ஸம்ப்ஷன்), குறியின் விமரிசனப் பொருளாதாரத்திற்காக (ஃபார் ஏ க்ரிடிகல் இகானமி ஆஃப் த சைன்) ஆகியவற்றில், ஓநாய்களுக்கு இடையே வளரும் ஒரு சிறுவன் எவ்விதம் ஓநாய்ப் பண்புள்ளவனாக மாறி விடுகிறானோ அதுபோல, பின்நவீனத்துவச் சமுதாயத்தில், வெறும் பொருள்களுக்கு நடுவில் வாழும் மக்களும் பொருள்கள் போல மாறிவிடுகிறார்கள் என்று வாதிடுகிறார்.

சந்தைப் பொருள்களின் நுகர்வின் அடிப்படையில் – பொருள்களை வாங்குதல், விற்றல் – பின்நவீனத்துவச் சமூகம் அமைந்திருந்தாலும், இந்த நுகர்வு நம்மை ஒருபோதும் மகிழ்ச்சியில் ஆழ்த்த முடியாது.

கே சந்தைப் பொருள்கள், நமது இயற்கையான தேவைகளைத் திருப்திப்படுத்தவில்லையா?

ப மார்க்ஸ் அப்படி நம்பவில்லை. ஒரு பொருள், சந்தைப் பொருளாக மாறுவதற்குமுன், அதற்கு இயற்கையாக ஒரு **பயன்மதிப்பு** (யூஸ் வேல்யூ) உள்ளது என்றார் மார்க்ஸ். ஒரு காரை ஓட்டிச் செல்வது மகிழ்ச்சியாக இருக்கிறது. ஏனெனில் அது பூமியின் புலன் இன்பம் தரும் வளைவுகளை உணர வைப்பதாலும் பல்வேறு இடங்களுக்கு இட்டுச் செல்வதாலும் பயனுள்ளதாகவும் இருக்கிறது.

அதேசமயம், ஒரு முதலாளித்துவச் சமூகத்தில், ஒரு பொருள் **பரிமாற்ற மதிப்பு** *(எக்ஸ்சேஞ் வேல்யூ)* கொண்டதாக மாறி சந்தைப் பொருளாகவும் ஆகிறது என்று நம்பினார். காரை நீங்கள் பணத்துக்கு மாற்றிக்கொள்ளலாம். பொருளை இப்படி மதிப்பிடுவது மிகவும் குறுக்கலாக இருக்கிறது என்று பூத்ரியார் கண்டார். அவர் அதை நிறைவாக்க ஒரு குறியியல் பகுப்பாய்வை – அதாவது பொருளின் அர்த்தம் பற்றிய பகுப்பாய்வைச் சேர்த்தார். ஏனென்றால் போக்குவரத்து விளக்குகளைப் போலவே சந்தைப் பொருள்களுக்கும் அர்த்தம் உண்டு. சந்தைப்பொருள்கள் நமது இயல்பான தேவைகளைத் தீர்ப்பவையாக மட்டும் இல்லை; சரியாகச் சொன்னால் சமூகம் நமது தேவைகளை உருவாக்குகிறது. சமூக வித்தியாசப் படுத்தலின் ஒழுங்கமைவுகளின் மூலம் மக்கள் தங்களைப் பிற மனிதர்களிடமிருந்து வேறுபடுத்திக் கொள்வதில் ஆழமான ஆசையுடையவர்களாக உள்ளனர். பழங்குடி மக்கள், தங்கள் உடலில் வெவ்வேறு விதமாகப் பச்சை குத்திக்கொள்ளுதல் அல்லது இறகுகளை அணிதல் போன்றவற்றின் வாயிலாக வித்தியாசப்படுத்திக் கொண்டார்கள்.

ஆனால், நமது சமூகத்தில் நுகர்வோர் ஒருவர் வோக்ஸ்வாகனுக்குப் பதிலாக மெர்சிடிஸ் வாங்கும்போது, ஒரே சமயத்தில் பகுத்தறிவுபூர்வமானதும் ஒருங்கிசைந்ததும் ஒழுங்கமைந்ததும் படிநிலையமைப்பு உள்ளதுமான தேவைகளின் முழு ஒழுங்கமைவை அவர் நம்புகிறார். வோக்ஸ்வாகன் ஓட்டுகின்ற மக்கள் சமூகத்திலிருந்து, மெர்சிடிஸ் வாங்குவது இவரை வித்தியாசப்படுத்துகிறது.

ஒருபடித்தான, யாவருமே மெர்சிடிஸ் ஓட்டுகின்ற ஒரு சமூகத்தோடு முறையாக, பகுத்தறிவு பூர்வமாகத் தன்னை அங்கமாக்கிக் கொள்வதற்கு இந்த வாங்குதல் உதவி புரிகிறது.

மார்க்ஸ் ஒரு பொருளின் குறியீட்டு, குறியியல் அர்த்தங்களைப் பற்றி நினைக்கவில்லை. மெர்சிடிஸ் வாங்குவதில் ஒரு சமூகக் குறிப்பு உள்ளது என்பதை அவர் காணவில்லை. மெர்சிடிஸ் காருக்கு ஒரு பயன் மதிப்போடு, நுகர்வோரின் அந்தஸ்து, தகுதி, சமூகநிலை ஆகியவற்றை அடையாளப்படுத்தும் மதிப்பும் உள்ளது. எனவே நுகர்வு, வெறும் நுகர்வு அல்ல, கவனத்தை ஈர்க்கும் ஒரு நுகர்வு. சமூகத்தில் நம்மை வித்தியாசப்படுத்திக்கொள்ள, வாங்குவதை எடுப்பாகக் காட்டுகிறோம்.

அதுமட்டுமல்ல, ஒரு பொருளை வாங்குவதன் மூலம் மட்டும் ஒரு

சமூகத் தளத்தை அடைந்துவிட முடியாது, ஒரு முழு ஒழுங்கமைவில் / அந்தச் சமூகத் தளத்தில் அமைந்த அத்தனையையும் வாங்கவேண்டும். மெர்சிடிஸ் கார் வாங்கினால் போதாது, டென்னிஸ் கிளப்பில் உறுப்பினராகச் சேர வேண்டும், பிறரால் எளிதில் அணுக முடியாத அருகிடத்தில் சொந்தமாக ஒரு பண்ணை வாங்க வேண்டும். உங்களுடைய குழந்தைகளுக்கு ஒரு நல்ல தனியார் பள்ளியைத் தேட வேண்டும், ஒரு புதுத் தினுசான சுற்றுலாவுக்கான இடத்தைத் தேர்ந்தெடுக்கவேண்டும், இப்படிப் பல... எனவே தேவை என்பது ஒரு பொருளை வாங்குவது மட்டுமல்ல, ஒருவர் தம்மைச் சமூக ரீதியாக **வித்தியாசப்படுத்திக்** கொள்ளவும், சமூகத்தில் **வேறுபாடு, அர்த்தம்** ஆகியவற்றிற்கான தேவையில் இணையவும் வேண்டியிருக்கிறது.

அதேபோல் நுகர்வும் முதன்மையாக இன்பத்திற்கானது மட்டுமல்ல. ஏனெனில் அதற்கு அளவற்ற வாய்ப்பு வளமும் ஆற்றலும் தேவைப்படுகின்றன. மெர்சிடஸை வாங்கவும் அதைப் பகட்டாகக் காட்டுவதற்குமான பணத்தையும் ஓய்வு நேரத்தையும் ஒருவர் சம்பாதிக்க வேண்டும். பல சமயங்களில் இவற்றைச் சம்பாதிப்பது, இன்பத்தைத் துறப்பதாக மாறிவிடுகிறது – அதாவது இவற்றைச் சம்பாதிப்பதில் முழுநேரத்தையும் செலவிட்டு, இன்பமாக இருப்பதற்கு நேரத்தை ஒதுக்கமுடிவதில்லை.

எனவே நுகர்வு என்பது இயல்பானதல்ல. இயற்கையிலிருந்து நாம் தன்னிச்சையாகப் பெறுவதும் அல்ல. அது கலாச்சாரபூர்வமானது. பொருட்களை நாம் வாங்குவது, பகட்டாக அதை வெளிப்படுத்துவது, பயன்படுத்துவது போன்றவையும், அத்துமீறிய புதுப்பாங்குகளையும் போக்குகளையும் நாம் இடையறாது நம்புவதும்

கலாச்சார விதிகளின் அடிப்படையில்தான். இந்தக் கலாச்சார விதிகள், தொடர்பைச் சாத்தியமாக்குகின்ற மொழிகளின் அடிப்படையில் அமைந்துள்ள இலக்கண விதிகளைப் போல. விலை, அந்தஸ்து ஆகியவற்றின் அடிப்படையில் அமைந்த படிநிலை அர்த்த அமைப்புகளில் சந்தைப் பொருட்களை இந்த விதிகள் பொருத்துகின்றன. திரும்பத் திரும்ப நுகர்வுப் பசியை உண்டாக்கும் இந்தச் சோர்வு தருகின்ற வெறி, நுகர்வின் வழியாக இருப்பையும், அர்த்தத்தையும், அந்தஸ்தையும் தேடுகின்ற இந்தத் தேடல், நுகர்வு வெறிச் சாதனையாளர்களுக்கு மிகுந்த களைப்பையும் அந்நியத்தன்மையையும் உருவாக்குகின்றன. எனவே நுகர்வில் ஒரு கலகத்தன்மை ஒளிந்திருக்கிறது. நுகர்வோருக்கு ஒரு மறுப்பு எல்லை வந்துவிடுகிறது – போதும் போதும் என்றாகி, கடைசியில் கச்சைகளை எரிப்பது அல்லது சமூக மாற்றத்துக்கான தீவிர வடிவங்களில் ஈடுபடுவது என்ற எல்லைக்குச் செல்கிறார்கள்.

'நிழலுருக்களின் படிநிலைகள்'

1970களிலும், 1980 களிலும் பூத்ரியார் தமது மார்க்சியச் சார்பை வலியுறுத்துவதை நிறுத்தி விட்டார். மாறாக, பின்நவீனத்துவ யுகத்தில் சமூகமும் ஊடகங்களும் பற்றிய மிக உயர்தரக் கோட்பாட்டாளர் என்ற முக்கியத்துவத்தை அடைந்தார்.

பின்நவீனத்துவச் சமூகங்கள் கணினிகள், தொலைக்காட்சி ஆகியவற்றின் ஆதிக்கத்தில், ஒரு புதிய யதார்த்தத்திற்குள் காலடி வைத்து விட்டன. அதைத் தமது *தி ஆர்டர்ஸ் ஆஃப் சிமுலாக்ரா (நிழலுருக்களின் படிநிலைகள்)* என்னும் நூலில் கோடிட்டுக் காட்டுகிறார்.

கே நிழலுருக்களா?

ப ஆம். நிஜப் பொருள்கள் அல்லது சம்பவங்களின் படியெடுப்புகளை *(காப்பி)* நிழலுருக்கள் என்கிறார் பூத்ரியார். வரலாற்றில் நிஜத்திற்கும் நிழலுருவுக்குமான உறவு எவ்விதம் காலப் போக்கில் மாறி வந்துள்ளது என்பதைத் தமது *தி ஆர்டர்ஸ் ஆஃப் சிமுலாக்ரா (நிழலுருக்களின் படிநிலைகள்)* என்னும் நூலில் காட்டுகிறார். நிலவுடைமைக் காலத்தில், கோட்டைக் காப்பரண்களிலிருந்து பளபளக்கும் போர்க் கவசங்கள் அணிந்த லான்சிலாட்டுக்கு (படைவீரருக்கு) க்வின்வியர் (க்வின்வியர் ஆர்தர் அரசனின் மனைவி. லான்சிலாட்டின் காதலி) பறக்கும் முத்தங்களை அனுப்பிய போது, நிலப்பிரபு பூமியில் அதிகாரத்தின் சின்னமாக இருந்த போது, கன்னிமரியாள் ஜன்னல்களின் வண்ணக் கண்ணாடிக் கதவுகளை

யும் தனது பக்தர்களின் இதயங்களையும் ஒளியூட்டியபோது, நிலைப்பட்ட சில அடையாளங்களின் (குறிகளின்) ஒழுங்கமைவுக்கு மட்டுமே உறவுள்ளதாக சமூகம் ஒருங்கமைக்கப்பட்டிருந்தது. அந்தக் குறிகளும் எண்ணிக்கையில் மிகவும் குறைந்தவையாகவும் தெய்வீகத் தன்மை உள்ளதாய்க் கருதப்பட்டவையாகவும் இருந்தன.

எடுத்துக்காட்டாக, லான்சிலாட்டின் மரபுரிமைச் சின்னம் தாங்கிய மேலங்கியைப் பார்த்தே அவனுடைய சமூகத் தரமும் அந்தஸ்தும் எத்தகையவை என புரிந்துகொள்ள முடியும். கோட்டையின் காப்பரண்களிலிருந்து பறக்கும் முத்தங்களை அளித்த இளவரசியின் சமூக அந்தஸ்தை அவளுடைய உடையினாலும் அவள் கடைப்பிடித்த அரசவைக் காதலின் மரபுகளாலும் உணரமுடியும். இவை யாவும் வண்ணமிட்ட கண்ணாடி ஜன்னல்களினூடே அமைதியாக ஒளி விடுகின்ற கன்னி மரியாள், ஏசு கிறித்து என்னும் உச்சபட்ச குறியீடுகளால் ஆதரிக்கப்பட்ட நடத்தைக் குறிகள்.

இப்படிப்பட்ட சமூகங்களில், சமூகப் பிரிவு ஒன்றைப் போல ஒருவருக்கு ஒரு குறிப்பிட்ட சமூக வெளி ஒதுக்கப்பட்டிருந்தது. சமூக வகுப்பினரிடையே முன்பின் நகர்வு என்பது சாத்தியமில்லை. நிலங்**களில் உழுதுகொண்டிருக்கும் ஒரு பண்ணைக் கொத்தடிமை, நைட்** [knight – தன் பெயருக்கு முன்னால் 'சர்' என்ற அடைமொழியைப் பயன்படுத்திக்கொள்வதற்கு உரியவரான ஒருவர் எனப்படும்] **அந்தஸ்தை அடைய முடியாது.**

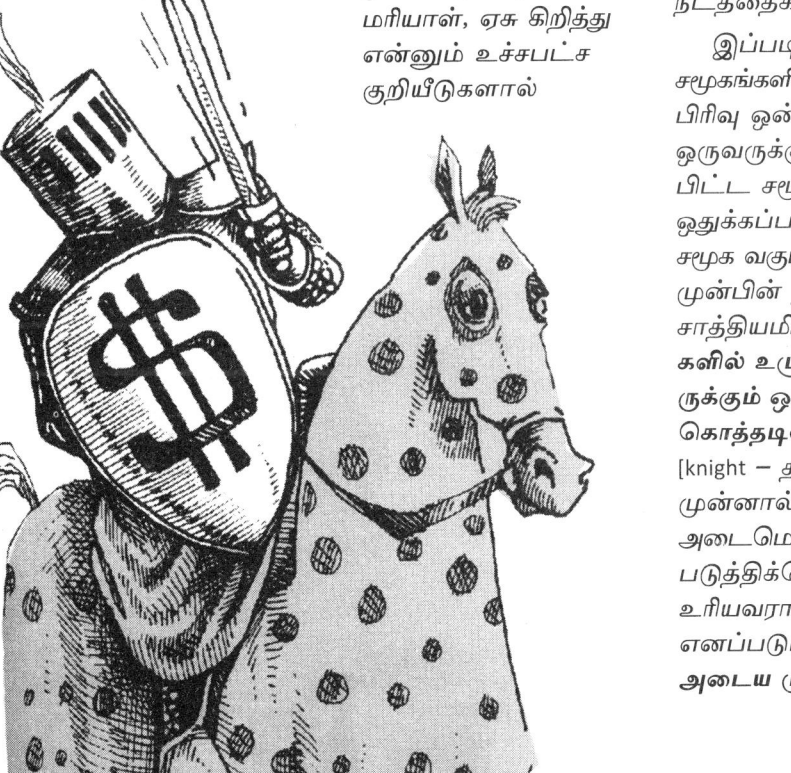

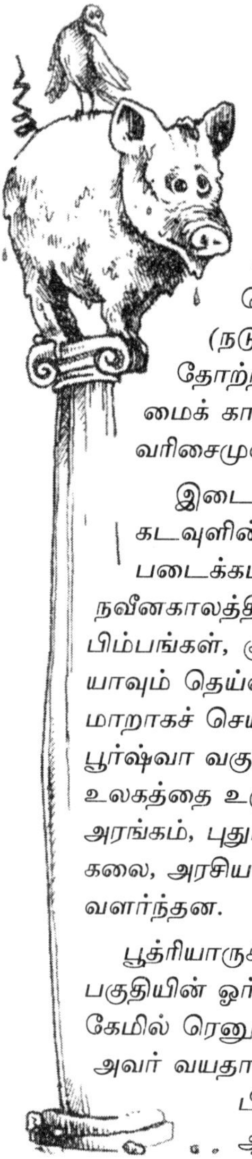

பிறகு, மறுமலர்ச்சிக் காலம் முதல் தொழிற் புரட்சிக் காலத் தொடக்கம் வரையிலான, நவீனகாலத்தின் தொடக்கத்தில், பூர்ஷ்வா (நடுத்தர) வகுப்பின் தோற்றத்தினால், நிலவுடைமைக் காலத்தின் இறுக்கமான வரிசைமுறை உடைந்தது.

இடைக்காலத்தில் உலகம் கடவுளின் பிம்பமாகப் படைக்கப்பட்டிருந்தது. ஆனால் நவீனகாலத்தின் தொடக்கத்தில் பிம்பங்கள், குறிகள், குறியீடுகள் யாவும் தெய்வீகமானவை அல்ல, மாறாகச் செயற்கையானவை. புதிய பூர்ஷ்வா வகுப்பு தனது பிம்பமாக உலகத்தை உருவாக்க நினைத்ததால் அரங்கம், புதுப்பாங்கு *(ஃபேஷன்)*, கலை, அரசியல் எங்கும் அவை பரவி வளர்ந்தன.

பூத்ரியாருக்கு இந்தக் காலப் பகுதியின் ஓர் அடையாளமாக கேமில் ரெனூ என்பவர் இருந்தார். அவர் வயதான சமையல்காரர். பிறகு சிற்பியானார். ஆர்டெனில் வாழ்ந்தவர். தனது பிம்பத்தில் உலகத்தை வடிவமைக்கும் ஒரு முழுமையான பொருளை அவர் கண்டுபிடித்தார் – *ரீ இன்ஃபோர்ஸ்ட் கான்க்ரீட் (பலப்படுத்திய கான்க்ரீட்)*. அதிலிருந்து அவர் நாற்காலிகள், இழுப்பறைகள், தையல் எந்திரங்கள், வயலின்கள் உள்ளிட்ட ஒரு முழு ஆர்கெஸ்ட்ரா (இசைக்குழுவினர்), செம்மறி ஆடுகள், ஆண் பன்றி ஒன்று, மரங்கள் ஆகியவற்றை உருவாக்கினார். மனம் சார்ந்த ஒரு பொருளைப் போன்று அவருக்கு இருந்த கான்க்ரீட்டைக் கொண்டு சாத்தியப்பட்ட, தனது குறைபாடற்ற உலகத்திற்குக் கடவுளாக இருந்து ரெனூ ஆட்சி செய்தார் என்கிறார் பூத்ரியார். இச்சமயத்தில் பரோக் கலையின் ஊடகமாக ஸ்டக்கோ (குழைகாரைப் பூச்சு) என்பதும் எழுந்தது. இந்த யுகத்தின் மிக உயர்ந்த எடுத்துக்காட்டாக ஸ்டக்கோ தேவதை என்பதைக் குறிப்பிடுகிறார் பூத்ரியார் **– அடுத்த நிலையான பிளாஸ்டிக்கிற்கு ஒரே ஒரு படிதான் பாக்கி.**

ஆனால் ஸ்டக்கோ, கான்க்ரீட் (பிறகு பிளாஸ்டிக்) கொண்டு வடித்த உருக்கள் போலியாக இருந்தாலும், மரணமற்ற, நெகிழ்வான, அழிக்க முடியாத ஒரு பொருள் மூலம் புதிய வடிவங்களின் ஓர் உலகைப் படைத்து விட்டன. நிழலுருக்களின் இந்தப் படிநிலைக் காலத்தைத்தான் பூத்ரியார் நிழலுருக்களின் தோற்றக்காலமாகக் காண்கிறார் – இவை நிழலுருக்களின் முதல் படிநிலை.

நிழலுருக்களின் இரண்டாம் படிநிலை, தொழிற்புரட்சி வருகையுடன் தோன்றுகிறது. தொழிற்சாலையின் பெருமளவு உற்பத்தியினால், நிழலுருக்கள் எண்ணிக்கையற்றுப் படைக்கப்படலாயின. கேமில் ரெனூ தனது செயற்கை உலகைக் கையால் தான் வடிவமைத்தார். ஆனால் தொழில்யுகத்தின் எந்திரங்கள் திரளாகப் பொருள்களைத் தொகுக்கும் முறையால், ஒரு ரெனூ வாகனத் தொழிற்சாலை ஒரே மாதிரியான கார்களைத் திரளாக உற்பத்தி செய்யமுடியும்.

நிழற்படக்கலையும் திரைப்படமும் நடப்புக்கு வரும்போது, **கலைகூட** எந்திரத்தனமான மறுஉற்பத்தியின் வலிமைக்குப் பலியாகிவிடுகிறது. உற்பத்தி என்பது சந்தைச் சக்திகளால் நிர்வகிக்கப்படுவது. இதுதான் இன்றைய ஆதிக்கக் கோட்பாடு. அது இயற்கைப் பொருள்களின் உலகிற்குப் பதிலாகச் செயற்கையாகச் செய்யப்பட்ட உலகத்தைத் தருகிறது.

ஆனால், பூத்ரியார் சொல்கிறார்: நாம் இப்போது நிழலுருக்களின் மூன்றாவது படிநிலைக்காலத்தில் இருக்கிறோம். பின்நவீனத்துவக் காலம். **மாதிரிகளின் காலம்.** கேமில் ரெனூவின் கான்கிரீட் பன்றி அல்லது பாகங்களை இணைத்துப் பூட்டும் எந்திரத் தொகுப்புவரிசையின் ஊடாக உருண்டு வெளியேறும் கார்களின் முடிவற்றத் தொடர் செயற்கை என்று கருதப்பட்டது போல, இப்போது நிழலுரு ஒரு போலி அல்ல – ஆனால்,

நிழலுரு நிஜமாகவே ஆகிறது!!

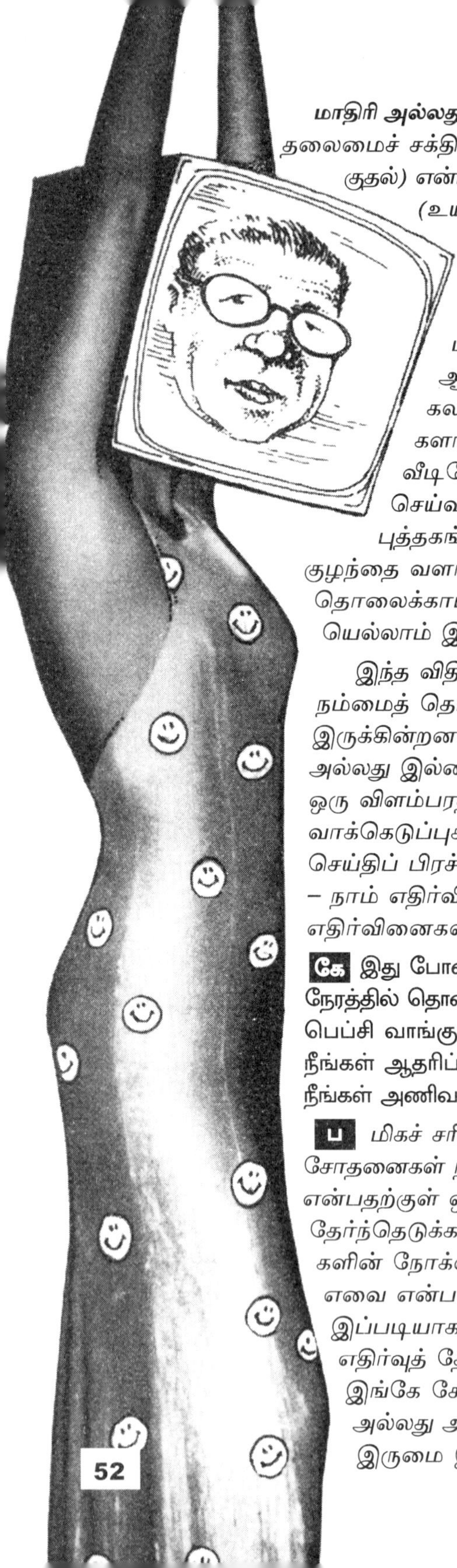

மாதிரி அல்லது விதிகளின் தொகுதியே (code) இந்த யுகத்தின் தலைமைச் சக்தி. 'எண்மை (Digitality - எண்ணிக்கையாக்குதல்) என்பதுதான் அதன் தத்துவக்கோட்பாடு... டிஎன்ஏ (உயிரணு வேதிப்பொருள்) அதன் தீர்க்கதரிசி/ இறைத்தூதர்.' (SIM 63-04)

மொழி எப்படி இலக்கண விதிகளால் ஆளப்படுகிறதோ, நமது உடலியல் செயல்பாடுகள் யாவும் டிஎன்ஏ விதிகளால் எப்படி ஆளப்படுகின்றனவோ அதுபோல நமது கலாச்சார வாழ்க்கையும் பலப்பல மாதிரிகளால் - விதிகளால் ஆளப்படுகிறது. பாலியல் வீடியோக்கள், யோகா வீடியோக்கள், எப்படிச் செய்வது என்னும் கையேடுகள், சமையல் புத்தகங்கள், உடற்பயிற்சி வீடியோக்கள், குழந்தை வளர்ப்புக் கையேடுகள், விளம்பரங்கள், தொலைக்காட்சிகள், செய்தித்தாள்கள் போன்றவையெல்லாம் இந்த மாதிரிகளை – விதிகளை அளிக்கின்றன.

இந்த விதிகள் மாதிரிகளை அளிப்பது மட்டுமல்ல, நம்மைத் தொடர்ச்சியாகச் சோதித்துக் கொண்டே இருக்கின்றன. ஒரு புதுப்பாங்குக்கு (ஃபேஷன்), நாம் ஆம் அல்லது இல்லை என்று சொல்லும்போதெல்லாம் அல்லது ஒரு விளம்பரத்திற்கு, ஒரு சந்தைப் பொருளுக்கு, ஒரு வாக்கெடுப்புக்கு, ஒரு தொலைக்காட்சி நிகழ்ச்சிக்கு, ஒரு செய்திப் பிரச்சினைக்கு, ஓர் அரசியல் வேட்பாளருக்கு – நாம் எதிர்வினைகள் புரியும்போதெல்லாம், அந்த எதிர்வினைகள் கண்காணிக்கப்படுகின்றன.

கே இது போன்றவற்றைக் குறிப்பிடுகிறீர்களா: நீங்கள் பகல் நேரத்தில் தொலைக்காட்சி காண்கிறீர்களா, இல்லையா? நீங்கள் பெப்சி வாங்குகிறீர்களா அல்லது கோக் வாங்குகிறீர்களா? நீங்கள் ஆதரிப்பது வேட்பாளர் x-சையா அல்லது y-யையா? நீங்கள் அணிவது கால்வின் க்ளெய்னா அல்லது ஜோர்டாஷா?

ப மிகச் சரியாகச் சொன்னீர்கள். இம்மாதிரிச் சோதனைகள் நமது எதிர்வினைகளை ஆம் அல்லது இல்லை என்பதற்குள் ஒடுக்குகின்றன என்பது மட்டுமல்ல, நாம் தேர்ந்தெடுக்கக் கூடிய பிரச்சினைகள் அல்லது பொருள்களின் நோக்கையே மட்டுப்படுத்தி, நமது தேர்வுகள் எவை என்பதையும் அவைதான் நிர்ணயிக்கின்றன. இப்படியாக, நமது வாழ்க்கை முழுவதுமே ஓர் இருமை எதிர்வுத் தேர்வு ஒழுங்கினால் நிச்சயிக்கப்படுகிறது – இங்கே சோதனையின் கேள்வி/பதில் தேர்வே இது அல்லது அது, ஆம் அல்லது இல்லை என்ற இரட்டை/ இருமை இலக்கக் குறிக்கு குறைக்கப்படுகிறது.

இம்மாதிரி இருமை எதிர்வுத் தேர்வுமுறை ஒரு 'தடைசெய்யும் மாதிரி'யாக அமைந்து தீவிர மாற்றத்தை ஒடுக்குகிறது.

கே சரி, அது எப்படி நிகழும் என்பது எனக்குப் புரிகிறது. எப்படியிருப்பினும், பெப்சிக்கும் கோக்குக்கும் இடையில், தொலைக்காட்சிக் குடும்பத் தொடருக்கும் டிஸ்கவரி சேனலுக்கும் இடையில், குடியரசுக் கட்சி வேட்பாளருக்கும் ஜனநாயகக் கட்சி வேட்பாளருக்கும் இடையில், சோஷலிசத்திற்கும் முதலாளித் துவத்திற்கும் இடையில் நமக்கு இரண்டில் ஒன்றைத் தேர்ந்தெடுக்கும் தேர்வு (விருப்பத் தேர்வு) இருப்பதாக உணர்ந்தால் – இவை எல்லாமே ஓர் இருமையை – இது/அது – 0/1 – தர்க்கம் – அடிப்படையாகக் கொண்டு ஆளும்போது இதற்குமேல் நமக்கு வேறு என்ன வேண்டும்?

ப பூத்ரியார், நியூயார்க்கின் உலக வணிக மையத்தின் இரட்டைக் கோபுரங்கள் இந்த இருமை எதிர்வு முறையைத் தான் குறியீடாகக் காட்டுகின்றன என்கிறார். இதற்குப் பல பத்தாண்டுகள் முன்பு கட்டப்பட்ட பிற வானளாவிய கோபுரங்கள், தனித்தவை, தங்கள்மீது கவனத்தைக் குவிக்க வேண்டும் என்று தீவிரமாகக் கோருபவை. ஆனால் இந்த இரு கட்டடங்களும், 'ஒன்று போலச் செய்தலின் கிறுகிறுப்பில் ஒழுங்கமைவு மூடப்படுவதைக் குறிக்கின்றன.' (SIM 136-7)

இவ்வாறாக எல்லாமே வேற்றுமைகளைக் குறிப்பது போலத் **தோற்றமளிக்கின்ற** இருமை எதிர்வின் விதித் தொகுதிக்கு – சைபர்னடிக்ஸாக – மாற்றப்படுகின்றன. உண்மையில் அவை, தம்மைத் தாமே ஒழுங்கமைத்துக் கொள்கின்ற இந்த இருமை எதிர்வுமுறையைத்தான் நிரந்தரமாக்குகின்றன. இந்த எதிர்வுமுறை 'ஆம்', 'இல்லை' என்ற இரு முனைக்கிடையே ஊசலாடும் போது, இருக்கும் வேற்றுமைகளை உண்மையில் **குறைக்கிறது** – பெப்சி அல்லது கோக், குடியரசுக் கட்சி அல்லது ஜனநாயகக் கட்சி.

கே எனக்கு இது *ஜுராசிக் பார்க்* திரைப்படம் போலக் காட்சியளிக்கிறது.

ப அது எப்படி?

கே ஏனெனில், மாதிரிகளின் உதவியால் காட்சிப்படுத்தப்படுகின்ற, அசுரத்தனமாக எல்லையற்று படியெடுக்கப்படும் நிழலுருக்களின் உலகத்தை நீங்கள் வெறுமனே பார்க்கின்ற பார்வையாளராக இருக்கப் போகிறீர்களா அல்லது இதை அப்படியே ஒப்புக்கொள்ள மறுக்கும் மனிதராக இருக்கப் போகிறீர்களா என்பதைப் பற்றிய திரைப்படம்தான் *ஜுராசிக் பார்க்*.

ப மிகவும் அற்புதம். ஆனால், *ஜுராஸிக் பார்க்* என்ற அந்தப் படமே ஒரு மாதிரியை வைத்து எல்லையற்றுப் படியெடுக்கப் பட்ட போலியுருக்களைப் பற்றியது தான் என்பதையும் நீங்கள் கவனிக்க வேண்டும். பின்நவீனத்துவச் சமூகத்திற்கெனப் பழக்கப்படுத்தப்பட்ட மக்களைச் சுற்றி, நிழலுருக்கள் மட்டுமே இருப்பதனால் அவர்களுக்கு வேறு தேர்வே இல்லை என்கிறார் பூத்ரியார். எடுத்துக்காட்டாக, காரை ஓட்டுகின்ற 18 வயது ஜோ பிளேயர் என்பவனைப் பாருங்கள். அவன் ஒரு குறுகிய மலைப்பாதையில் செல்கிறான். ஒரு வளைவில் இன்னொரு காரைத் தாண்டிச் செல்கிறான். கார் 220 கிமீ வேகத்தில் செல்கிறது. எதிரில் அவன் மீது பாய வருவது போலத் தோன்றுகின்ற லாரியைத் தவிர்க்க அந்த வேகத்தில் முடியவில்லை. உடனடியாக பிரேக்கைப் போடுகிறான். கார் வழுக்குகிறது. டமால்! இரு வாகனங்களும் வெடித்துத் தீப்பற்றி எரிகின்றன. ஒரு நொடி கழித்து ஜோ பிளேயரின் கார் சற்றும் சேதமின்றித் தோன்றுகிறது. அவனுக்கு முன் செல்லும் இன்னொரு காரைத் தாண்டுவதற்கு வேகமாக மீண்டும் ஓட்டுகிறான். ஜோ பிளேயர், ஒரு

வீடியோ விளையாட்டில் ஈடுபட்டிருக் கிறான். அவனிடம் பணம் தீர்ந்த பிறகு, நிறுத்துமிடத்தில் உள்ள தன் நிஜமான காரைத் தேடிச் செல்கிறான். ஆனால் அதைச் செலுத்த முற்படும்போது அங்குள்ள போக்குவரத்து நிஜம் போலத் தோன்றவில்லை. சாலையில் செல்லும் கார்களும் நிஜம் போலத் தோன்ற வில்லை. அவற்றின்மீது மோதினால், வீடியோ விளையாட்டில் மிஸ் பேக்மன் புள்ளிகளைச் சாப்பிட்டுக் கொண்டு செல்வதுபோல, தானும் அவற்றைச் சாப்பிட்டுவிடலாம் என நினைக்கிறான். ஜோ பிளேயர், நிழலுருக்களின் மீதேறி சவாரி செய்கிறான் (Surfing என்னும் ஆங்கில வார்த்தை சிலேடையாகப் பயன்படுத்தப்பட்டுள்ளது. இணையத் தேடலையும் குறிக்கிறது – ப-ர்).

அசலில், **நிழலுரு** அல்லது **போலியுரு** என்பது, பிளேட்டோவின் கருத்துப்படி, *சாராம்ச உலகை அல்லது இலட்சிய வடிவ உலகை நாம் அனுபவத்தில் காண இயலாமல் கவிந்து தடுக்கும் போலிப்படி (நகல்).* எடுத்துக்காட்டாக, ஜெர்மன் ஷெப்பர்டு (அல்சேஷன் நாய்) காக்கர் ஸ்பானியல் (ஒருவித நாய்) அல்லது கால்லி (இன்னொருவித நாய்) போன்றவை பிளேட்டோவின் தத்துவப்படி, நாய்த்தன்மை என்பதன் இலட்சிய சாராம்சத்தன்மை அல்லது உலகளாவிய தன்மையின் அசுத்தமான படிகள் (நகல்கள்) என்பார் பிளேட்டோ.

ஆனால் நிஜமான படி (நகல்) என்ற கருத்தையே பின்நவீனத்துவ நிலை இல்லாமல் செய்துவிட்டது என்கிறார் பூத்ரியார். இது ஒவ்வொரு நிலையாக நிகழ்ந்து வந்திருக்கிறது.

இடைக்கால ஐரோப்பாவில், கிறித்துவ அருட்சகோதரி ஒருத்தியின் அனுபவத்தைக் கற்பனைசெய்து பாருங்கள். அவள் மடோனாவின் திருவுருவம் ஒன்றை வணங்குகிறாள். அந்தத் திருவுருவம், தெய்வீகப் பெண்மையின் நிஜத்தன்மையைப் பிரதிபலிக்கிறது. இந்தத் திருவுருவம் ஒரு நல்ல, உண்மைப் படி (நகல்). ஏனெனில், அது மூலத்திற்கு மிகவும் நெருங்கியதாக உள்ளது. தனது தியானங்களில் அந்த வடிவத்திற்குப் பின்னால் இருக்கும் ஆன்மிக இருப்பை அந்த அருட் சகோதரியால் உணர முடிகிறது. அவள் விக்கிரக வழிபாட்டாளர் – சிலையை வணங்குபவர் – என்று அழைக்கப்படலாம்.

ஆனால் ஒரு விக்கிரக விநாசகர் விஷயங்களை வேறுவித மாகப் பார்க்கிறார். அந்தத் திருவுருவம் (படிமம்) அவருக்கு

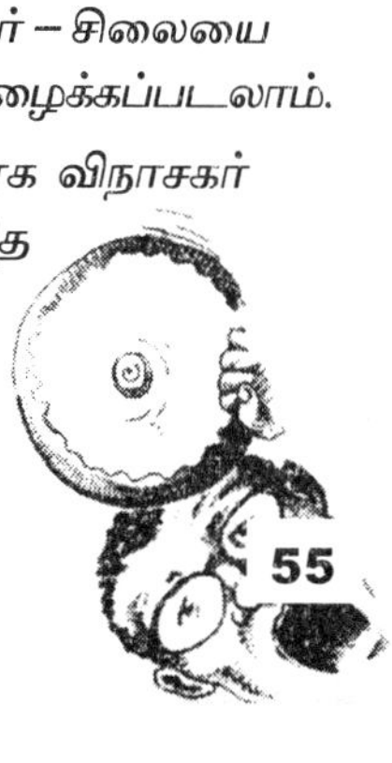

ஆன்மிகத் தன்மையை வெளிப்படுத்துவதாக இல்லை. தெய்வீக நிலையை அது மறைத்துக் கெடுப்பதாகத் தோன்றுகிறது. எனவே இப்படிப்பட்ட விக்கிரகங்கள் தீயவை, போலிப் படிகள் (நகல்கள்) என இவற்றை அழிக்க வேண்டும் என்கிறார்.

அவநம்பிக்கையாளரின் நோக்கு மூன்றாவது. இதெல்லாமே ஒரு கேலிக் கூத்துதான் என்கிறார் அவர். எவ்விதமான தெய்வீக இருப்பும் இல்லை என்பதை மறைக்கின்ற படிமம்தான் கன்னிமரியாள் (மடோன்னா) உருவம். தெய்வீக இருப்பின் இன்மையை அது மறைக்கிறது.

கடைசியாக, நான்காவது பார்வை ஒன்றும் இருக்கிறது. பின்நவீனத்துவக் காலத்தில், திருவுருவங்கள் (படிமங்கள்), பிம்பங்கள், படிகள் – அதாவது போலி செய்தல்கள் அல்லது நிழலுருவாக்கம் – எவ்வித யதார்த்தத்துக்கும் எவ்விதத் தொடர்பும் அற்றவையாக இருக்கின்றன. உண்மையில், **போலிசெய்தல் [நிழலுருவாக்கம்], போலியுரு [நிழலுரு], போலிப்படி [நகல்], இதுவே நிஜமாகிவிடுகிறது!**

கே பல லட்சம் போலியுருக்கள் இருப்பது மடோனாவினுடையவை (புனிதமேரியின் மற்றொரு பெயர்) அல்ல, மடோனா என்ற நபருடையவை என்றும் அவை அந்த நபரைவிட அதிகம் நிஜமானவை என்றும் சொல்ல வருகிறீர்களா?

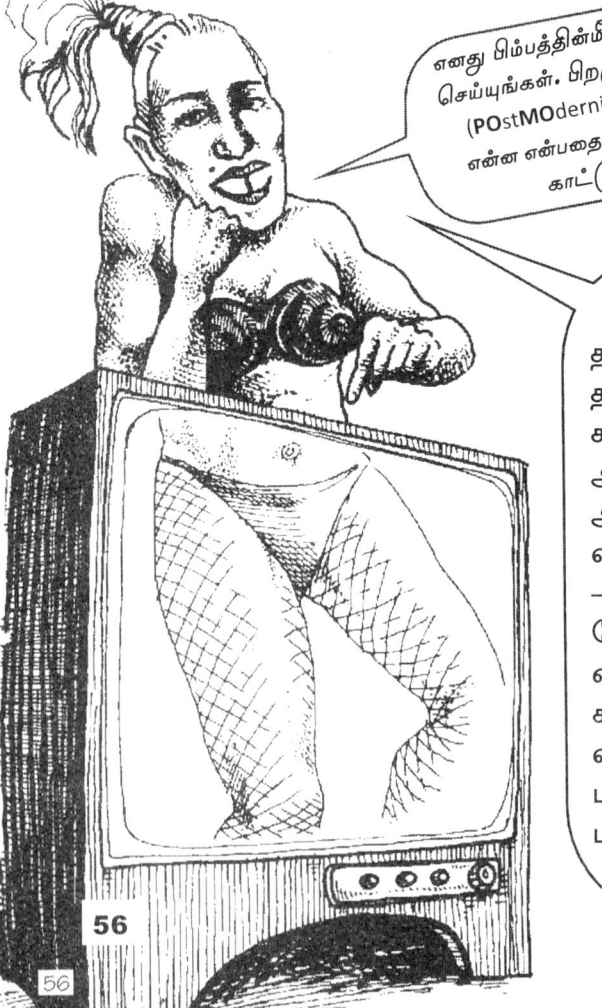

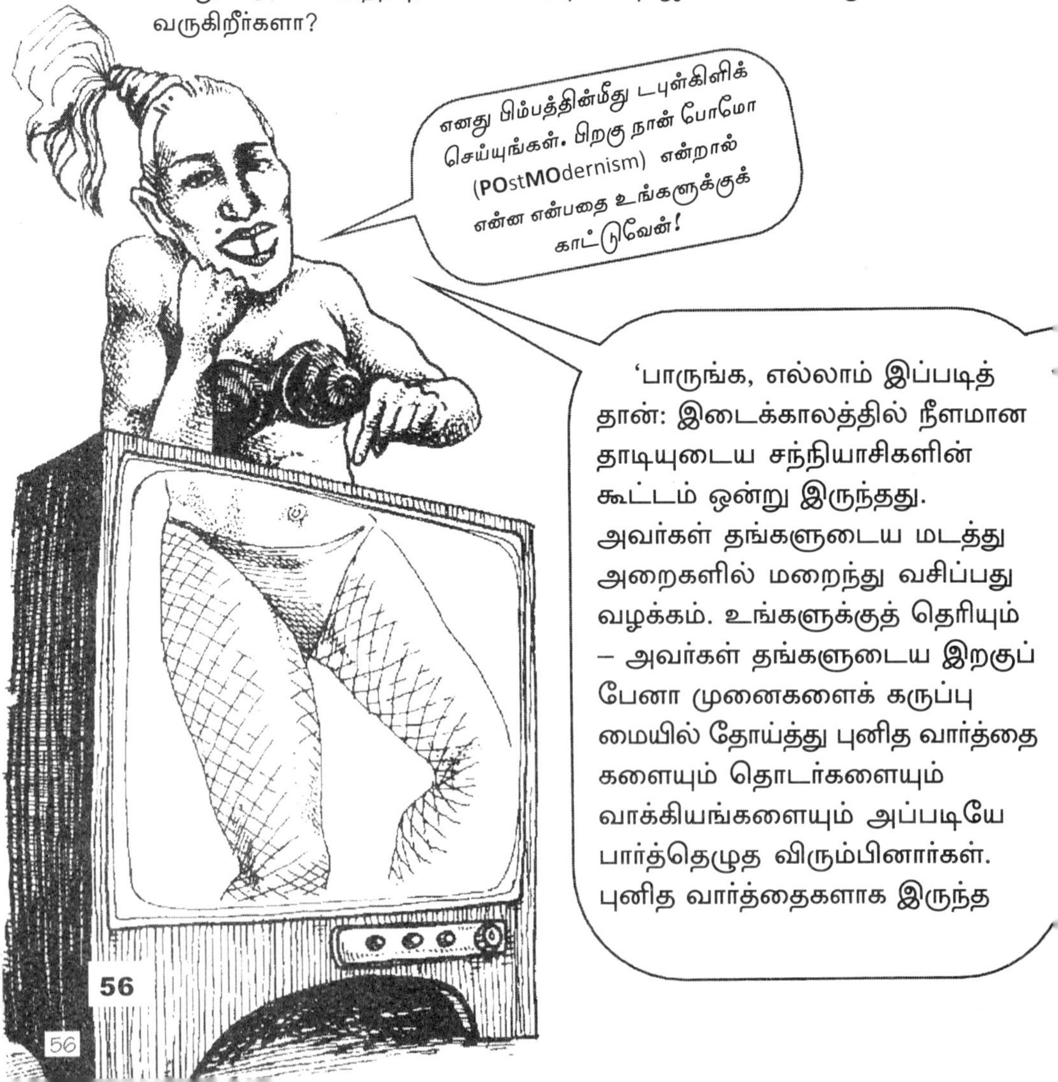

எனது பிம்பத்தின்மீது டபுள்கிளிக் செய்யுங்கள். பிறகு நான் போமோ (POstMOdernism) என்றால் என்ன என்பதை உங்களுக்குக் காட்டுவேன்!
'பாருங்க, எல்லாம் இப்படித் தான்: இடைக்காலத்தில் நீளமான தாடியுடைய சந்நியாசிகளின் கூட்டம் ஒன்று இருந்தது. அவர்கள் தங்களுடைய மடத்து அறைகளில் மறைந்து வசிப்பது வழக்கம். உங்களுக்குத் தெரியும் – அவர்கள் தங்களுடைய இறகுப் பேனா முனைகளைக் கருப்பு மையில் தோய்த்து புனித வார்த்தை களையும் தொடர்களையும் வாக்கியங்களையும் அப்படியே பார்த்தெழுத விரும்பினார்கள். புனித வார்த்தைகளாக இருந்த

56

அவை, அவர்களுடைய பிரார்த்தனைகளுக்கு ஒளியூட்டியதும் மறை பொருளான வார்த்தையுடன் அவர்கள் கொண்ட ஆழமான **உறவை** வெளிப்படுத்தியதுமான ஒன்றின் புற வெளிப்பாடுகளைப் போல இருந்தன. ஆனால் இயல்பாகவே, அதாவது, இந்தப் பிரார்த்தனைகள் எல்லாவற்றையும் ஓர் ஒற்றை பிம்பம் தன் ஆதிக்கத்தில் வைத்திருந்தது – அதாவது புனிதத்தன்மை போல, கன்னித்தன்மை போல, மடோனாவைப் போல.

ஆனால் இன்றைக்கு ஆதிக்கம் செய்வது மடோனா (புனிதமேரி) அல்ல; மாறாக அதாவது, மடோனாவைப் (புனிதமேரியைப்) போல இருக்கும் **நான்தான்!** இன்று என்னைப் போலிருக்கும் அந்தப் பிம்பம் என்றென்றும் அலையாடிக் கொண்டு, என்னைப் போன்றே இருக்கும் லட்சக் கணக்கானவர்களையும் என்னுடையதைப் போன்றே இருக்கும் லட்சக்கணக்கான தொப்புள்களையும் எல்லையற்று மறு உற்பத்தி செய்துகொண்டிருக்கிறது. நான் கன்னியா அல்லது வேசியா என்பதைத் தீர்மானிக்க முயல்வதுபோல, அவை பார்வையாளர்களின் முன்னால் முன்னும் பின்னுமாக, இருமை எதிர்வு மூளைகளைக் கொண்ட, பீவிஸ், பட்ஹெட் போன்ற கார்ட்டூன் பாத்திரங்களை எம்டீவி ரசிகர்களுக்கு முன்னால் சாரிசாரியாக நகரும் காமப் பிம்பங்களைப் போல நகர்கின்றன. அவர்களுக்கு என்னுடையதைப் போன்ற பிம்பம், என்னுடைய தொப்புளின் பிம்பம், ஒன்று *நன்றாக இருக்கிறது* அல்லது *சகிக்க முடியவில்லை* என்பதைப் போலத் தோன்றும். என்னுடைய தொப்புளின் பிம்பம்தான், நிஜமாக ஆகியிருக்கிறது – என்னுடைய தொப்புள் அல்ல.’

ப தமது தொப்புள் எடுத்துக்காட்டால் அல்ல, பூத்ரியார் தமது கருத்தைப் போர்ஹெஸின் கதை ஒன்றினால் வற்புறுத்துகிறார். அதில் ஒரு பேரரசின் நில வரைபடக்காரர்கள் மிக விரிவாகவும் துல்லியமாகவும் வரைந்துகொண்டே செல்ல, அது நாட்டின் பரப்பையே முழுவதுமாக மறைத்துவிடுகிறது. நாட்டையே முற்றிலுமாக மூடிவிட்டதால் அதுவே நிஜமாகக் கொள்ளப்படுகிறது. பின்நவீனத்துவச் சமூகத்தின் சிறப்பியல்புகளில் ஒன்று என்ன என்றால், நாம் எல்லாம் நிழலுருக்களை மேய்வதில் அந்த நில வரைபடக்காரர்களைப் போலவே தன்வயமிழக்கிறோம் என்கிறார் பூத்ரியார்.

உலகில் ஹாலிவுட், பாப் கலை, தொலைக்காட்சி, ஊடக வகைகளின் யூகிக்க முடியாத பெருக்கம், ஊடக வரையின் கண்கூசும் காட்சிப்படுத்தல் போன்றவை – குறிகளும் பிம்பங்களும் 'நிஜமான' உலகத்தோடு எவ்விதத் தொடர்பையும் கொண்டிருப்பதில்லை – தமக்கான **மீயதார்த்தத்தைத்** *(ஹைபர்-ரியாலிட்டி)* தாமே உருவாக்கிக் கொள்கின்றன. மீயதார்த்தம் என்பது சித்திரிப்பின் ஒருவகை. அது நிஜமற்றது அல்ல, ஆனால் நிஜத்தை **இடம்பெயர்த்துவிட்டது**. ஆனால் அது **நிஜத்தைவிடப் பெரியது, நிஜத்தைவிட மிகவும் நிஜமானது.**

பூத்ரியாருக்கு என்சேண்டட் வில்லேஜ், மேஜிக் மவுண்டன், மரைன் வேர்ல்ட், குறிப்பாக டிஸ்னி லேண்ட் போன்ற பொழுதுபோக்குப் பூங்காக்கள் **மீயதார்த்தம்** என்பதற்கான மிகவும் சரியான எடுத்துக்காட்டுகள் – குறிப்பாக டிஸ்னிலேண்டில் இருக்கும் அதன் பைரேட்ஸ் (கொள்ளைக்காரர்கள்), அதன் ஃபிராண்டியர் (முற்பகுதி), அதன் ஃபியூப்சர் வேல்ட் (எதிர்கால உலகம்), அதன் டாம்சாயர்ஸ் ஐலண்ட் (தீவு) போன்றவை. அமெரிக்காவின் லாஸ் ஏஞ்சலிஸின் **மிச்சப் பகுதிகள்** நிஜமானவை என்று நம்மை நம்ப வைப்பதற்காக, இந்த மீயதார்த்த உலகுகள் நமக்குக் **கற்பனை உலகங்களாக** முன்வைக்கப் படுகின்றன. ஆனால் அவை நிஜமல்ல. அவையும் மீயதார்த்தங்கள்தாம் – தூய நிழலுருக்கள்தாம்.

லாஸ் ஏஞ்சலிஸைச் சுற்றி இம்மாதிரிக் கற்பனை நிலையங்கள் உள்ளன. அவை நிஜத்தை, யதார்த்த ஆற்றலை அந்த நகரத்துக்குத் தருகின்றன. அந்த நகரத்தின் மர்மம் என்னவென்றால், அது ஒரு எல்லை யற்ற, யதார்த்தமற்ற சுற்றின் வலைப்பின்னல் மட்டுமே. கட்டுக்கடங்காத பரப்புள்ள நகரம் – ஆனால், அதற்கான வெளியோ பரிமாணங்களோ அற்றது. மின்சார, அணு நிலையங்களைப் போல, ஒரு திரைப்பட ஸ்டூடியோ போல, இந்த நகரம், அளக்க இயலாத ஒரு திரைக்கதையைவிட, என்றென்றைக்குமாகச் சுழலுகின்ற எந்திரத்தைவிட அதிகமாக ஒன்றுமில்லை. இந்தக் குழந்தைப் பருவத்துச் சமிக்ஞைகளாலும் போலிசெய்த மாயா உருவங்களாலும் ஆன பழைய கற்பனை சார்ந்த முகப்பூச்சு அதன் பரிவு நரம்பு மண்டலத்திற்குத் தேவைப்படுகிறது. (SIM 26)

பூத்ரியார், நிஜத்தின் மரணம் (டெத் ஆஃப் ரியல்) என்று சொல்வது, நிஜத்தை மறுஉயிர்ப்புச் செய்கின்ற பழைய ஞாபகங்களாலான முயற்சிகளை எழுப்புகிறது. இப்படிப் பட்ட முயற்சிகளில் ஒன்று வாட்டர் கேட். ஏனென்றால், நிக்சனின் நிர்வாகம் செய்த மானக்கேடான சட்டத்திற்குப் புறம்பான தன்மை களை பொதுவெளிக்குக் கொண்டு வருவதன் உள்ளர்த்தம், ஜனநாயகத் துக்கு இழைக்கப்பட்ட இந்த அவமரியாதைகள் ஒரு இயல்பு நிலை என்பதிலிருந்து மாறிய ஒரு பிறழ்ச்சி தான் என்பதைப் பொய்யாகக் காட்டுவதுதான். மேலும் அரசாங்க ஒழுங்கமைவு என்பது பொதுவாக சட்டத்தையும் நீதிநெறியையும் மதிக்கிறது என்பதையும் அது பொய்யாகக் காட்டுகிறது.

ஆதிநிலை பற்றிய தொன்மங்கள் பல்கிப்பெருகத் தூண்டுவதாகவும் **நிஜத்தின் மரணம்** என்பது உள்ளது. 1971இல், பிலிப்பைன்ஸ் அரசாங்கம், தாசடே இந்தியர்கள் என்னும் ஒரு புதிய பழங்குடியினரை, அவர்களுடைய முந்தைய காட்டு வசிப்பிடத்திற்கே மீண்டும் குடியமர்த்தியது. அரசாங்க இனவரைவியலாளர்கள், இங்கே அந்தப் பழங்குடியினர் நாகரிகத்தின் நசிவுக் குறுக்கீடின்றி வாழமுடியும் என்றார்கள். ஆனால், தாசடே இந்தியர்களை நவீன நாகரிகத்திலிருந்து அப்புறப்படுத்தும் போது, தொலைக்காட்சிகள், கார் களுக்கு இடையில் வாழ விரும்பும் நிஜ தாசடே இந்தியர்களை இனவரை வியல் புறக்கணித்துவிட்டது என்றும், அசலான நாகரிகத்துக்கு முந்தைய 'ஆதி' பழங்குடி இனத்தவர் எவ்வாறு **இனவரைவியலுக்கு** முன்பு தோற்ற மளிக்க வேண்டும் என்ற ஒரு **மாதிரியை**, நிழலுருவைக் கட்டமைக்கவே அவர்கள் விரும்பி னார்கள் என்றும் பூத்ரியார் கூறுகிறார்.

> நான் ஒரு .... அல்ல

கே வேறு வார்த்தைகளில் சொன்னால், எப்படி ஒரு பழங்குடியினம் காட்சி அளிக்கவேண்டும் என்ற சித்திரிப்பு. இது இனவரைவியலினால் மட்டுமே உருவாக்கப்பட்ட ஒன்றா?

ப ஆம். அசலானதை, நிஜத்தை உயிர்ப்பிக்க வேண்டும் என்ற இம்மாதிரி முயற்சி தெற்கு ஃபிரான்சில், லாஸ்கோ குகைகளிலும் நடைபெற்றது. இங்குதான் கடைசி பனிக்கால யுகத்தின் நூற்றாண்டு முடிவடையும் போது, கம்பீரமான புல் மேயும் விலங்குகள் அலையலையாக பனிக் காலத்திற்குப் பிந்தைய வளமான நிலப்பரப்புக்குப் பாய்ந்து சென்றன. சில சமயங்களில், இம்மாதிரி மந்தை களைத் தங்கள் உணவுக்கென நம்பி யிருந்த வேட்டையாடும் இனத்தவர்கள் வேட்டையாடினர். மேலும் இங்குதான் பூமிக்கடியிலுள்ள குகைகளில் பழங்குடிக் கலைஞர்கள் காட்டெருமை, மாமத் என்ற மறைந்து விட்ட பெருவிலங்கு, காண்டா மிருகங்கள் போன்றவற்றின் கம்பீரமான வடிவங்களை வரைந்திருந்தார்கள்.

ஆனாலும் இன்று அந்த நிஜமான குகைகளிலிருந்து 500 மீட்டர் தூரத்தில், அந்தக் குகைகள் போன்றே மிகத் துல்லியமாகச் செயற்கையாக உருவாக்கப்பட்ட குகைகள் உள்ளன. இவை அசலான குகைகளைக் காப்பாற்ற உருவாக்கப்பட்டவை. இந்தக் குகைகள் நிஜமான குகைகளை விட இன்னும் நிஜமானதாக ஆகி விட்டது. இதேபோல, நவீன அறிவியல், இரண்டாம் ராம்சேஸ் என்ற அரசனின் மம்மியைப் (உடலைப்) பாதுகாக்க முயற்சி செய்துவருகிறது.

ஆக, **நிஜத்தின் இறப்புக்குப்** பின்னர், **மீயதார்த்தம்,** டிஸ்னிலேண்ட், தாசடே, வாட்டர்கேட், லாஸ்கோ போலிகள் ஆகியவற்றைத் தன் உடைமைகளாக ஆக்கிக்கொண்டு விட்டது – நிஜத்தைவிட இன்னும் நிஜமாக (அதாவது அவை யதார்த்தத்தைவிட மெய்யான மீயதார்த்தங்களை).

மேலும் **மீயதார்த்தம்** நடப்பில் இருக்கும்போது, நிஜ உலகில் இருப்பவையும் அந்த உலகுக்கு உயிர்ப்பூட்டுபவையுமான அரசியல் ரீதியான, ஆபத்தான, எதிரெதிர் முகாம்களிலுள்ள பகைமை உணர்வுகள் ஒன்றுக்குள் ஒன்று விழுந்து நொறுங்கி **உள்வெடிப்புக்கு** உள்ளாகின்றன – குறிப்பாக அரசியல் களத்தில்!

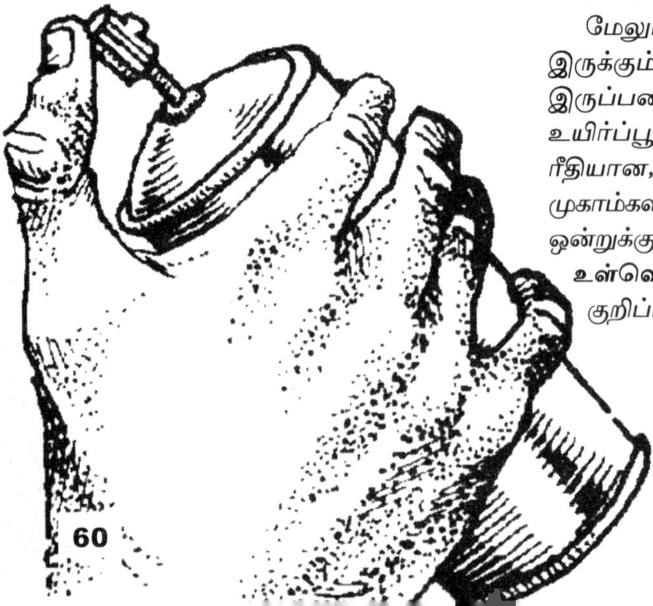

மனிதர்களின் கேள்விகள்

பொறுப்புடைமை

துணுக்குகளும் துண்டுகளும்

கே எனக்கு ஓர் எடுத்துக்காட்டு சொல்ல முடியுமா?

ப எங்கேயாவது ஒரு குண்டு வெடிக்கிறது என்று வைத்துக்கொள்வோம். வில்னியஸ், பாரிஸ், அடிஸ் அபாபா எங்காயினும். டமால்!! ஒரு கலை அருங்காட்சியகத்தின்மீது, ஓர் அரசாங்கக் கட்டடத்தின் மீது அல்லது ஒருவேளை ஒரு விமான நிலையத்தின்மீது – பொங்கும் புகை. வெடியின் பரவும் சப்த அலைகள் மரண ஓலங்களைத் திணற அடிக்கின்றன. சாய்ந்துகிடக்கும் நிர்வாண உடல்கள், அமைதியான இத்தாலிய நிலவரைகள் அல்லது அரசாங்க ஆவணங்கள் அல்லது ஒருவேளை விமான டிக்கெட்டுகள் போன்றவற்றுடைய துணுக்குகளின் பறத்தலுக்கேற்ப மனித மாமிசத்தின் துண்டுகள் பறக்கின்றன – செங்கல் மற்றும் மார்பிள் புழுதியினூடே, உடைந்த பிளாஸ்டிக், ஓரளவு இரத்தச் சிவப்புடைய கண்விழிகளின் துண்டுகள், அவற்றைத் தொடரும் கிழிந்த செய்தித்தாள்கள், எஸ்பிரஸோவின் அணுவுருவான ஆவி, எல்விஸ் சீடி ஒன்றின் உடைசல்கள்; அவை வலிப்புநோயின் துடிப்பு போல உருவம் கொள்கின்றன. அபத்தமான, குருட்டு வட்டங்களில் பிறழ்ந்த சுற்று வழிகளில் சுழல்கின்றன. அருவருப்பான வடிவங்களில் – கலைடாஸ்கோப் வடிவங்கள் போல மேலே எழுகின்றன.

கே யார் இதைச் செய்தது?

ப *இதே கேள்வியைத்தான் பூத்ரியாரும் கேட்கிறார். இடதுசாரி தீவிரவாதிகளா? வலதுசாரி இனவெறியர்களா? இந்த இரு உச்ச அளவுகளிலும் நம்பிக்கை இல்லாத மையவாதிகளா? பொதுமக்களுக்குப் பாதுகாப்பை வலியுறுத்தும் ஊழல்மிக்க காவல்துறையா? இதற்கான* ***விடை(கள்) எதுவுமே உண்மைகளுடன் சம்பந்தப்பட்டிருக்க வேண்டியதில்லை*** *என்கிறார் பூத்ரியார். ஊடகங்களின் எதிர்வினைகளும் விளக்கங்களும் ஏற்கனவே கணினி நிரல்களாக்கப்பட்டுள்ளன; அவை அனைத்தும் நிலைப்படுத்தப் பட்ட விதிகளின் தொகுதிகள் அல்லது மாதிரிகளுக்கு ஏற்ப அபத்தமான, வக்கிரமான, அருவருப்பான சுழற்சிகளில் அந்த தவறும் உண்மையைச் சுற்றி வருகின்றன.*

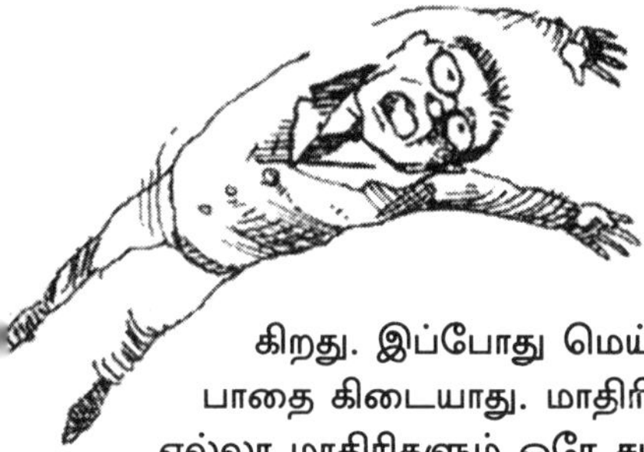

மாதிரியின் முன்வடிவமாக நிழலுருச் செய்தல் அமைந்திருக்கிறது. வெறும் மெய்ம்மையைச் சுற்றியுள்ள எல்லா மாதிரிகளும் நிழலுருச் செய்கின்றன. மாதிரிகள் முன்னால் வருகின்றன, பிறகு அவற்றின் சுற்றுவட்டங்களின் சுழற்சி (முன் எடுத்துக்காட்டில் குண்டுவெடிப்பு போல) நிகழ்ச்சி களின் உண்மையான காந்தக் களத்தை அமைக் கிறது. இப்போது மெய்ம்மைகளுக்குத் தங்களுக்கெனச் சொந்தப் போக்குப் பாதை கிடையாது. மாதிரிகளின் வெட்டுக்குறுக்கில் அவை எழுகின்றன. எல்லா மாதிரிகளும் ஒரே சமயத்தில் ஒரே ஒரு மெய்ம்மையை உண்டு பண்ணலாம். இந்த எதிர்பார்ப்பு, இந்த முன்வருகை, இந்தக் குறைச்சுற்று (இனி அர்த்த விரிவுகள் கிடையாது, இயங்கியல் துருவத்தன்மை கிடையாது, எதிர்மறை மின்சாரமோ, துருவங்களின் உள்வெடிப்போ கிடையாது) போன்றவை தான் ஒவ்வொருமுறையும் சாத்தியமான விளக்கங்களுக்கு இடமளிக்கிறது. அவ்விளக்கங்கள் எல்லாமும் உண்மைதான் – அதிக முரண்பாடு உடையவை கூட. அவற்றின் உண்மைகள் பரிமாற்றம் செய்துகொள்ள முடிகிறவை என்ற விதத்தில், அவற்றைப் பிறப்பிக்கும் மாதிரிகளின் பிம்பத்தில், பொதுமைப் படுத்தப்பட்ட ஒரு சுழற்சியில் மிகவும் எதிர்மறையான ஒன்றாக இருந்தாலும் எல்லாமே உண்மைதான். (SIM 32)

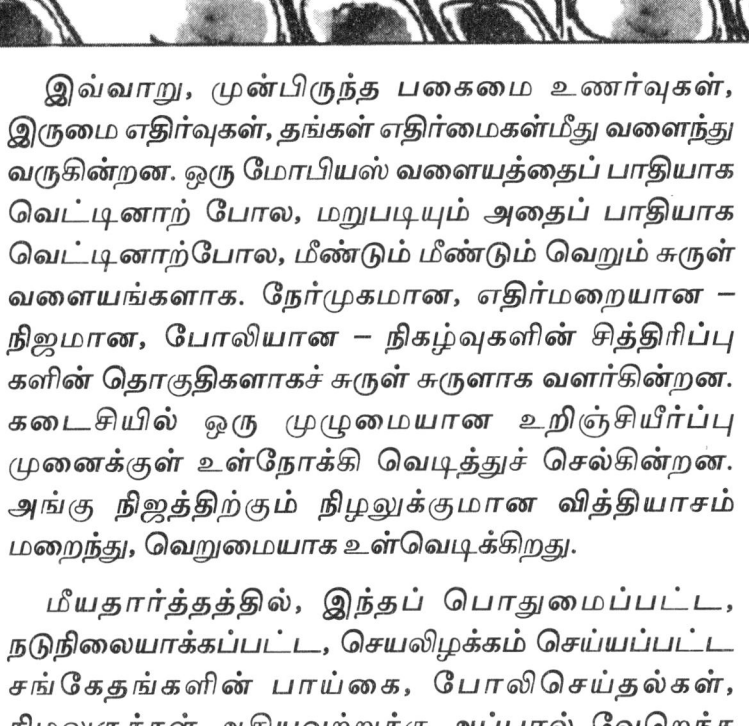

இவ்வாறு, முன்பிருந்த பகைமை உணர்வுகள், இருமை எதிர்வுகள், தங்கள் எதிர்மைகள்மீது வளைந்து வருகின்றன. ஒரு மோபியஸ் வளையத்தைப் பாதியாக வெட்டினாற் போல, மறுபடியும் அதைப் பாதியாக வெட்டினாற்போல, மீண்டும் மீண்டும் வெறும் சுருள் வளையங்களாக. நேர்முகமான, எதிர்மறையான – நிஜமான, போலியான – நிகழ்வுகளின் சித்திரிப்பு களின் தொகுதிகளாகச் சுருள் சுருளாக வளர்கின்றன. கடைசியில் ஒரு முழுமையான உறிஞ்சியீர்ப்பு முனைக்குள் உள்நோக்கி வெடித்துச் செல்கின்றன. அங்கு நிஜத்திற்கும் நிழலுக்குமான வித்தியாசம் மறைந்து, வெறுமையாக உள்வெடிக்கிறது.

மீயதார்த்தத்தில், இந்தப் பொதுமைப்பட்ட, நடுநிலையாக்கப்பட்ட, செயலிழக்கம் செய்யப்பட்ட சங்கேதங்களின் பாய்கை, போலிசெய்தல்கள், நிழலுருக்கள் ஆகியவற்றுக்கு அப்பால் வேறெந்த யதார்த்தமும் கிடையாது. மீயதார்த்தத்தில் மாதிரி, விதி/சங்கேதம் முதலில் வருகிறது. ஆனால் அது கண்ணுக்குப் புலப்படாதது. நாம் அவற்றின் நிழலுருக் களைத்தான் காண முடியும் – ஒரே மாதிரி தோற்ற முள்ள பேரங்காடிகள், அவற்றில் நிரப்பப்பட்ட ஒரே மாதிரி தொலைக்காட்சிப் படிமங்கள், மருந்துகள், உதட்டுச் சாயம், கச்சைகள், ஆணுறைகள், உணவுகள், மரச்சாமான்கள், மடோனாவின் தொப்புளின் பிம்பங்கள்.

காார்ட்டூன் தொடரில் வருவதைப் போல பீவிஸ௺ம் பட்ஹெட்டும் தொலைக்காட்சியைப் பார்த்துக் கொண்டிருக்கும்போது போலீஸ்காரர்கள் கதவை உடைத்துக் கொண்டு உள்ளே வந்து அவர்களை வளைக்கிறார்கள் –நேரலை! ஆனால் அவர்கள் தொலைக்காட்சியில் மிகவும் ஆழ்ந்து போயிருக்கிறார்கள் – தாங்கள்தான் வளைக்கப்படுபவர்கள் என்பதை அறிந்து கொள்ள இயலாமல். இவை யாவுமே நேரலை யாக நடைபெறுகின்றன – காவலர்களும் தொலைக்காட்சிக் காமராவும் அவர்களைச் சுற்றி வளைத்திருக்கின்றன. **வாழ்க்கை தொலைக் காட்சியாக மாறிவிட்டது. தொலைக்காட்சி, வாழ்க்கையாக. தொலைக்காட்சி நம்மைப் பார்க்கிறது. தொலைக்காட்சி நம்மைக் கண்காணிப்பதை அறியாமல் நாம் அதைப் பார்க்கிறோம்.** அது நம்மை டிஎன்ஏவின் சுற்றுகள்போல, நம்மைச் சுற்றிவந்து, நிஜங்கள் மீயதார்த்தங்களாக மாறுவதன் மீது கட்டுப்பாடு செலுத்திக்கொண்டே, நம்மை நோக்குகிறது. தொலைக்காட்சியும் வாழ்க்கையும் – மீயதார்த்தமும் நிஜமும் – சுருங்குகின்றன, நொறுங்குகின்றன, ஒன்றினுள் ஒன்று புகுந்து சிறிதாகின்றன, உள்வெடித்து நிழலுருக்களாகின்றன.

மீயதார்த்தத்தில் எதிர்மைகளும் *(போலார்)* துருவ இருமைகளும் *(போலார் டைகோடோமீஸ்)* கரைகின்றன. அச்சம் காரணமாக பொதுமைப்படுத்தப்பட்ட ஒரு தடை உருவாக்கப்படுகிறது. அணு ஆயுதப்போர் ஒருபோதும் நடக்காது. அணு ஆயுதப் போட்டி, அண்ட வெளிப் போட்டி ஆகியவை தொடர்பாக மீயதார்த்த ஊடகங்கள் உண்டாக்கும் அதிர்ச்சியூட்டும் காட்சிப்படுத்தல், மீச்சக்திகளின் – சூப்பர் பவர்களின் – எதிர்மைகளைச் சமாதான சகவாழ்வு நோக்கி உட்கரைத்துவிட்டது.

மேலும் கோளங்களின் சுற்றுவட்டத்தில், எல்லா எதிர்மைகளுக்கும் அப்பால் தன்னிச்சையாக மிதந்து கொண்டிருக்கிறது, அண்டவெளிப் போட்டியின் இறுதி விளைபொருளான குளிர்ச்சியான, நிலவைப் பற்றிய, மீநிழலுரு: நிலவில் இறங்கும் விண்கலப் பகுதி.

மௌனப் பெரும்பான்மையினரின் நிழலில் (இன் த ஷேடோ ஆஃப் சைலண்ட் மெஜாரிடீஸ்)

கே சமூகத்தின்மீது இதன் பிற விளைவுகள் என்ன?

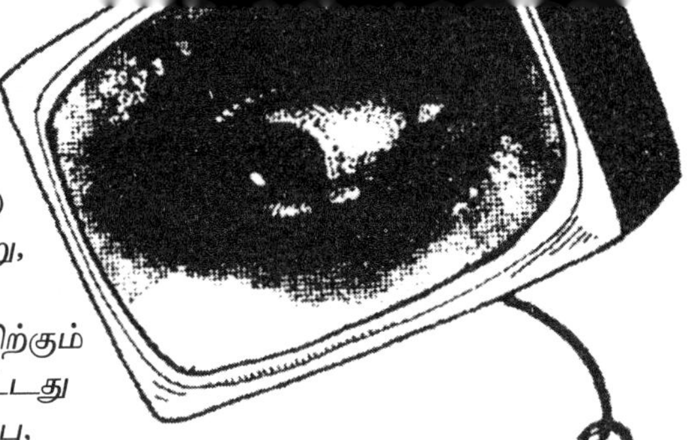

ப தமது இன்னொரு நூலான **மௌனப் பெரும்பான்மையினரின் நிழலில்** (SSM-*1978*) என்பதில், முன்பு சமூகம் என இருந்த ஒன்று, இப்போது காட்சிப்படுத்தல்களில் ஆழ்ந்து போய், உள்வெடிப்புக்கு உள்ளாகி யாவற்றிற்கும் ஒத்துப்போகின்ற ஓர் அமைப்பாக மாறிவிட்டது என்று பூத்ரியார் கருதுகிறார். இந்த அமைப்பு, அரசியல் செயல்பாட்டில் ஈடுபடுவதைவிட, தொலைக்காட்சி பார்த்துக் கொண்டிருப்பது மேலானது என்று கருதும். கணினி வலைப்பின்னல்கள், மின்னணு ஊடகங்கள் ஆகியவற்றினால் மட்டுமே இது மனக்கிளர்ச்சி பெறுகிறது. இவற்றால் நிர்வகிக்கப்பட்டு, சோதிக்கப்பட்டு, மாடல்களால் உயர்வு நவிற்சியாக்கப்பட்டு அது செயலற்றதாகவும் சலிப்புக்கொண்டதாகவும் மாறிவிட்டது. அதே சமயம், இச்சமூகம், மிகுதித் தன்மையை வேண்டுவதாகவும், செயலற்றதாகவும், தடைகொண்டதாகவும், இன்னும் மேலதிகமாக நிலவுக்கு விண்கலங்களை அனுப்பக் கோருவதாகவும், ராக் நிகழ்ச்சிகளை, வெகுஜனப் பொழுதுபோக்குகளை வேண்டுவதாகவும் இருக்கிறது. அதேசமயம், சந்தேகப்படுவதாகவும், அவநம்பிக்கை கொண்டதாகவும், பரிவற்றதாகவும், இருக்கிறது – ஏனெனில், இந்த ஒழுங்கமைவை மாற்றும் எந்த முயற்சியையும் இந்த ஒழுங்கமைவு தானே தனது நன்மைக்காகத் தனக்குள் இணைத்துக்கொள்ளும் என்பதை அது அறிந்து வைத்திருக்கிறது.

இவையாவும் சமூகச் சார்பானவற்றின் மரணத்தை அறிவிக்கின்றன.

பாலுறவுக்கு ஈர்த்தல் பற்றி (ஆன் செடக்ஷன்)

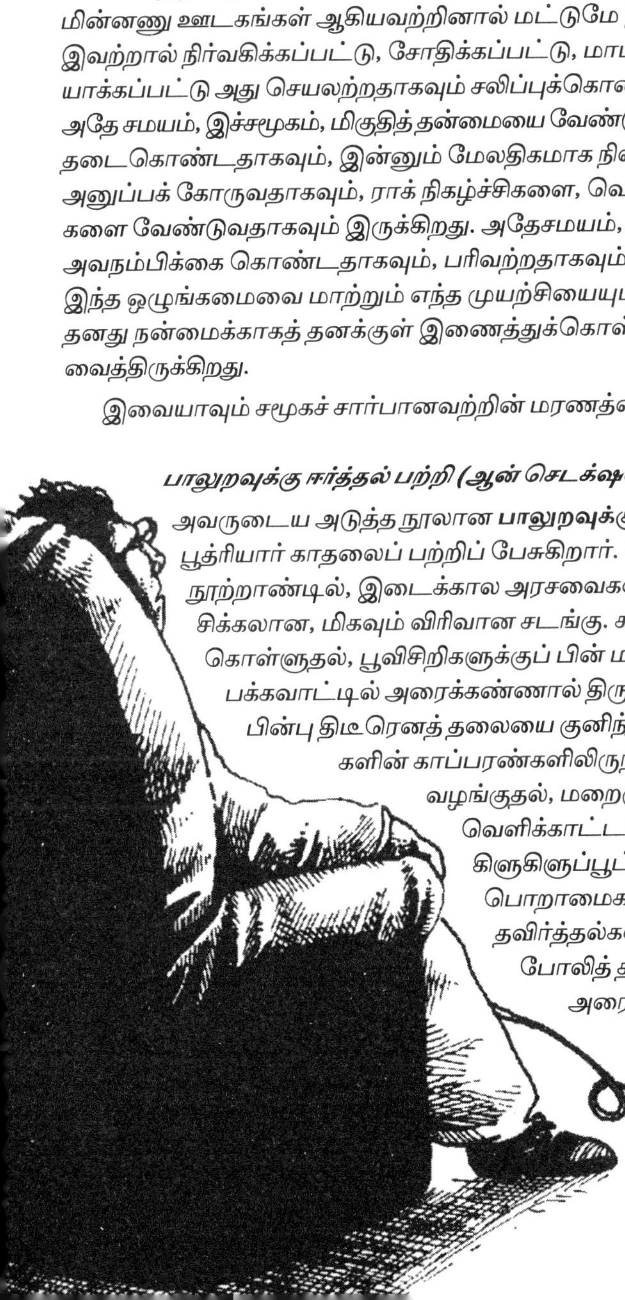

அவருடைய அடுத்த நூலான **பாலுறவுக்கு ஈர்த்தல் பற்றி** என்பதில், பூத்ரியார் காதலைப் பற்றிப் பேசுகிறார். தெற்கு ஃபிரான்சில் 11ஆம் நூற்றாண்டில், இடைக்கால அரசவைகளில், அரசவைக் காதல் என்பது சிக்கலான, மிகவும் விரிவான சடங்கு. காதல் கவிதைகளைப் பரிமாறிக் கொள்ளுதல், பூவிசிறிகளுக்குப் பின் மறைந்து வெட்கப்படுதல், பக்கவாட்டில் அரைக்கண்ணால் திருட்டுத்தனமாகப் பார்த்த பின்பு திடீரெனத் தலையை குனிந்துகொள்ளுதல், கோட்டைகளின் காப்பரண்களிலிருந்து பறக்கும் முத்தங்களை வழங்குதல், மறைகுறிப்புகள், அரைகுறை வெளிக்காட்டல்கள், இரட்டுற மொழிதல்கள், கிளுகிளுப்பூட்டுதல்கள், குசுகுசுப்புகள், பொறாமைகள், காதலரைப் பார்க்காமல் தவிர்த்தல்கள், போலியான மறுப்புகள், போலித் தனங்கள், மயக்கங்கள், அரைகுறைப் பணிதல்கள்....

அரசவைக் காதல் எனும் விளையாட்டில் நிகழும் இப்படிப்பட்ட நகர்வுகள், உயர்வர்க்கம் சார்ந்தவை, செயற்கை யானவை, குறியீட்டுத் தன்மை கொண்டவை. இந்த விளையாட்டை விளையாடுவதிலேயே மகிழ்ச்சிகொள்பவை. இந்த விளையாட்டு மெய்யான உடலுறவை எல்லையற்ற ஒத்திப் போடல்களால் தவிர்ப்பது. பாலுறவுக்கு ஈர்த்தல் என்னும் கலையை – ஏமாற்றும் தந்திரத்தை – நீட்டிப்பது. பூத்ரியாருக்கு, பாலுறவுக்கு ஈர்த்தல் என்பது பெண் தன்மை கொண்டது.

ஆனால், உடலுறவு என்பது ஆண்தன்மை கொண்ட பாணி என் கிறார் பூத்ரியார். அது லிங்கத்தை (விரை குறியை) மையமாக உடையது, இயற்கை யானது, செயற்கைத் தனமற்றது.

ஃப்ராய்டு சொன்னது சரிதான்: ஒரே ஒரு பாலியல் தன்மை (பாலீர்ப்பு), ஒரே ஒரு லிபிடோதான் (பாலுணர்ச்சி உந்துதல் தான்) உண்டு. அது ஆண்தன்மை கொண்டது. பாலியல் தன்மை என்பது வேறுபடுத்தி நோக்கு கின்ற, லிங்கத்தை மையமாகக் கொண்ட, காயடிக்கின்ற, தந்தையின் நாமம், அடக்கி ஒடுக்குதல் கொண்ட இந்தத் தனித்த அமைப்பின் பெயர்.

வேறெதுவுமே இல்லை. தடைசெய்யப்படாத, அடையாளப்படாத, லிங்க மையமற்ற ஒரு பாலியல் தன்மை உண்டு என்று கனவு காண்பது வீண். (SED 16)

பாலுறவுக்கு ஈர்த்தல் என்பது சைகைகள், சமிக்ஞைகள் ஆகிய வற்றின் ஏமாற்றும் தந்திரம். ஆதலினால், குறி யீட்டுப் பிரபஞ்சத்தைத் தன் கட்டுப்பாட்டுக்குள் வைத்திருக்கும் ஒரு வடிவம் அது.

மாறாக, பாலியல் தன்மை (பாலீர்ப்பு), கலாச்சாரத் தன்மை கொண்டதல்ல, இயற்கை யானது. நிஜமான பிரபஞ்சத்தைத் தன் கட்டுப்பாட்டுக்குள் வைத்திருக்கும் ஒரு வடிவம் அது. பெண்கள் (பெண்ணியல்பு) பாலுறவுக்கு ஈர்த்தல் என்பது தந்திரத்தை நம்பியிருக்கிறது – ஒப்பனை, புதுப்பாங்கு (ஃபேஷன்), மெல்லிய ஆடையில் மார்பகத் தையோ தோளையோ அரைகுறையாக வெளிக் காட்டுதல். இப்படிப் பட்ட பாலுறவுக்கு ஈர்த்தலின் வாயிலாகத் தான் ஆண்தன்மை என்பதை கீழறுக்க (நிலைகுலைவாக்க) முடியும்!

இது உணர்ச்சி வேகமான பாலுறவுக்கு ஈர்த்தல். ஆனால் பூத்ரியாரைப் பொறுத்த வரை ஓர் அமைதியான ஈர்த்தலும்கூட இருக்கிறது – அது நிழலுருக்களின் ஈர்ப்பு. திரைப்படங்கள், வானொலி, வெள்ளித் திரை அல்லது வண்ணத் திரையின் பிம்பங்கள்.

இது சுய பாலுறவு ஈர்த்தல். ஆண் பாலியல் தன்மைக்குள் அகப்படாத சமிக்ஞைகள், நிழலுருக்கள், பிம்பங்கள் ஆகியவற்றின் விளையாட்டில் நாமே அமிழ்ந்து நம்மையே ஈர்த்துக்கொள்வது.

அவருடைய அடுத்த நூலிலும், பின்நவீனத்துவக் கலாச்சாரங்களில் (பண்பாடுகளில்) எல்லாம் மேம்பட்ட பின்நவீனத்துவக் கலாச்சாரமாகிய – அமெரிக்காவுக்கு சாலை வழிப் பயணத்தை மேற்கொண்டு பின்நவீனத்துவக் கலாச்சாரம் பற்றிய தமது சிந்தனைகளைத் தொடர்கிறார் பூத்ரியார்.

அமெரிக்கா

பத்தொன்பதாம் நூற்றாண்டின் தொடக்கத்தில் பிரெஞ்சுப் பிரபு அலெக்சிஸ் தெ டோக்வில் புதிய உலகிற்கு ஒரு பயணம் மேற்கொண்டார். அவருடைய மிகச் சிறந்த படைப்புகளில் ஒன்றிற்கு *டெமொக்ரஸி இன் அமெரிக்கா (அமெரிக்காவில் ஜனநாயகம்)* அது கருப்பொருளை அளித்தது. அமெரிக்கா, ஜனநாயகத்தில் வளமாக இருக்கிறது, ஆனால் நாகரிகத்தில் ஏழையாக இருக்கிறது என்று எழுதினார்.

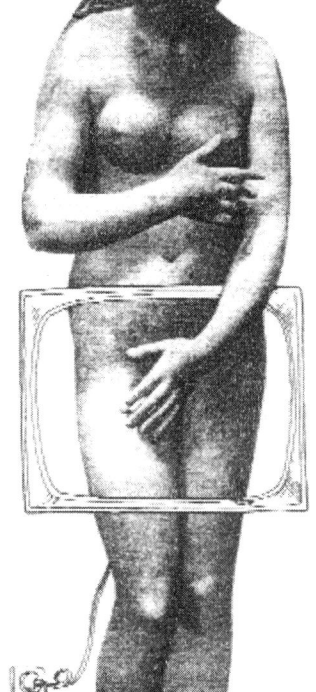

*1970, 1980*களில் பூத்ரியார், தனது **அமெரிக்கா** என்னும் நூலில் தெ டோக்வில்லின் கருத்துகளை ஒரு பின்நவீனத்துவப் போலி செய்தலுக்கு உட்படுத்தி, அவரைப் பின்பற்றினார். அண்மைக்காலத்தில் பிரெஞ்சுக்காரர்கள் ஈடுபாடு கொண்ட அமெரிக்கா சார்ந்த அதன் பாலைவனம், அமெரிக்க மேற்குப்புற மாகாணங்கள், ஜாஸ் இசை ஆகியவற்றைப் பற்றி கவனத்தைக் குவித்து, அமெரிக்காவை சாராம்சத்தில் பழங்குடித் தன்மை, காட்டுமிராண்டித் தன்மை கொண்ட ஒன்றாக அதன் பல்வேறு கூறுகளையும் தன் பயண நூலில் புதிர்ப்படுத்துகிறார்.

பூத்ரியாரின் சாலை வழிப் பயணத்தில், சாலை அறிவிப்புகள், நியான் விளக்குகள், வெறுமையான பாலை நிலத் தோற்றங்கள், மோட்டல்கள் (சாலையோர உணவகம்) ஆகியவற்றின் எல்லையற்ற தோற்றங்கள் அமெரிக்காவின் மேற்பூச்சான பளபளப்பு, வெறுமையில் சென்று மறைவதைக் காட்டுகின்றன. இந்த நூலின் ஒரு முக்கியமான இயலின் தலைப்பே 'மறையும் புள்ளி' *(வேனிஷிங் பாய்ண்ட்)* என்பது. பின்நவீனத்துவ உலகில், **அர்த்தத்தின் மரணம், நிஜத்தின் மரணம், சமூகம் சார்ந்தவற்றின் மரணம், அரசியல் சார்ந்தவற்றின் மரணம், பாலியல் தன்மையின் மரணம்** ஆகியவற்றை இது குறிக்கிறது. **மரணப் பள்ளத்தாக்கில்** (வெப்பமான தென்கிழக்குக் கலிஃபோர்னியா) அவர் காரோட்டிச் செல்லும் போது, இந்த யதார்த்தங்கள் யாவும் பூத்ரியாரின் பின்நோக்குக் கார்க் கண்ணாடியில் பின்னோடிச்சென்று ஒரு

புள்ளியில் மறைகின்றன. உண்மையில், பின்நோக்குக் கண்ணாடிகளில் காணப்படும் எச்சரிக்கையுடன்தான் பூத்ரியாரின் இந்தப் பயண நூல் தொடங்குகிறது. எச்சரிக்கை: இந்தக் கண்ணாடியில் தென்படும் உருவங்கள்/பொருள்கள், அவை நிஜமாகத் தோன்றுவதைவிட மிக அருகிலேயே இருக்கலாம்! (A, 9)

நிழலுருக்களுக்கு முந்தைய காலத்தின் நிஜங்கள் கானல்நீர் போலப் பின்நோக்குக் கண்ணாடியில் மறைவது உலகத்தின் இறுதி குறித்த ஒரு பார்வையுமாகும். அமெரிக்கா பற்றிய இந்த தரிசனம் என்பது மீதியுலகிற்கு ஒரு மாதிரியும் ஆகும். எழுகின்ற மீயதார்த்தத்தின், நிழலுருவான மேல் நவீன (மிகை நவீன) உலகத்தின் சங்கேதமும் அது. ஏனெனில் இந்த அமெரிக்காதான் 'உலகத்தின் மையம்'. ஆனால் அமெரிக்கா ஒரு பாலைவனம். குறிப்பாக அதன் நகரங்களில். அங்கெல்லாம் 'நிஜ வாழ்க்கை' என்பது பளபளக்கின்ற ஒரு காலியான கலாச்சாரமின்மையில் மறைந்து போய் விட்டது. மேலும் இந்த வெற்றான, உலர்ந்த, மலட்டுத்தன்மை கொண்ட, விண்ணக அமெரிக்காவின் நிலவுப் பாலை, அர்த்தபூர்வமான சமூகத்தின் பாலை நிலம்; இல்லாத சேனல் (அலைவரிசை) ஒன்றிற்குத் திருப்பப் பட்ட தொலைக்காட்சி பெட்டியைப் போல, தனது நிலவரைகளில் ஆகட்டும், நகரவரைகளில் ஆகட்டும், லாஸ் ஏஞ்சலிசில் ஜாகிங் செய்பவர்களின், போக்குவரத்தின், பாதசாரிகளின் பைத்தியக்கார இயக்கத்தில் ஆகட்டும், கலிபோர்னியாவின் உடோபியாவிலோ, சாண்டா பார்பாராவின் உடோபியா விலோ (இலட்சிய கற்பனையுலகிலோ) சாண்டா க்ரூஸின் உடோபியாவிலோ, இவற்றின் சாலைகளில் இயங்கும் அல்லது கணினி முன்னால் அமர வைக்கப்பட்டுள்ள உடல்களின் சுற்றிலாகட்டும், அமெரிக்கா ஒரு பாலை நிலம். அறிவு ஜீவிகளையும் நடைவழிகளையும், திரைநட்சத்திரங் களையும் கொண்ட கலிபோர்னிய சொர்க்கமாயினும், லாஸ் வேகாஸ் என்னும் பெரிய நியான் வேசியாயினும், 'குளித்த பின்னர் தலை உலர்த்தும் பெண்களின் கூந்தல்போல' எழும் கரும்புகைகள், 'போர்ட்டோ ரிக்கோ பெண்களின் அழகுகள்', 'கருப்பின மக்களின் கவர்ச்சிமிக்க நிறமா யினும்', வன்முறையைக் கொண்ட மாஃபியா கும்பல்கள், வேறு குழுக்களாயினும்,

68

(இவை யாவற்றையும் கொண்ட) நியூயார்க்கின் 'எங்கும் நிறைந்த விபச்சாரமாயினும்' இவற்றைக் கொண்ட அமெரிக்கா ஒரு பாலை நிலம். பூத்ரியாரின் அமெரிக்கா, ஒரு கொந்தளிப்பான, நாகரிகமற்ற, கிளர்ச்சியுற்ற, விலங்குத் தன்மை கொண்ட, உயிர்த் துடிப்புள்ள, ஆற்றல்மிக்க மீயதார்த்தம் *(ஹைபர் ரியாலிடி)*.

கே பின்நவீனத்துவ அமெரிக்காவிடம் பூத்ரியார் ஒரு வகையான செயலற்ற பெருங்களிப்பில் (பரவசத்தில்) சரணடைந்து விட்டார் என்று தோன்றுகிறது.

ப உண்மையில், பூத்ரியார் பற்றிய முக்கியமான விமரிசனங்களில் ஒன்று இது: ஊடக பிம்பங்களின் பாய்ச்சலுக்கு பூத்ரியார் அளிக்கும் ஒரே எதிர்வினை செயலற்ற சரணாகதி – தொடர்பாடலின் பேரானந்தம். அதுவே அவருடைய அடுத்த புத்தகத்தின் தலைப்பாகவும் அமைகிறது.

தொடர்பாடலின் பேரானந்தம் (தி எக்ஸ்டசி ஆஃப் கம்யூனிகேஷன்)

தொடர்பாடலின் பேரானந்தம் நூலில், பூத்ரியாரின் கருத்துப் படி, புதிய பின்நவீன ஊடுதொடர்புள்ள – தொலைக்காட்சி மற்றும் கணினி வலைப்பின்னல்களின் – பிரபஞ்சத்தில் நாம் எல்லோரும் மனச்சிதைவுக்கு ஆளானவர்கள் போல இருக்கிறோம். ஏனெனில், தனது தனியறையில் தன்னை ஒடுக்கிக் கொண்டிருக்கும் மனச்சிதைவு நோயாளி, யதார்த்தத்திலிருந்து அகற்றப்பட்டவன் அல்ல. யதார்த்தம் அவன்மீது அழுத்துகிறது. அது மிக நெருக்கமாக இருக்கிறது. முழுமையான நெருக்கம். அவன் யதார்த்தத்தைப் பிரதிபலிப்பதற்கு மாறாக, தானே ஒரு தூய்மையான திரையாகிவிடுகிறான். அதேபோல, ஒளிவிடும் கண்களாக இருக்கின்ற, அதே சமயம் நமது மிகவும் அந்தரங்கமான வெளிகளைக்கூட ஓர் ஆபாசமான இன்பத்துடன் ஊடுருவக்கூடிய தொலைக்காட்சித் திரைகளாகவோ கணினித் திரைகளாகவோ நாம் யாவரும் மாறிவிட்டோம். நமது முந்தைய தனிமையை இம்மாதிரி வரைமுறையற்று

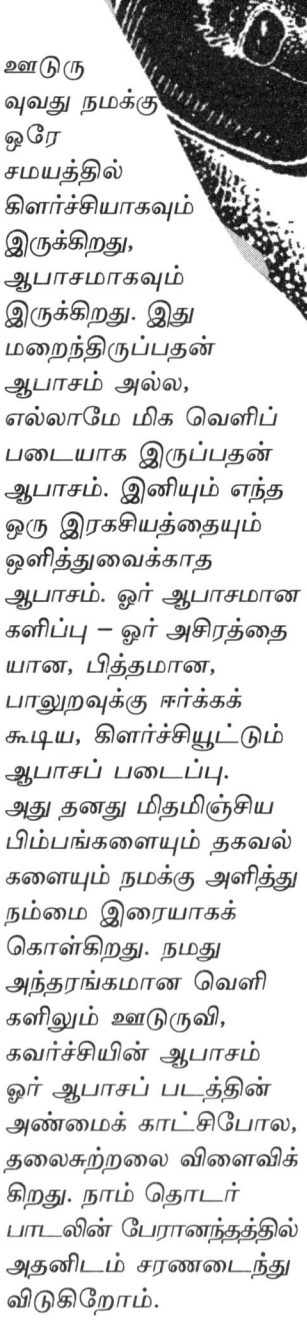

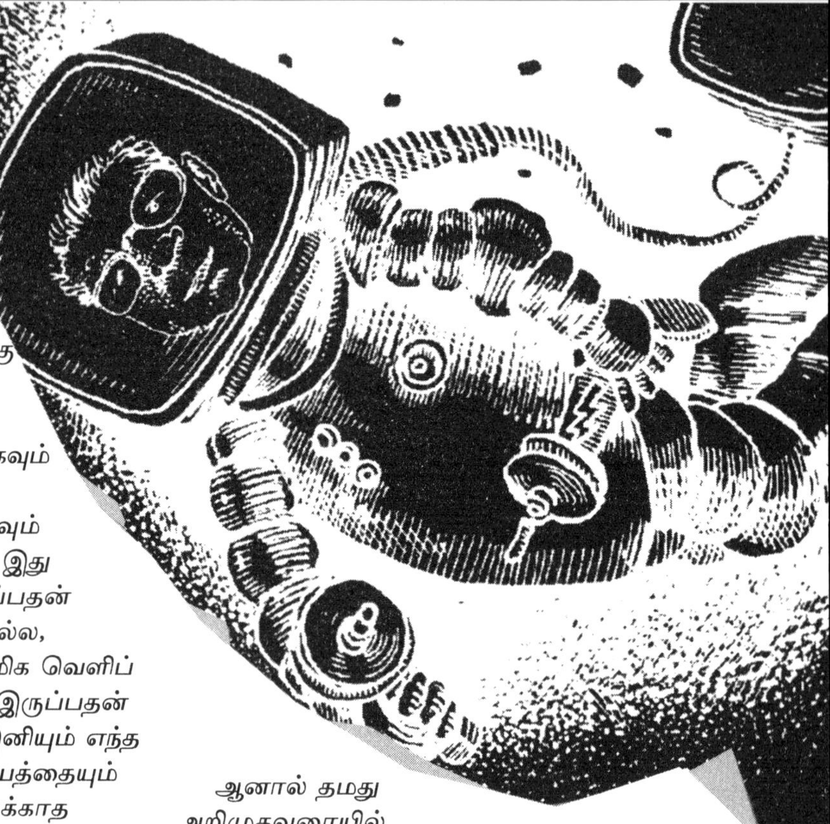

ஊடுருவுவது நமக்கு ஒரே சமயத்தில் கிளர்ச்சியாகவும் இருக்கிறது, ஆபாசமாகவும் இருக்கிறது. இது மறைந்திருப்பதன் ஆபாசம் அல்ல, எல்லாமே மிக வெளிப்படையாக இருப்பதன் ஆபாசம். இனியும் எந்த ஒரு இரகசியத்தையும் ஒளித்துவைக்காத ஆபாசம். ஓர் ஆபாசமான களிப்பு – ஓர் அசிரத்தையான, பித்தமான, பாலுறவுக்கு ஈர்க்கக் கூடிய, கிளர்ச்சியூட்டும் ஆபாசப் படைப்பு. அது தனது மிதமிஞ்சிய பிம்பங்களையும் தகவல்களையும் நமக்கு அளித்து நம்மை இரையாகக் கொள்கிறது. நமது அந்தரங்கமான வெளி களிலும் ஊடுருவி, கவர்ச்சியின் ஆபாசம் ஓர் ஆபாசப் படத்தின் அண்மைக் காட்சிபோல, தலைசுற்றலை விளைவிக்கிறது. நாம் தொடர்பாடலின் பேரானந்தத்தில் அதனிடம் சரணடைந்து விடுகிறோம்.

ஆனால் தமது அறிமுகவுரையில், தொடர்பாடலின் பேரானந்தம் என்பது தமது முந்தைய புத்தகங் களில் சொல்லப்பட்ட ஒரு நிழலுரு மாதிரிதான் என்று பூத்ரியார் நமக்குத் தெரிவிக்கிறார். இந்த நிழலுருவாக்கத்தில் பூத்ரியார் தம்மைத்தாமே வென்றுவிடுகிறார். பூத்ரியாரையும்விட மிதமிஞ்சிய பூத்ரியார் ஆகிவிடுகிறார். பிரெஞ்சுக் கலாச்சார வெளியில், கோட்பாடு களும் சந்தைப் பொருள் களைப் போலத்தான் என்பதையும், பிரெஞ்சுக் கலாச்சாரச் (பண்பாட்டுச்) சந்தை யில் அவை வேறு பிற கொள்கைகளோடு போட்டியிடுகின்றன என்பதையும் நாம் மறக்கக்கூடாது. தமது கோட்பாடுகளைப் போட்டியில் வெல்லுமாறு செய்யச் சிறந்த வழி, அவற்றையும் கோட் பாட்டின் மீயதார்த்த நிழலுருவாக்கங்களாகச் செய்வதுதான் என்பதைப் புரிந்துகொண்டவர். கோட்பாடுகளை (கொள்கைகளை) ஜுராஸிக் பார்க் மிருகங் களைப் போல திரிக்க வேண்டும். ஊடகங் களை பூத்ரியார் புரிந்து வைத்திருப்பதால் அவர் ஒரு சிறந்த போட்டி யாளர் ஆகிறார்.

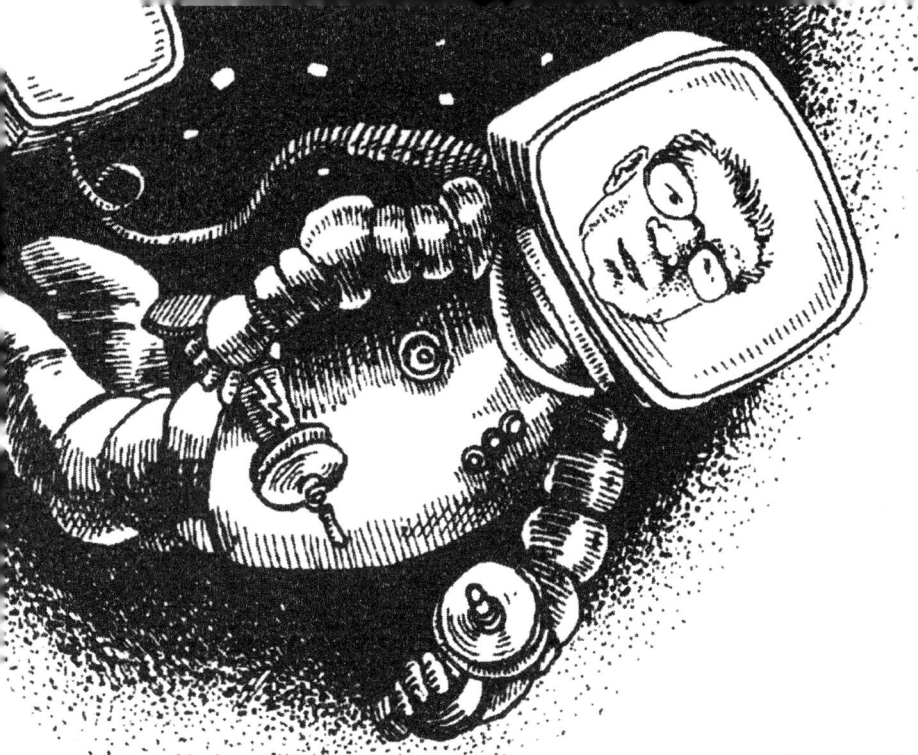

பண்பாட்டுப் புகழில் திளைக்கிறார். ஏனென்றால், தமது சகாக்களான பிரெஞ்சு புத்திஜீவிகளின் மீது அவர் தொடுக்கும் தாக்குதல்கள், மீயதார்த்தப் பகட்டுக் காட்சிகள். அவை பொதுமக்களின் நுகர்வுக்கெனப் படைக்கப்பட்டவை. அவை ஒரு மறையும் புள்ளியை நோக்கி நகர்ந்து கொண்டிருக் கின்றன. எடுத்துக் காட்டாக, 'வளைகுடாப் போர் நடக்கவே இல்லை' என்பது போன்ற தமது மீயதார்த்தக் கூற்றுகளால் புகழும் பெற்றிருக்கிறார், குறைகூறவும் பட்டிருக் கிறார். உண்மையில், தமது பிந்தைய நூல்களில், பூத்ரியார் பின்நவீனத்துவக் கோட்பாட்டுக்குப் பதிலாக உண்மையில் அறிவியல் புதினம் எழுதி யிருக்கிறார் என்றே சில விமரிசகர்கள் வாதிடு கிறார்கள்.

கே ஆனால், கலாச் சாரங்களின் மீது தொழில்நுட்பங் களின் தாக்கம் மிகவும் தீவிரமாக இருப்பதால், பின்நவீனத்துவக் கோட்பாடு அறிவியல் புதினத்தைப் போன்றதாகத்தான் இருக்கமுடியும் என்று தோன்று கிறதே?

ப அது உண்மை தான். உண்மையில், பின்நவீனத்துவச் சிந்தனையாளர்கள் சிலர், அறிவியல் புதினம் எழுதுபவர்கள் பூத்ரியாரைவிட கணினித் தொழில் நுட்பங்களின் தாக்கத்தை மிக நன்றாக விளக்கியிருக்கிறார்கள் என்று சொல்கிறார்கள். ஆனால் இந்தத் தலைப்புக்கு நாம் பின்னர் திரும்பி வரலாம்.

நவீனத்துவக் கட்டடக்கலை

கே சரி, இந்த மீயதார்த்தங்கள், சுழன்றுவரும் நிழலுருக்கள் இதெல்லாம் தலைசுற்ற வைப்பதாக இருக்கின்றன. ஜேம்சன், போனாவென்சர் ஹோட்டலில் பிரக்ஞை தடுமாறியது போல இருக்கிறது. இதுபோலத் தலைசுற்ற வைக்கப் பின்நவீனத்துவக் கட்டடக்கலையில் என்னதான் இருக்கிறது?

ப நல்ல கேள்வி இது. ஏனென்றால், உண்மையில், பின்நவீனத்துவம் தொடங்கிய துறையே கட்டடக் கலைதான். ஆனால் பின்நவீனத்துவக் கட்டடக்கலை என்ன என்று அறிந்து கொள்வதற்கு முன்னால், நவீனத்துவக் கட்டடக்கலை பற்றிச் சிறிது அறிந்து கொள்வது தேவையானது. கட்டடக் கலையில் நவீனத்துவம், பௌஹாஸ் கட்டடக் கலைப் பள்ளியில் தோன்றியது. அது 1919இல் ஜெர்மனியில் வால்டர் குரோபியஸ் என்பவரால் வெய்மர் என்னும் ஊரில் நிறுவப் பட்டது. இங்கு பால் க்ளீ, வாசிலி காண்டின்ஸ்கி போன்ற கலைஞர்கள் தங்கள் கட்டடக்கலை ஆய்வைச் சித்திரம், கைவினைக் கலைகள், நாடகம், எழுத்துருக்கலை ஆகிய படிப்புகளுடன் இணைத்தார்கள். கட்டடங்கள் பயன்பாட்டுத் தன்மை யுடன் இருக்க வேண்டும் என்று இந்தச் சிந்தனைப் பள்ளி நினைத்தது. அவர்கள்தான் சர்வதேசப் பாணி என்பதையும் உருவாக்கியவர்கள். அது கட்டடக்கலை, நுண்கலைகள், வெகுஉற்பத்தித் தொழில்நுட்பம் ஆகியவற்றை இணைக்க முயற்சி செய்தது.

கட்டடக்கலை நவீனத்துவத்தின் அறிக்கை, *டுவேர்ட்ஸ் ஏ நியூ ஆர்க்கிடெக்சர் (புதிய கட்டடக் கலையை நோக்கி)* என்னும் தலைப்பில் பாரிஸில் 1923இல் வெளியிடப் பட்டது. இது ஆங்கிலத்தில் 1927இல் மொழிபெயர்க்கப்பட்டது. இதன்

ஆசிரியர், லெ கார்பூசியர், நவீனத்துவக் கட்டடக்கலையின் ஒரு வகையான மீட்பர் (மெசையா) என்று கருதப் படுபவர். இது சார்லஸ் எடுவர்டு ழானரெட் (1887–1965) என்பவரின் புனைபெயர். அவருக்குச் சொந்த நாடு ஸ்விட்சர்லாந்து என்றாலும் மிக விரிவாகப் பயணித்தவர். நகரத் திட்ட மிடுபவராக, கட்டடக் கலைஞராக, வடிவமைப்பாளராக, சித்திரக்காரராக, சிற்பியாக, ஒரு புதிய கட்டடக் கலைக் கோட்பாட்டின் தீர்க்கதரிசி யாகத் தம்மை நிறுவிக்கொண்டவர்.

அவருடைய முகம் ஓர் அண்டங் காக்கை (ஆங்கிலத்தில் *ரேவன்*; பிரெஞ்சில் *கார்பூ*) போல இருந்ததால் லெ கார்பூசியர் என்ற புனைபெயரைப் பெற்றார். எட்கர் ஆலன் போ எழுதிய *ரேவன்* கவிதையில் அண்டங்காக்கை 'இனி எப்போதும் இல்லை!' என்கிறது. அதுபோலவே லெ கார்பூசியரும் 'இனி எப்போதும் இல்லை!' என்றார்.

பின்னோக்கிய, பழையகால, ஒழுங்கற்று அமைந்த, பத்தொன்பதாம் நூற்றாண்டின் பாணிகள் இனி இல்லை. மரபு இனி இல்லை. பாரம்பரியமாகக் கொண்டுவந்த வடிவமைப்புகள் இனி இல்லை. பயனற்ற கொத்து களால் நெருக்கப்பட்ட இருண்ட உள்ளமைப்புகள் இனி இல்லை. கனமான மரச்சாமான்கள், சரவிளக்குகள், கணப்படுப்புக்கு *(மேண்டல்)* மேலுள்ள அலமாரித் தட்டுகள், கனமான தரைவிரிப்புகள் இனி இல்லை. பெரிய புத்தக அலமாரிகள், இயந்திர இயக்கப் பொறி தளங்கள், சீன மரப் பேழைகள் *(கேபினெட்ஸ்)*, ஒப்பனை மேசைகள், உணவுக்கூட நிலையடுக்குகள், தொங்கவிடப்பட்ட திரைச்சீலைகள், அமர்வுமெத்தைகள், விதானங்கள், பட்டாலான சுவர்த் தாள்கள், செதுக்கப்பட்ட மரச் சாமான்கள், மங்கிப்போன செயற்கையான நிறங்கள், கண்ணாடி பதிக்கப்பட்ட உடைப் பேழைகள் (அலமாரிகள்) இனி இல்லை. அலங்காரம், அணிமணி, குறியீட்டுத் தன்மை இனிமேல் இல்லை. கதம்பமான தன்மையும், அர்த்த மயக்கமும், மனம்போன போக்கில் அமைத்தலும், கலகமும், ஒன்றுக்கொன்று மாறான வற்றை வைத்துத் தைத்தலும் இனி இல்லை. பூமாலைகள், நேர்த்தியான நீள் வட்டங்கள், தங்களைத் தாங்களே கோதிக்கொண்டிருக்கும் முக்கோணப் புறாக்கள் இனி இல்லை. தங்கஏடும் வெல்வெட்டும் பதிக்கப்பட்ட பெண் களின் படுக்கையறைகள் இனி இல்லை. மூச்சடைக்கும் அழகுச் சாதனங்கள்

இனி எப்போதும் இல்லை!

என்றார் கார்பூசியர்.

இலக்கிய நவீனத்துவத்தின் தீர்க்க தரிசி எஸ்ரா பவுண்டு 'புதிதாக்கு!' என்று ஆணையிட்டது போல, லெ கார்பூசியர், எஃகு, வலுவாக்கப்பட்ட கான்க்ரீட் போன்ற புதிய பொருள்களையும் புதிய கட்டும் தொழில் நுட்பத்தையும் கட்டடக்கலை பயன்படுத்த வேண்டும் என்றார். இது பகுத்தறிவுபூர்வமாக இருக்க வேண்டும். ஒரு கணித முறைமையின் கம்பீரத்தை அது காட்ட வேண்டும். கணிதக் கணக்கிடல்களுக்குத் திரும்பினால், அவை பிரபஞ்ச விதியை வெளிப்படுத்தும் – பிரபஞ்சத்தைக் கட்டுப்படுத்தும் விதிகளைத் தெளிவாக்கும். புதிய கட்டடக்கலை வடிவமைப்புகள் புத்திபூர்வமாக இருக்க வேண்டும், கிளர்ச்சியற்றும், அமைதியோடும் இருக்கவேண்டும் – மனத்தின் தனித்த வெளிப்பாடுகளாக. மனிதர்கள் தங்கள் சொந்தப் பிரபஞ்சத்தை உருவாக்குவதன் வெளிப்பாடுகளாக இருக்க வேண்டும்.

கட்டடங்களைப் புத்தகங்கள் போல் வாசிக்கமுடியும் என்றால், லெ கார்பூசியர், பிளேட்டோவிய சொல்லகராதியில் (இசைவான, பல்கோண முகப்புகளை உடைய) தூய, முழுமையான வடிவங்களைத் தேடினார்: கன சதுரங்கள், கூம்புகள், கோளங்கள், நீள் உருளைகள் (சிலிண்டர்கள்), பிரமிடுகள் (நாற்கூம்பு), சதுரங்கள் போன்றவை. இவையெல்லாம், தூய்மையான, நிரந்தரமான, முழுமையான, இலட்சிய வடிவங்களில் அறிவு வாழ்கிறது, அதை நாம் புலன்களால் அறிய முடியாவிட்டாலும், அறிவினால் அறியமுடியும் என்ற பிளேட்டோவிய மனப்பான்மையை அடிப்படையாகக் கொண்டவை.

எடுத்துக்காட்டாக, 2 + 2 = 4 என்பது என்றைக்குமே உண்மையாகவும் அறியக்கூடியதாகவும் இருக்கும். கூட்டிப்பார்க்க 2 + 2 ஆப்பிள்களோ ஆரஞ்சுகளோ இல்லாவிட்டாலும் இது எப்போதுமே உண்மையாகத் தான் இருக்கும்.

கட்டடக் கலை அழகும் இம்மாதிரி மாறாத, நிரந்தரமான, பிளேட்டோவிய ஆதார வடிவங்களால்தான் அமைய வேண்டும் என்று நினைத்த கார்பூசியர், பிரமிடுகள், லக்சர் கோயில், பாபிலோன் கோபுரங்கள், கொலிசியம், ஹேட்ரியனின் வில்லா, கான்ஸ்டாண்டிநோபிலின் சாண்டா ஃசோபியா, இஸ்தான்புல்லின் (ஸ்டாம்புல்) பள்ளி வாசல்கள், பீசாவின் கோபுரம், மைக்கல் ஏஞ்சலோவின் மாட விதானங்கள் ஆகிய அமைப்புகளையும் விரும்பினார். இவை யாவற்றிற்கும் மேலாக, பார்த்தினான் – கன்னி ஆதெனா கோயில் (பழங்கால கிரேக்கத்தின் கட்டடம்). பார்த்தினான் முழுமை பெற்ற ஒன்று. லெ கார்பூசியர் அதில் விலங்குத் தன்மை, தீவிரம், இனிமை, மென்மை, பலம் ஆகியவற்றைக் கண்டார். 'துல்லியமான உறவில் அமைந்த தூய வடிவங்களின் உச்சம் அது' என்றார். மிகவும் மேலான, 'கணிதத் தன்மையிலான உண்மையையும் உணர்வுகளையும்' நமக்கு அது அளிக்கிறது.

இவ்வாறாக, நவீனத்துவக் கட்டடக்கலை கோடு, வெளி, வடிவம் ஆகியவற்றை அவற்றின் தூய சாராம்சத்திற்குக் குறைக்க முயற்சி செய்தது. லெ கார்பூசியருக்கு ஒரு நாயகன் உண்டென்றால் அவர் பொறியாளர்தான் – பாலங்களை, அட்லாண்டிக்கின் பயணிகள் கப்பல்களை, தொடர்வண்டிப் பாதைகளை உருவாக்குபவர். கியூபிசச் சித்திரக்காரார்களைப் போல, பொறியாளர்கள் அலங்காரப்படுத்தலில் ஈர்க்கப்படுவதில்லை. மாறாக, அவர்களுடைய ஆக்கங்களைத் தூய வடிவவியல் சார்ந்த *(ஜியோமெட்ரிக்)*, கணித, பிளேட்டோவிய வடிவங்களாகக் குறைப்பதன் வாயிலாக நமது ஆன்மாக்களுக்குத் திருப்தியளிக்கிறார்கள். பொறியாளர்கள் வீரியமுள்ளவர்கள், பயனுள்ளவர்கள். கணிதக் கணக்கிடல் களிலும் அடிப்படையான வடிவவியல்சார் வடிவங்களிலும் ஆழ்ந்துள்ள அவர்களுடைய மனங்கள் இயற்கை விதியோடு ஒத்திசைந்திருக்கின்றன.

கட்டடக்கலைஞர்கள் *(ஆர்க்கிடெக்ட்ஸ்)* ஓரளவு பொறியாளர்களைப் போல இருந்தால், பிறகு கட்டடங்கள் ஆன்மாக் களின் தூய ஆக்கங்களைப் போல – பிரபஞ்ச ஒழுங்குடன் ஒன்றுபடுபவை யாக எழுந்துநிற்கும். அற்பமான அலங் காரப்படுத்தல்கள் ஒழிக! உங்களுக்குப் பல்வகைமை தேவை என்றால், அது, அடிப்படை வடிவங்களின் இடைவினை களால் உருவாகட்டும்! கட்டடக்கலை என்பது மிகச் சரியான, கம்பீரமான அப் பொருள்களின் ஆட்டத்தை ஒளியில் கொண்டு வருவதாகட்டும்! மிகப்பெரிய அடிப்படை வடிவங்களான முப்பட்ட கங்கள் *(பிரிசம்ஸ்)*, கனசதுரங்கள், கூம்புகள், கோளங்கள், நீள்உருளைகள், பிரமிடுகள் (நாற்கூம்புகள்) ஆகியவற்றின் மீது ஒளிவீசட்டும்! வீடுகள் வசிப்பதற் குரிய எந்திரங்களாகட்டும். அவற்றின் கூரைகள் தளங்களாகட்டும். குப்பைக் கூளங்கள் வேண்டாம். ஜன்னல்கள் சுற்றியிருக்கட்டும். நன்கு உள்ளேயே கட்டப்பட்ட அறைகலன்கள். திரைச் சீலைகள் இருக்கட்டும். பகட்டான சரவிளக்குகள் போன்றவை வேண்டாம். மங்கிய மின்னொளி பரவட்டும். தரப் படுத்தப்பட்ட பொருள்களான கார்கள், பீரங்கிகள், விமானங்கள் ஆகியவற்றால் ஆனவையாக வீடுகள் இருக்கட்டும். புதிய உடோபிய (இலட்சியக் கற்பனை யுலக) செங்குத்தான நகரங்கள், கோபுரங் களைக் கொண்ட நகரங்கள், வானை முட்டும் கட்டடங்களோடு பசும்மரங் களின் பண்ணைகளுக்கிடையே உருவா கட்டும். அவற்றின் வடிவவியல்சார் கண்ணாடி முகப்புகள் வானத்தைப் பிரதிபலிக்கட்டும். வானை முட்டும் கோபுரங்கள் தேசத்தின் மூளைகளைக் கொண்டிருக்கட்டும். பாரிஸின் குறுகிய தெருக்களை ஒழியுங்கள். அவற்றுக்குப் பதிலாக அகலமான, தாராளமான வெளிகள் மரங்களால் சூழப்பட்டு உருவாகட்டும். புறநகர்ப் பகுதிகள் பசுமை நகரங்களாகட்டும். அவற்றில் மக்கள் பந்து விளையாடட்டும், தோட் டத்தைப் பராமரிக்கட்டும். ஐரோப் பாவின் எல்லா நகரங்களையும் உடைத்து நொறுக்கி அமெரிக்க நகரங்களின் பாணியில் மீட்டுருவாக்கம் செய்யட்டும்.

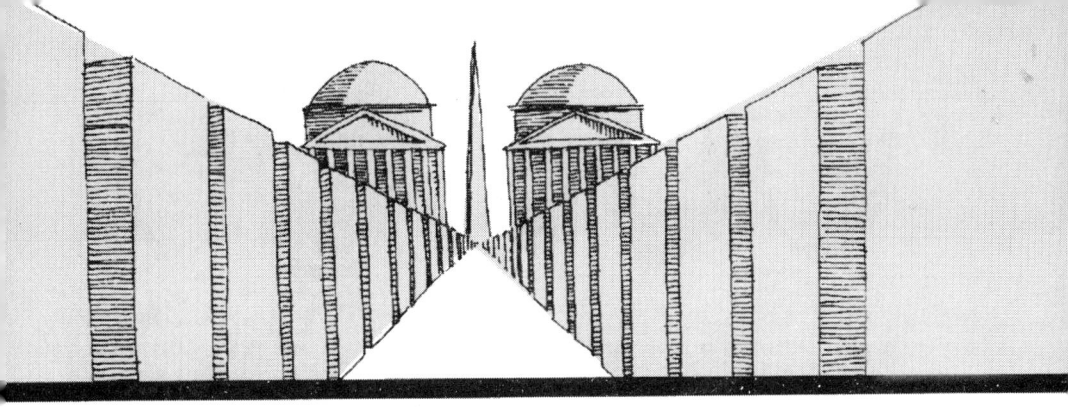

பின்நவீனத்துவக் கட்டடக்கலையும் கலையும்

1950 அளவில் இந்த சர்வதேசப் பாணியின் கூறுகளில் பல, உண்மையிலேயே சர்வதேசத்தன்மை கொண்டவை ஆயின. எடுத்துக் காட்டாக, எளிமையாக்கப்பட்ட அடர்த்தியான கோடுகளும் வடிவங்களும், அழகு என்பது பயன்பாட்டுத் தன்மைதான் என்ற வலியுறுத்தல், தூய வடிவங்களின் சாராம்சமான கணித ஒருங்கிசைவு, பகுத்தறிவைக் கொண்டாடுதல், முற்போக்கான மனப்பாங்குகள், புதிய தொழில் நுட்பங்களையும் பொருள்களையும் தகவமைத்துக்கொள்ளுதல், வெளி மற்றும் வடிவத்தில் ஒரு ஆன்மிக முழுமைக்கு ஏங்குதல், வரலாற்றுச் சிறப்புடைய பாணிகளை சந்தைத் தன்மையுடன், தன்னிச்சையாக மறுஉற்பத்தி செய்வதன் மீதான வெறுப்பு போன்றவை.

இருப்பினும், கடைசியாக இவை யாவும் உருவாக்கியவை கான்கிரீட் மற்றும் கண்ணாடிப் பெட்டிகளைக் கொண்டு நிரம்பிய நகரவெளிகளைத் தான். நிரந்தரமான கணித ஒருங்கிசைவை அடிப்படையாகக் கொண்ட நவீனக் கட்டடக்கலை, கணிதத்தின் முழு நிறைவென்று கருதப்பட்ட ஒன்றான யூக்லிடிய வடிவவியலுக்கு (யூக்லிடிய ஜியோமெட்ரிக்) மாறாகவும், முழுமையற்ற தேற்றங்களாகவும் மாறினால் என்ன செய்வது? நவீன கட்டடக்கலையின் மிகப்பெரிய உடோபியத் (இலட்சியக் கற்பனையுலகத்) திட்டங்கள் – பிரேசிலியா போன்றவை தோல்வியடைந்தால் நவீன கட்டடக்கலை என்ன செய்வது? தோல்வியடைந்த உடோபியாக்களால் உலகம் சலித்துப்போனால் என்ன செய்வது? அப்படியானால், அவற்றைப் பிரதிபலித்த உடோபியக் (இலட்சியக் கற்பனையுலகக்) கோட்பாடுகளும், கட்டடக்கலைத் திட்டங்களும் மாறவேண்டும் – அந்த மாற்றத்துக்கு ஒரு புதிய குரல் வேண்டும். அந்தப் புதிய குரல்தான் **சார்லஸ் ஜெங்க்ஸ்.**

சார்லஸ் ஜெங்க்ஸ்

சார்லஸ் ஜெங்க்ஸ் ஒரு கட்டடக்கலை விமரிசகர். பின்நவீனத் துவக் கட்டடக்கலை என்ற ஒன்று வேண்டுமா என்று வாதிட்ட நவீனத்துவ, பின்நவீனத் துவக் கட்டடக் கலைஞர் களுக்கிடையே நடந்த சூடான விவாதங்களில் பங்கேற்றவர். பின்நவீனத் துவத்தை வரையறுக்க முயற்சிகள் நடந்து கொண்டிருந்த சமயத்தில் அவர் ஒரு முக்கியக் குரல். அவருடைய நூல், **த லாங்குவேஜ் ஆஃப் போஸ்ட்மாடர்ன் ஆர்க்கி டெக்சர் (பின்நவீனத் துவக் கட்டடக்கலையின் மொழி**, 1977) என்பது தான் பின்நவீனத்துவத் தைக் கருத்தாக்கம் செய்ய முனைந்த, ‘பின்நவீனத்துவம்’ என்பதையே தன் தலைப்பிலும் கொண்டி ருந்த முதல் படைப்பு.

பின்னர் வந்த அவருடைய **வாட் இஸ் போஸ்ட்மாடர்னிஸம்? (பின்நவீனத்துவம் என்றால் என்ன?), போஸ்ட்மாடர்னிஸம் (பின்நவீனத்துவம்)** போன்ற நூல்களில் அவர் அந்தக் கருத்தாக்கத்தின் வரலாற்றை ஆராய்கிறார். 1934இல் ஸ்பானிய எழுத்தாளர் ஃபெடரிகோ தெ ஓனிஸ் என்பவர், நவீனத்துவக் கவிதைக்கு ஒரு கவித்துவ எதிர் வினையாக ஆண்ட சொல் அது. பிறகு அச்சொல்லை 1975 அளவில் வரலாற்றா சிரியர் ஆர்னால்ட் டாயின்பீ, பன்மைத் தன்மையைக் குறிக்கவும் மேற்கத்தியரல்லாத கலாச்சாரங்களின் (பண்பாடுகளின்) எழுச்சியைக் குறிக்கவும் பயன்படுத்தினார்.

1960களில், ஆங்கில புத்திஜீவிகளைக் கொண்ட ஒரு குழுவினர் – சுதந்திரக் குழு (*தி இண்டிபெண்டண்ட் குரூப்*) – பின்நவீனத்துவத்தின் தொடக்ககால அடிப்படை களை ஆரம்பித்தனர். அவர்கள் அமெரிக்கக் கலாச்சாரத்தினால் – தொலைக்காட்சி, திரைப் படங்கள், விளம்பரங்கள், எந்திரங்கள், வணிகக் கலாச்சாரம் ஆகியவற்றால் கவரப்பட்டிருந்தனர். அப்பொருள்களின் ஜனரஞ்சகமான கொலாஜ் களை (ஒரு பரப்பின்மீது தாள் துண்டுகள், துணி, நிழற்படங்கள் முதலிய வற்றைப் பொருத்தி உருவாக்கும் படங்கள்) அவர்கள் உருவாக்கினர் – அதுதான் முதல் பாப் கலை. அமெரிக்காவில் ஹிப்பிகளுக்கும் யுப்பி களுக்கும் இடையில், ஆண்டிவார்ஹோல் வெகுஜனக் கலாச்சாரத்தின் பிம்பங்களை ஏராளமாக உற்பத்தி செய்தார்: மர்லின் மன்றோ (நடிகை),

ஜேக்கி கென்னடி, கேம்ப்பெல்லின் ஒரு சூப் கொள்கலன் (கேன்). பிறகு 1970களில் பின்நவீனத்துவ இயக்கம் மேலும் கல்வித் துறை சார்ந்ததாகவும் மரியாதைக்குரியதாகவும் ஆனது: 1971இல் இஹாப் ஹசன் ஒரு கட்டுரையை வெளியிட்டார். *போஸ்ட்மாடர்னிஸம் ஏ பாராகிரிடிகல் பிப்லியோ கிராஃபி* (பின்நவீனத்துவம் – ஒரு துணை விமரிசன நூலடைவு) என்பது அதன் தலைப்பு. வில்லியம் பரோஸ், மூான் ஜெனே, ஜேம்ஸ் ஜாய்ஸ், சாமுவேல் பெக்கெட் போன்ற எழுத்தாளர் களையும், ஜான் கேஜின் இசையையும், மார்ஷல் மெக்லூஹன், பக்மினிஸ்டர் ஃபுல்லர் போன்ற எதிர்கால வியலாளர்களையும் கொண்டாடி ஏற்றுக் கொண்டு கோட்பாட்டு அளவில் பின்நவீனத்துவ இயக்கம், அதிகார பூர்வமாகத் தொடங்கி யாயிற்று.

ஆனால் ஜெங்க்ஸின் கருத்துப்படி, இந்தக் கலைஞர்களும் கட்டடக் கலைஞர்களும் உண்மையில் பிந்திவந்த நவீனத்துவவாதிகளே அன்றி, பின்நவீனத்துவ வாதிகள் அல்லர்.

கே பிந்திவந்த நவீனத் துவ வாதிகளா?

ப ஆம். ஏனென்றால், ஜேம்ஸ் ஜாய்ஸ் போன்ற எழுத்தாளர்கள் வெகு சிலரே புரிந்துகொள்ளக் கூடிய நாவலான *ஃபினிகன்ஸ் வேக்* போன்ற ஆக்கங்களை எழுதினார்கள். அதைத் தான் பிந்தைய நவீனத்துவ வாதிகள் – அல்லது உயர் நவீனத்துவவாதிகள் பலரும் செய்தார்கள். ஜான் கேஜ் போன்ற இசையமைப்பாளர்கள் பெரும்பாலான மக்கள் சத்தம் என்று சொல்லக் கூடியதை வைத்து அல்லது வெறும் மௌனத்தை (நிசப்தத்தை) வைத்து ஒருவரும் புரிந்துகொள்ள இயலாத ‘இசை’யை எழுதினார்கள். ஒரு படைப்பில் அவர், பியானோவின் முன்னர் பல நிமிட நேரம் கச்சேரி யின் ஆரம்ப ஒத்திசைச் சுரங்களை வாசிக்கப் போவது போல் அமர்ந்திருக் கிறார். ஆனால் அந்த இசையமைப்பு, கச்சேரி ஆரம்பமா வதற்காகக் காத்திருக்கும் இரசிகர்கள் எழுப்பும் ஓசைதான். பக்கி ஃபுல்லர் போன்ற சிந்தனையாளர்கள், நவீனத்துவம் பற்றிய தங்கள் உடோபியக் கற்பிதங்களுக்கு ஏற்ப வடிவமைத்தார்கள்.

உன்னுடைய சாதாரண முகத்திலுள்ள மூக்கிலிருந்து ஒழுகி சொட்டி உஸ் என்னும் மூச்சொலியை உண்டாக்கு கிறதே அது போலத்தான் என்னுடைய படைப்பு.

நாவலாசிரியர் உம்பர்ட்டோ ஈக்கோ, பின்நவீனத்துவத்திலுள்ள ஓர் இரட்டைக் கூறினைப் புரிந்துகொண்டது ஜெங்க்ஸை மிகவும் கவர்ந்தது. ஜெங்ஸ்க்கும் ஈக்கோவுக்கும் பின்நவீனத்துவம் என்பது கடந்த காலத்துடன் ஒரு பின்நவீனத்துவ உறவுகொண்ட நவீனத்துவம்தான்:

ஹேய், இந்தக் கோமகன்தான் உன்னை மிகத் தீவிர மாகக் காதலிக்கிறார்.

'நவீனத்துவத்திற்குப் பின்நவீனத்துவத்தின் எதிர்வினை என்னவென்றால், கடந்த காலத்தை மெய்யாகவே அழிக்க முடியாது என்பதால், அதனை அழிப்பது மௌனத்திற்குக் கொண்டு செல்லும் என்பதால், அதற்கு நாம் மறுபடி செல்லவேண்டும். ஆனால் கள்ளமற்று அல்ல, முரண்நகையோடு என்பதைப் புரிந்துகொள்வதுதான். பின்நவீனத்துவ மனப்போக்கு என்பதை இப்படிச் சொல்லலாம்: ஒரு மனிதன் மிகவும் பண்பட்ட ஒரு பெண்ணை விரும்புகிறான். நான் உன்னைத் தீவிரமாகக் காதலிக்கிறேன் என்று அவனால் அவளிடம் சொல்ல முடியாது என்பதை அவன் அறிவான். ஏனென்றால், அவளுக்குத் தெரியும் அவன் அறிவான் என்று (மேலும் அவனுக்குத் தெரியும் அவளுக்கும் தெரியும் என்று) — மேலும் இந்த வார்த்தைகளை ஏற்கனவே பார்பரா கார்ட்லண்ட் தம்முடைய நூல்களிலும் எழுதிவிட்டார் என்று. இருந்தாலும் இதற்கு ஒரு தீர்வு இருக்கிறது. அவன் அவளிடம், 'பார்பரா கார்ட்லண்ட் சொன்னது போல, நான் உன்னைத் தீவிரமாகக் காதலிக்கிறேன்' என்று சொல்லலாம். இந்த இடத்தில், பொய்யான ஒரு கள்ள மின்மையைத் தவிர்த்து, இனிமேல் கள்ளமற்றுப் பேசமுடியாது என்பதைத் தெளிவாகச் சொல்லிவிட்டு, இருந் தாலும், அவன் அவளிடம் சொல்ல விரும்பியதைச் சொல்லியிருக்கலாம்: அவன் அவளைக் காதலிக்கிறான், ஆனால் கள்ளமற்ற தன்மையை இழந்துவிட்ட காலத்தில் காதலிக் கிறான். அந்தப் பெண் இதைப் புரிந்து கொண்டிருந்தால், எப்படியாயினும், அவள் தன்னிடம் ஒருவன் காதலிப் பதாகச் சொன்னதை ஏற்றிருப்பாள். இருக்கும் இருவரில் எவரும் தாம் கள்ளமற்றவர் என நினைக்கப் போவதில்லை, இருவருமே கடந்த காலத்தின் சவாலை – அதைத் தவிர்க்க

முடியாது என்பதால், ஏற்கனவே சொல்லப்பட்டதை ஏற்றிருப்பார்கள், இருவருமே பிரக்ஞைபூர்வமாக, மகிழ்ச்சி யோடு, இந்த முரண்நகை விளையாட்டை ஆடுவார்கள்... ஆனால், இருவருமே மீண்டும், தங்கள் காதலைச் சொல்வதில் வெற்றி பெற்றிருப்பார்கள்.'
(PNR, 67-8)

இது, இரட்டைச் சங்கேதம்: அதாவது, பொதுமக்களோடும் அக்கறைகொண்ட ஒரு சிறுபான்மையரோடும் (வழக்கமாக, பிற கட்டடக் கலைஞர்கள்) கட்டடக்கலை தொடர்புகொள்ள நவீனத்துவ உத்திகளை வேறொன்றோடு (வழக்கமாக, பாரம்பரியக் கட்டடம்) இணைப்பதே பின்நவீனத்துவம் என்ற ஜெங்க்ஸின் வரையறையோடு ஒத்துப்போகிறது. (WIP, 14)

எல்லாவற்றிலிருந்தும் நல்ல கூறுகளைத் தேர்ந்தெடுத்துப் பயன்படுத்திக் கொள்ளுதல் (நற்தேர்வுச் செயல்) என்ற முறை மூலமாக, ஒரு வகை மாதிரி யான (மாதிரி வடிவமாயுள்ள) பின்நவீனத்துவக் கட்டடம் இரட்டைச் சங்கேதத்தை உருவாக்குகிறது: இரண்டு வேறுபட்ட காலங்களின் வேறுபட்ட பாணிகளை ஒன்றாக இணைப்பதன் மூலம், அது ஒரு நையாண்டியை, பொருள் மயக்கத்தை, முரண்பாட்டை, துருவமுரண் அமைப்பை உருவாக்குகிறது. ஏனென்றால், ஜெங்க்ஸின் பார்வையில், ஒரு கட்டடம் என்பது வெறும் கட்டடம் அல்ல, அது மொழி போன்ற ஒன்று. ஒரு கட்டடத்தைப் புத்தகத்தை வாசிப்பது போல வாசிக்கலாம். அதில் உள்ளர்த்தங்களும் மறைக் குறிப்புகளும் இருக்கின்றன. அது குறிப்பிடுகிறது. அதற்கு அர்த்தங்கள் உள்ளன – ஒரேசமயத்தில் இரண்டு அல்லது பல விஷயங்களைச் சொல்கிறது அது.

இப்படியாக, பின்நவீனத் துவக் கட்டடக் கலைஞர்கள், ஜனரஞ்சகமாகவும் தொழில் திறன் சார்ந்தும் இருக்க வேண்டும். எடுத்துக்காட்டாக, ஸ்டுட்கார்ட் அருங்காட்சி யகத்திலுள்ள வண்ணமயமான கைப்பிடிச் சட்டம் (கிராதித் தொடர்), கண்ணைப் பறிக்கும் வண்ணங்களில் உடையணிந்து வருகின்ற சின்னஞ் சிறுவர்களுக்கும் பிடித்தமாக இருக் கிறது. அதேசமயம், அதன் செவ்வியல் தன்மை – அதில் அமைந்துள்ள தூய கிரேக்க வடிவங்களின் மேற்கோள்கள் – மேல் தட்டு இரசிகர்களுக்கும் உவப்பானதாக உள்ளன.

பின்நவீனத்துவக் கட்டடக்கலை புதிய உத்திகள், பழைய பாணிகள் ஆகிய இரண்டையும் பயன்படுத்த வேண்டும். பின்நவீனத்துவக் கட்டடக் கலைஞர்கள், வெறுமனே கடந்த காலத்தைக் கொண்டுவந்து விட்டு, நவீனத்துவத்தை நிறுத்திவிடும் மீட்புவாதிகள் அல்லர். அவர்கள் நவீனத்துவத்தைப் பயன்படுத்துகிறார்கள், அதைத் தாண்டியும் செல்கிறார்கள். அவர்கள் பழையனவற்றை மேற்கோள் காட்டுகிறார்கள், ஆனால் அங்கதத்தோடு. கடந்தகாலத்தை நையாண்டி செய்கிறார்கள். கதம்பத்தைப் பயன்படுத்துகிறார்கள். இவ்வாறு இரட்டைச் சங்கேதம், 'நான் உன்னை தீவிரமாகக் காதலிக்கிறேன்' என்று ஈக்கோவின் எடுத்துக்காட்டைப் போல, ஓர் இசைகேட்டை அரங்கேற்றி, கடந்த காலத்திற்கும் நிகழ்காலத்திற்கு மிடையில் ஆட்டத்தைச் செய்கிறது. இந்த இசைகேடு என்பது முரண்நகையுடன், நகைச்சுவையுடன், நையாண்டி செய்வதாக, விளையாட்டாக, மறைகுறிப்பு செய்வதாக இருக்கலாம் – ஆனால், அது அந்தக் கட்டடத்தை 'வாசிப்பவரை'ச் சிந்திக்கச் செய்கிறது. அந்த 'வாசகர்', கட்டடக்கலையின் திறனாய்வாளர் போல ஆகிவிடுகிறார்.

ஏனெனில், பின்நவீனத்துவக் கட்டடக் கலையில் ஈடுபடுதல், பின்நவீனத்துவக் கோட்பாட்டிற்குச் செல்லும் ஒரு பாதையாகிறது. அதன் இரட்டைச் சங்கேதம், தெருவில் செல்லும் சராசரி மைக்கேலுக்கு ஆர்வமூட்டுவது மட்டுமல்ல, சக கட்டடக் கலைஞர்களுக்கும், பின்நவீனத்துவத் திறனாய்வாளர்களுக்கும் (விமரிசகர்களுக்கும்) ஆர்வமூட்டுகிறது.

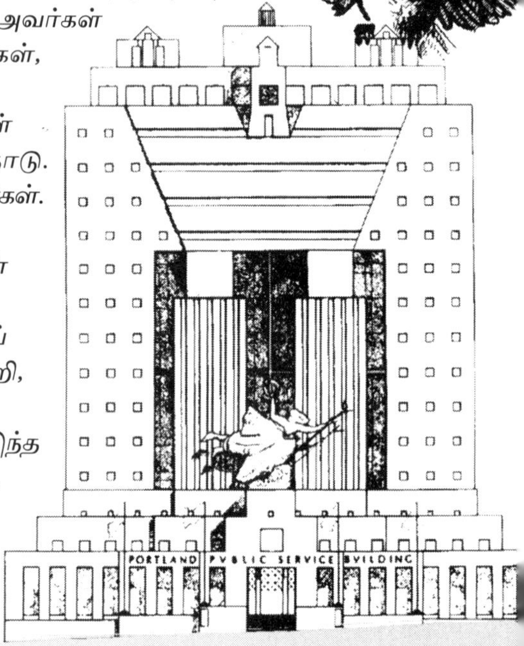

ஒரு சாதாரண தேநீர்க் கெண்டி(தேநீர்ப் பாத்திரம்)கூட இரட்டைச் சங்கேதத்திற்கு ஆட்படலாம். மைக்கேல் கிரேவ்ஸ் என்னும் வடிவமைப்பாளர், எளிய, பயன்பாட்டுக்குரிய நவீனத்துவமுறையில் ஒரு தேநீர்க் கெண்டியை வடிவமைத்தார். ஆனால் விசிலடிப்பதற்கு மட்டும் அலங்காரமான ஒரு பறவையைச் செய்தார் – ஒருவித கேட்புச் சிலேடை.

*1980*இல் மைக்கேல் கிரேவ்ஸ் – விசிலடிக்கும் பறவைகொண்ட தேநீர்க் கெண்டியைச் செய்தவர்தான் – போர்ட்லண்ட் பொதுச்சேவைக் கட்டடத்தின் வடிவமைப்புக்கானப் போட்டியில் வெற்றிபெற்றார். தீவிரமாக எல்லாவற்றி லிருந்தும் தேர்ந்தெடுத்துப் பயன்படுத்திக் கொள்ளும் நற்தேர்வுச் செயல் மூலமாகவும், இரட்டைச் சங்கேதம் உடையதாகவும் அது இருக்கிறது. அதன் கண்ணாடி, அது பொதுவெளி என்பதைக் காட்டுகிறது; அதன் அளவு, அலங்காரமான மாலைகள் எகிப்திய, பரோக் பாணிகளைக் கையாள்கின்றன;

முன்பக்கக் கதவிலுள்ள ஒரு சிற்பம் – 'போர்ட்லாண்டியா' – ஒரு விளையாட்டுத் தனமான மனநிலையை உருவாக்குகிறது. ஆனால் இந்தக் கட்டடத்தை நவீனத்துவவாதிகள் ஒழுங்கின்மை என்ற காரணத்தைக் கூறிக் கடுமையாக விமர்சித்தார்கள். அதன் ஜூக்பாக்ஸ் (தானியங்கு இசைப்பெட்டி) அளவுக்கு மீறிய கிறிஸ்துமஸ் பரிசுப் பெட்டகம் *(பேக்கேஜ்)* போன்ற வடிவத்தில் இருந்தது. மாறாக அதன் ஆதரவாளர்கள், அருகிலிருந்த நகரமன்றம், பிற முன்-நவீனத்துவ, நவீனத்துவக் கட்டடங்களோடு அது தொடர்புடையதாக உள்ளது என்று விளக்கினார்கள்.

கே ஆனால், நமக்குப் பின்நவீனத்துவக் கட்டடக் கலை என்பதே தேவைதானா?

ப ஏனென்றால், பெரிய உடோபிய (இலட்சியக் கற்பனை யுலக), நவீனத்துவக் கட்டுமானத் திட்டங்கள், எவர்கள் வசிப்பதற்காக அவை வடிவமைக்கப்பட்டனவோ, அவர்களையே அந்நியப்படுத்தின. இந்தத் திட்டமிடப்பட்ட உடோபியாக்கள், சுவரெழுத்துகளைக் கொண்ட, வேண்டு மென்றே அழிக்கப்பட்ட, புறக்கணிக்கப்பட்ட பாழ்நிலங் களாக ஆயின. ஆகவே 1960களின் பிற்பகுதியிலும் 1970களின் முற்பகுதியிலும் அவை டைனமைட் வைத்துத் தகர்க்கப்பட்டன. ஜெங்க்ஸ், ஒரு பொது மேடைப் பேச்சில், 1972 ஜூலை 15 அன்று பிற்பகல் 3.32 மணிக்கு **நவீனத்துவக் கட்டடக் கலை செத்துவிட்டது** என்று பிரகடனம் செய்தார். அந்த நேரத்தில்தான் செண்ட் லூயிஸில் ஒரு பெரிய வீடுகளின் தொகுப்பு வெடிவைத்துச் சுக்குநூறாக உடைக்கப்பட்டது.

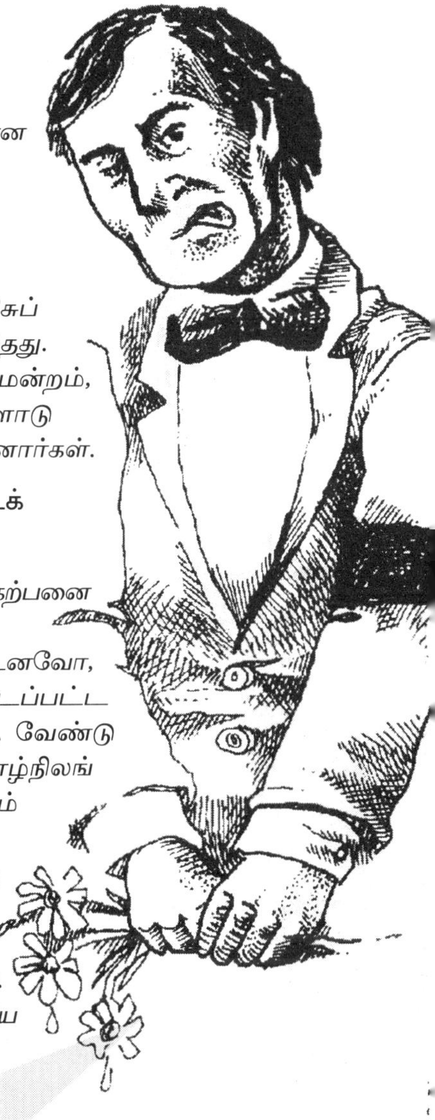

ஜெங்க்ஸ் ஒரு தேதியை (நேரத்தை) இட்டுக்கட்டிச் சொன்னார் – எந்தச் செய்தியாளரும் அதைக் கண்டுபிடிக்கவில்லை. ஆக, கட்டடக்கலை நவீனத் துவத்தின் இறப்பு, அதைப் பிரகடனப்படுத்தியதாலேயே நிகழ்ந்துவிட்டது.

நவீனத்துவவாதிகள் மெய்யாகவே அதிர்ச்சியடைந்தார்கள். உடனே புதிய பின்நவீனத் துவத்தை மிகுந்த ஈடுபாட்டுடன் எதிர்க்கத் தொடங்கி னார்கள். ஆனால், பின்நவீனத்துவக் கட்டடக்கலை யின் மீதான நவீனத்துவத்தின் தாக்குதல்கள் உண்மையில் அதன் வளர்ச்சிக்கு ஊக்கமூட்டியதாகவே ஜெங்க்ஸ் கருதினார். சான்றாக, *லெ மாண்டி* பத்திரிகையின் பத்தியொன்றில், 1981 அக்டோபரில், 'ஐரோப்பாவை ஒரு பேய் வட்டமிட்டுக் கொண்டிருக்கிறது, பின்நவீனத்துவப்பேய்' என்ற அறிவிப்பு வந்த போது, பிரெஞ்சுக் காரர்கள் பலர், தோளைக் குலுக்கிக் கொண்டு, பின்னர் தங்கள் இனிப்பு அப்ப உருளைகளைக் கடித்துத் தின்றுகொண்டு, அதைப் பொருட்படுத்தாமல் அந்தப் பக்கத்தைப் புரட்டி விட்டார்கள். ஆனால் நவீனத்துவவாதிகள் அந்தப் பிரகடனத்தைப் புறக்கணிக்கவில்லை. அவர்களுடைய கிலி, அந்தப் பேயை, ஒரு முழுஅளவிலான இயக்கமாக வளர்த்து விட்டது. எனவே, நவீனத்து வத்தின்மீது ஓர் உள்ளார்ந்த வெறுப்பு பலநாளாக இருந்திருக்க வேண்டும் என்று வாதிடுகிறார் ஜெங்க்ஸ்.

கட்டடக்கலை நவீனத்துவத்தின் இறப்பு, நிறைய உள்நாட்டு நகரங் களைக் காப்பாற்றியிருக்கலாம். அங்கெல்லாம் நவீனத்துவப்போக்கு அக்கட்டடங்களை புல்டோசரால் அகற்றிவிட்டு, இன்னும் உடோபியத் தனமான வீடுகளைக் கட்டுவதாக இருந்தது. பின்நவீனத்துவம், விரிந்த மனப்பான்மையையும் கொஞ்சம் கொஞ்சமான மறுவுயிர்ப்பையும் தருவதற்கு முன்வந்தது. 'மறுவுயிர்ப்பு' என்றால், ஏற்கனவே அங்கே இருக் கின்றதோடு புதிதாக உள்ளவற்றையும் சேர்த்து ஒரு புதிய கலப்பை உருவாக்குவது என்று பொருள்.

நவீனத்துவம் ஒரு மத நிகழ்வு (தோற்றப்பாடு) போன்றது என்கிறார் ஜெங்க்ஸ். அலங்காரத்தை அது மத நிந்தனை என்றது, புதிய கட்டுமான உத்திகளையும் புதிய பொருள்களையும் பயன்படுத்தித் தன்னையே உலகம் முழுதுக்குமான **சர்வதேசப் பாணியாக** நோக்கிக்கொண்டது, சமூகத்தை மாற்று வதற்கான ஒரு பணியை அது ஏற்றுக்கொண்டது.

ஜெங்க்ஸின் கருத்துப்படி, நவீனத்துவக் கட்ட டங்கள் – சிகாகோ **பொதுநல மையம், சிகாகோவின் ஏரிக் கரை வீட்டமைப்புகள்** போன்றவையெல்லாம்,

எளிய வடிவவியல்சார் *(ஜியோமெட்ரிக்)* வடிவங்களன்றி வேறில்லை – கண்ணாடி, எஃகு, கான்க்ரீட் ஆகியவற்றைக் கொண்ட பெட்டிகள் – தங்கள் சதுரத்தன்மையில் அவை சொல்கின்றன – 'இதுதான் நான். ஒரு சதுரப்பெட்டி. வேறொன்றும் இல்லை.' தன்னைத் தவிர வேறெதையேனும் நேராகவோ குறிப்பாகவோ சொல்வதற்கு அந்த வடிவத்திடம் ஒன்றுமில்லை.

மாறாக, பின்நவீனத்துவக் கட்டடக் கலை, இந்த மாதிரி எளிமையைப் புறக்கணிக்கிறது. பின்நவீனத்துவக் கட்டடங்கள், தங்கள் சூழலைப் பிரதிபலிக்கின்றன, அதைக் குறிக்கின்றன. நவீனத்துவக் கட்டடக் கலையின் மெசியா லெ கார்பூசியர் என்றால், பின்நவீனத்துவக் கட்டடக்கலையின் தீர்க்கதரிசிகள் ராபர்ட் வென்சுரி, டெனைஸ் ஸ்காட் பிரவுன், ஸ்டீவன் இஜனூர் ஆகியோர். 1972இல் முதன்முதலாகப் பிரசுரிக்கப்பட்ட – **லேர்னிங் ஃப்ரம் லாஸ் வேகாஸ்** (லாஸ் வேகாஸிலிருந்து கற்றுக்கொள்ளுதல்) என்னும் புத்தகமே அவர்களுடைய கோட்பாட்டு விளக்க அறிக்கை. நவீனத்துவக் கட்டடக்கலையின் உடோபிய (கற்பனைவாத), முற்போக்குத்தனமான கூறுகளை விமரிசனம் செய்கின்றது இந்த நூல். கண்ணாடி, எஃகுப் பெட்டிகளைச் செய்யும் நவீனத்துவ முயற்சியை அது விமர்சிக்கிறது, கட்டடக்கலையை அடைத்து வைக்கப்பட்ட வெளி என்று வரையறுப்பதை விமர்சிக்கிறது. நவீனத்துவத்திற்கு வெளி புனிதமானது என்றால் சித்திரக்கலை, சிற்பக்கலை, இலக்கியம், வெறுமனே அலங்காரப் படுத்தல் ஆகியவை வெறும் வெளிக்கு முரணானவை. நவீனத்துவக் கட்டடக் கலைஞர்கள் தங்கள் முழுப் பாரம் பரியத்தைப் புறக்கணித்தனர். அதில் சித்திரங்கள், சிற்பங்கள், வரைகலை *(கிராஃபிக்ஸ்)* ஆகியவை கட்டடக்கலையுடன் ஒன்றிணைக்கப்பட்டிருந்தன. நவீனத்துவக் கட்டடங்கள் வெறும் வடிவவியல்சார் வடிவங்களின்றி வேறு எவற்றையும் குறியீடு செய்ய முயலவில்லை. மிகச் செம்மையாகச் செய்யப்பட்ட அட்லாண்டிக் சமுத்திரக் குறுக்கில் செல்லும் நீராவிக் கப்பல்களை, தானியத்தைக் கிடங்குக்குக் கொண்டு செல்லும் அமெரிக்க எலிவேட்டர்களை, கியூபிசச் சித்திரங்களை அவை இலட்சிய உருவங்களாகப் புனைந்தபோது, அவை, அறிவியலும் தொழில்நுட்பமும் கொண்ட, புதிய பிரச்சினைகளைக் கொண்டுவரும் வளர்ச்சி கொண்ட ஒரு புதிய உலகின் – கடல் சார்ந்த, தொழில்சார்ந்த, கியூபிச உலகின் அடையாளமாக மாறிவிட்டன (குறியீடு ஆக்கியதோடு முடிந்துபோயின).

உலகப் பொதுமைகள் ஒழிக! என்று கோஷமிட்டனர், வென்சுரி, ஸ்காட் பிரவுன், இஜனூர் ஆகிய மூவரும்.

வெகுஜனக் கலாச்சார, அலங்கரிக்கப்பட்ட, மலிவான கட்டுமானப் பொருள்கள் பயன்படுத்தப் பட்ட, புறநகர் சார்ந்த, இஞ்சியப்பம் *(ஜிஞ்சர்-பிரெட்டைக் கொண்டு குழந்தைகள் கட்டும் வீடுகள்)*, நியூ ஆர்லியன்ஸ், பிரெஞ்சு நாட்டுப்புறத் தன்மை கொண்ட ராஞ்ச் பாணிகள் போன்ற கலப்புற்ற கலாச்சாரத்தை ஏற்றுக்கொள்ளுங்கள். வெளி, வடிவம், பயன் பாட்டுத்தன்மை ஆகியவை சார்ந்த கட்டடக்கலை ஒழியட்டும். பாப் கலாச் சாரத்தின், விளம்பரத்தின், தினசரி வணிகப்பொருள் களின் படிமங்களைக் கொண்டு வாருங்கள். அங்கதம், துயரம், முரண் நகை ஆகியவற்றை வெளிப்படுத்துமாறு கேம்பெல்லின் சூப் கேன்கள் வரிசையில் அமர்ந்திருக்கட்டும். வேடிக்கையான துணுக்குக் கலைகளின் தினசரிப் படிமங்கள் இருக்கட்டும்.

கட்டடக் கலைஞன் ஒரு விதூஷகனாக மாறட்டும்! ஆண்டி வார்ஹோலின், லெய்ஹ்டென்ஸ்டீனின் பாப் கலைபோல, கட்டடக்கலையும் எல்லோருக்கும் பரிச்சய மான கருப்பொருள் களைக் கையாளட்டும். அதிகாரத்தன்மையற்ற கட்டடங்களைக் கட்ட வேண்டும். அவை 'நான் ஒரு சதுரம்' என்று சொல் வதற்குப் பதிலாக பல விஷயங்களை ஒரே நேரத்தில் சொல்லட்டும். பின்நவீனத்துவக் கட்டடங்கள் நகைச் சுவையையும், துயரத்தை யும், துருவ முரண்மை யையும் முரண்நகை தொனியில் சொல்லட்டும். வெவ்வேறு இனங்கள், பாலியல் திசையமைவு, வர்க்கங்கள், கலாச் சாரங்கள் ஆகியவற்றால் ஆன ஒரு சமூகத்தில் நகைச்சுவையோடு வாழ் வதற்குரிய அதிகாரமற்ற குணங்களை அது வெளிப்படுத்தட்டும்.

ஏனென்றால், நாம் ஒரு பன்மைத்தன்மை வாய்ந்த சமூகத்தில் வாழ்கிறோம். அது லாஸ் வேகாஸ் பகுதியின் (லாஸ் வேகாஸ் பொலிவார்டின் தென் பகுதி – சூதாட்ட விடுதிகள் அதிகமாக அமைந்த பகுதி) நியான் விளக்குகளும் சமிக்ஞை களும் நிறைந்த ஒளி மிகுந்த, எல்லாம் கலந்த, பளபளப்பான பஜார் களில் அது எதிரொளிக் கிறது. மேலும் ஒன்றுக் கொன்று போட்டியிடும், முரண்படும் பாணி களும், எதிரானவற்றின் கலப்பிலும் சிக்கலான அர்த்தங்கள் கொண்டு வேகமாகக் கடந்து செல்லும் சாலை அறிவிப்புகள், விளம்பரப் பலகைகளிலும் எதிரொளிக்கிறது. சாலைப் பரப்பு அல்லது காரப் (வாகனப்) பரப்பில் தூய வடிவத்தைவிட குறியீடுகளின் கலப்பு மிகவும் முக்கியமானது – சூதாட்ட விடுதியின் பகட்டொளி வீசுகின்ற கருப்பொருள்களில் அது எதிரொளிக்கிறது. (லாஸ்வேகாஸிலுள்ள ஃப்ளாம்போயண்ட் பிளமிங்கோ, டெஸர்ட் இன், த எக்ஸாடிக்

ட்ராபிகேனா, தி அராபிஸ்க் அல்லாடின், சீஸர்ஸ் பேலஸ் த ஸ்டார்டஸ்ட், கோதிக் பேராலயங்களின் அலங்கார முகப்புகள் போன்ற எல்லாமே, அடையாளங்களும் குறிகளும்தான்.) மேலும் கிழக்கு நாட்டு அங்காடிகள் போன்ற ஆடல் அரங்கங்கள் கொண்ட பெருங் கடை அங்காடி களிலும் அது எதிரொளிக்கிறது. லாஸ் வேகாஸ் பகுதியின் கட்டடக்கலை பலவற்றின் கலவை. எல்லா வற்றிலிருந்தும் தேர்ந்தெடுத்துப் பயன்படுத்திக் கொள்கிற, பிறவற்றைத் தொடர்பு படுத்தக் கூடிய, முரண் பாடுள்ள கலை அது. தி அராபிஸ்க் அல்லாடின் சூதாட்ட விடுதி மூரின் பகட்டுத் தோற்றம் கொண்ட 16ஆம் நூற்றாண்டு டியூடர் காலத்துக்குரியது. சீஸர்ஸ் பேலஸ் தொடக்ககால கிறித்துவ, ரோமானிய, புதுச்செவ்வியல் காலத்துக்குரியது; மோட்டல் மாடர்ன், எத்ருஸ்கன், மியேசியன் காலத்துக் குரியது. மையக் கருத்துகள், அடை யாளங்கள், தூண்கள், கட்டடத்தின் பக்கப்பகுதிகள், உருவாக்கங்கள், தரைகள் யாவும் ஒன்றையொன்று

நையாண்டி செய்து கேள்வி கேட்கின்றன.

லாஸ் வேகாஸ் பகுதி அனைத்தையும் உள்ளடக்கிய ஓர் ஒழுங்கு. அங்கே ஆதிக்கம் செலுத்து கின்ற ஒரு கருத்துப் பொருள் என்பது கிடையாது. வல்லுநர் என்று யாரும் கிடையாது. ஆனால் பார்வையாளர் பல்வேறான கூறுகளைக் கொண்ட, பன்மைத்துவ, இன்றியமையாத, ஒத்திசை யாத, குழப்பமான, பல்பிரதித்துவம் சார்ந்த, பிறவற்றைச் சுட்டுகின்ற, நகர்ப்புற அடையாளங்கள், அர்த்தங்கள், ஒழுங்குகள், இவை எல்லாம் கடந்த காலத்தின் கட்டடக்கலையை ஆராய்ந்து கொண்டிருக்கும் ஒரு விளையாட்டுக் களத்தை உல்லாசமாக நடந்து கடக்கிறார்.

கட்டடக்கலை என்பது கேளிக்கையாக இருக்கட்டும்! கட்டடக்கலை பற்றிய சலிப் பூட்டும் எண்ணங்களைத் தலைகீழாக மாற்றுங்கள்! பழைய வரலாற்றுப் படிமங் களையும் குறியீடுகளையும் பழையனவற்றின் மீதான நாட்டத்தோடு ஒரு கொலாஜாக மாற்றி மனம்போன போக்கில் சிக்கலானவற்றைத் தழுவுங்கள்! பிம்பங்கள் வடிவத்தைத் தீர்மானிக்கட்டும்! வளர்ச்சி என்பது உடோபியத் (இலட்சியக் கற்பனைவாதத்) திட்டங்களைச் சார்ந்து இல்லாமல், கொஞ்சம் கொஞ்சமாக அதிகரிக்கின்ற,

87

பல்வேறு திசைகளிலான வளர்ச்சியாக இருக்கட்டும்! பயனாளர்கள், வாடிக்கையாளர்களின் பன்முகப்பட்ட ரசனையைக் கட்டடங்கள் பிரதிபலிக்கட்டும்! மனிதன் பற்றிய ஏதோ ஓர் உடோபிய, அருவமான கருத்தாக்கத்தின் அடிப்படையில் அல்லாமல், குறித்த நபர்களுக்கென கட்டடக் கலைஞர்கள் வடிவமைக்கட்டும்! தங்களைச் சுற்றியுள்ள கட்டடங்களோடு பின்நவீனத்துவக் கட்டங்கள் பொருந்திச் செல்லட்டும்!

லேர்னிங் ஃப்ரம் லாஸ் வேகாஸ் (லாஸ் வேகாஸிலிருந்து கற்றுக் கொள்ளுதல்) என்னும் நூலின் ஆசிரியர்கள் கூறுகிறார்கள்:

'லாஸ்வேகாஸ் பகுதியில் எழுகின்ற ஒழுங்கமைவு, சிக்கலான ஒன்று. நகர்ப்புறப் புதுப்பிக்கும் திட்டத்தின் எளிய, திட்டவட்டமான ஒழுங்கமைவு அல்ல அது. அல்லது பிரம்மாண்ட அமைப்பின் 'முழுமையான வடிவமைப்பு' என்ற புதுப் பாங்கும் (ஃபேஷன்) அல்ல... ஒரு வல்லுநர் ஆதிக்கம் செலுத்தி, உருவாக்கி, கண்களுக்கு எளிதாக்கிய வடிவமைப்பு அல்ல அது. இயங்கும் உடலில் அசைகின்ற கண் மாறிக் கொண்டிருக்கின்ற, அருகருகே வைக்கப்பட்டுள்ள பல்வேறு ஒழுங்குகளைத் தேர்ந்தெடுத்து அர்த்தமளிக்க வேண்டும்.' (LLV 135-6)

ஜெங்க்ஸின் பார்வையில், பின்நவீனத்துவக் கட்டடக்கலை 10 சிறப்பியல்புகளை வெளிப்படுத்துகிறது.

நியூ யார்க் நகரத்திலுள்ள பிலிப் ஜான்சனின் ஏடீ & டீ [*அமெரிக்கன் டெலிஃபோன் அண்ட் டெலிகிராஃப்* – அமெரிக்கத் தொலைத்தொடர்பு நிறுவனம்] கட்டடத்தை நாம் உதாரணமாக எடுத்துக்கொண்டு பார்ப்போம்.

1. அது பன்மைத்தன்மை கொண்டது – மிக தீவிரமாகப் பல துறைகளில் இருந்தும் கருத்துகளைத் தேர்ந்தெடுத்து இணைப்பது – வித்தியாசத்தையும் மற்றமையையும் கொண்டாடுவது. அது பல்வேறு பாணிகளையும் மொழிகளையும் எடுத்தாள்கிறது. பாரம்பரியமான எஃகு, கண்ணாடி இவற்றாலான வானளாவிய கட்டடத்தை சிப்பன்டேல் பாணி (18ஆம் நூற்றாண்டு அறைக்கலன் வடிவமைப்பாளர்) முக்கோண முகப்புக் கொண்ட ஒரு தாத்தா காலக் கடிகார அமைப்பாக மாற்றுகிறது.

2. பலவற்றிலிருந்தும் தேர்ந்தெடுத்துக்கொள்ளும் இந்தத் தன்மை ஓர் ஒருங்கிசைவற்ற அழகிற்கு, ஒழுங்கான சேர்ந்திசையற்ற ஒரு இன்னிசைக்கு, முரண் சொற்றொடருக்கு, முரணுரைக்கு இட்டுச் செல்கிறது. ஒரு கட்டடத்திற்கும் கடிகாரத்திற்கும் ஒருங்கிசைவு இல்லை தானே? ஆனால் அவருடைய இந்த ஒருங்கிசைவின்மை

வேடிக்கையாக இருக்கிறது. ஏனென்றால், பல கட்டடங்கள் கடிகாரங்களைக் காட்சிக்குரியதாக ஆக்கியிருக்கின்றன.

3. ஏடீ & டீ கட்டடம், ஒரு நாகரிகம் மிக்க, பண்பான நகர்ப்புறத் தன்மையைக் காட்டுகிறது. அது தனித்து நிற்கவில்லை. பிற பல வானளாவிய நவீனத்துவக் கட்டடங்களைப் போலத்தான் அதுவும் இருக்கிறது. ஆனால் அது அருகிலுள்ள மற்ற கட்டடங்களோடு பொருந்திப் போகிறது, பிறவற்றை எதிரொளிக்கிறது, பிறவற்றைக் கேலி செய்கிறது, நையாண்டி செய்கிறது, அவற்றோடு தன்னை அந்தச் சூழலில் தொடர்பு படுத்திக் கொள்கிறது.

4. பின்நவீனத்துவக் கட்டடங்கள் எல்லாம் மனித உருவத்தை அடிப்படையாகக் கொண்டவை. அவற்றின் அலங்காரங்கள், வார்ப்புகள் யாவும் மனித உருவத்தைக் குறிப்பாகக் காட்டுகின்றன. ஏடீ & டீ கட்டடம் இவ்வாறு செய்யவில்லை. ஆனால் மனிதனின் ஒரு கைவினைப் பொருளை – கடிகாரத்தைப் போலி செய்வதன் வாயிலாக, அதை மறைமுகமாகக் குறிப்பால் உணர்த்துகிறது.

5. கடந்த காலத்திற்கும் நிகழ்காலத்திற்கும் ஓர் உறவை அது வெளிப்படுத்துகிறது. தாத்தாக் கால கடிகாரம், நவீன வானளாவிய கட்டடம். பாணிகளை இம்மாதிரிக் கலத்தல், பழையதைப் புதியதுடன் நேருக்குநேர் சந்திக்க வைக்கிறது. இதனால் கட்டடக் கலைஞர், பழைய பாணிகளை ஞாபகப்படுத்திக் கொள்வது மட்டுமல்ல, அவற்றை நையாண்டி செய்யவும், பழையதைப் பற்றிய நினைவைக் கிளறவும், ஒரு கதம்பத்தில் ஈடுபடவும் முடிகிறது.

6. உள்ளடக்கத்தை, அர்த்தத்தைத் தேடும் ஓர் ஆவல் இருக்கிறது. 'கண்ணாடியாலும் எஃகினாலுமான பெட்டி' என்று சொல்வதோடு மட்டுமல்லாமல், இந்தக் கட்டடம், 'தாத்தா கடிகாரம்' என்றும் சொல்கிறது.

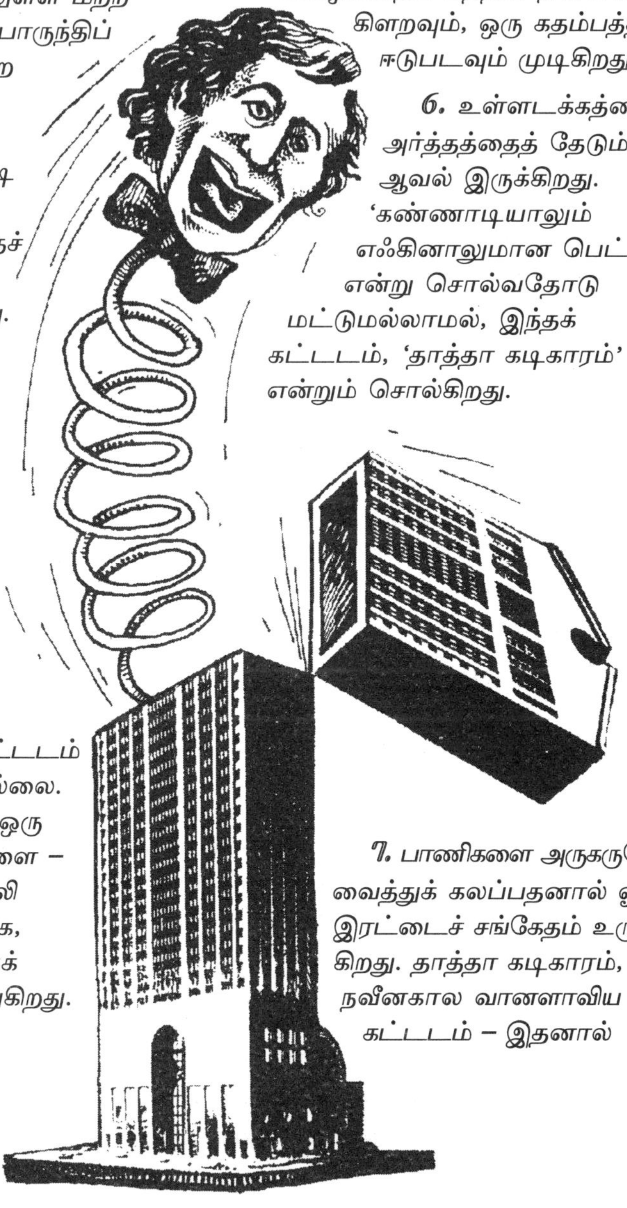

7. பாணிகளை அருகருகே வைத்துக் கலப்பதனால் ஓர் இரட்டைச் சங்கேதம் உருவாகிறது. தாத்தா கடிகாரம், நவீனகால வானளாவிய கட்டடம் – இதனால்

முரண்நகை, பல்பொருள் தன்மை, முரணெதிர்வு ஆகியன எழுகின்றன. பின்நவீனத்துவக் கட்டடங்கள், ‘இதுவோ/அதுவோ’ என்று சொல்வதில்லை. மாறாக, ‘இரண்டும்/மேலும்’ என்கின்றன. சமகாலத் தன்மை (வானளாவிய கட்டடம்), பழமை (தாத்தா கடிகாரம்), செயல்பாடு (அலுவலகக் கட்டடம்), அலங்காரம் (சிப்பன்டேல் உடைந்த முக்கோண முகப்பு) ஆகியவற்றை முரண்நகை கொண்ட இரட்டைச் சங்கேதத்தில் கலப்பதால், ஏடீ & டீ கட்டடம், இரண்டும்/மேலும் என்கிறது. அதனால் ஒரே சமயத்தில் இரண்டு வெவ்வேறு அர்த்தங்களைத் தரமுடியும்.

8. பின்நவீனத்துவக் கட்டடங்கள் பலஅர்த்தம் கொண்டவை. ஒரே சமயத்தில் பல அர்த்தங்களைத் தர அவற்றால் முடியும். நவீனத்துவக் கட்டடங்களின் ஒற்றை அர்த்தத் தன்மை போலன்றி, (‘நான் ஒரு சதுரம்’ என்பதுபோல ஒரே அர்த்தம்) பின்நவீனக் கட்டடங்கள், பல அர்த்தம், பிறவற்றை ஒதுக்காதத் தன்மை, பிறவற்றைச் சுட்டும் தன்மை, ஒத்ததிரும் தன்மை, குறியீட்டுத் தன்மை ஆகியவை கொண்டுள்ளன.

9. பின்நவீனத்துவக் கட்டடக்கலை, பாரம்பரியத்திற்கு மறுவிளக்கம் அளிக்கிறது. பழையதை அது அப்படியே காப்பியடிப்பதில்லை. ஏடீ & டீ கட்டடம், பழையதை அப்படியே உயிர்ப்பிக்கவில்லை; அதை விளையாட்டாகக் கேலிசெய்கிறது.

10. பின்நவீனத்துவக் கட்டடங்கள் பல, இல்லாத மையத்திற்கு – ஒரு மையமான சமுதாய வெளிக்குத் – திரும்ப ஏங்குகின்றன. ஆனால், பிறகு அதை நிரப்புவதற்கு நம்மிடம் பொதுவானது ஒன்றுமில்லை எனப் புரிந்து கொள்கின்றன. எனவே அதை

ஒரு கடிகாரத்தால் நிரப்பினால்தான் என்ன?

பின்நவீனத்துவச் செவ்வியல் என்பதை, கிரேக்க ரோமானியக் கருத்துகளை ஈர்த்துக் கொண்டு எழும் மீட்பு என்று வரையறுக்கிறார் ஜெங்க்ஸ். பின்நவீனத்துவச் செவ்வியலில் ஐந்து வகைகளை அடையாளம் காட்டுகிறார்:

மீமெய்யியல் செவ்வியல்

கதையாடல் செவ்வியல்

உருவகக் கதைச் செவ்வியல்

யதார்த்தச் செவ்வியல்

செவ்வியல் கூருணர்வு

மீமெய்யியல் செவ்வியல்

மனச்சோர்வுச் செவ்வியல் *(மெலங்க்காலிக் கிளாசிஸம்)* என்பது மீமெய்யியல் செவ்வியலின் *(மெடாஃபிசிகல் கிளாசிஸம்)* ஒருவகை. நகர்ப்புறத்திற்குத் திரும்புதலை மையப்படுத்துகிறது. இத்தாலிய நகரச் சதுக்கம் (பியாஜா) இதன் வெளிப்பாடு. ஆனால் ஒரு வித்தியாசம். லியோன் கிரையர் போன்ற பின்நவீனத்துவக் கட்டடக் கலைஞர்களும், ரிடோ வுல்ஃப் போன்ற பின்நவீனத்துவக் கலைஞர்களும் இம்மாதிரி பியாஜாக்களை மனச்சோர்வு உள்ளதாகப் படைக்கிறார்கள். ஏனெனில் இந்த பியாஜாக்கள் கைவிடப் பட்டவை. இருந்தாலும், ஒரு மையம் வேண்டும் என்ற ஆவல் (ஏக்கம்) இங்கிருக்கிறது. மையமும் இருக்கிறது. ஆனால் அந்த மையம் காலியாக இருக்கிறது.

கதையாடல் செவ்வியல் (நெரேடிவ் கிளாசிஸம்)

பாரம்பரியமான கதைச் சித்திரங்கள் உயர்ந்த மனிதர்களின் வீரதீரச் செயல்களைக் காட்டுகின்றன – சாக்ரடீஸ் விஷத்தை அருந்தும் சம்பவம் போல. அவை எழுச்சி ஊட்டுபவை. பின்நவீனத்துவக் கதைச் சித்திரங்கள் ஒழுக்கக்கேடான செயல்களில் ஈடுபட்ட வீரதீரமற்ற மனிதர்களின் செயல்களைக் காட்டுகின்றன.

பால் ஜார்ஜின் *மை கெண்ட் ஸ்டேட்* (என்னுடைய கெண்ட் ஸ்டேட்) ஓவியத்தில், பலவீனமான, ஆடையற்ற ஒரு கலை அணங்கு – சுதந்திரத்தின் குறியீடு அவள் – மாணவர்கள் கொல்லப்படும் சம்பவ இடத்தை விட்டு ஓட முயற்சி செய்கிறாள்.

இந்தக் கலைவகை, சிற்றின்பம் சார்ந்த, வழக்கமானவற்றைப் புரட்டக்கூடிய மேலர்த்தங் களைக் கொள்ளக்கூடியது. எடுத்துக்காட்டாக, எரிக் ஃபிஷ்கலின் *பேட் பாய்* (கெட்ட பையன்). இதில், ஒரு பையன், நிர்வாணமான ஒரு பெண்ணை நோக்கிக்கொண்டே, அவளது கைப்பையிலிருந்து திருடுகிறான்.

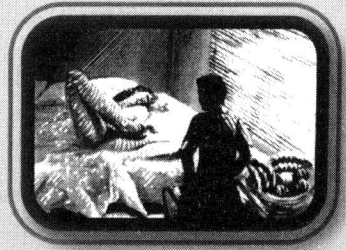

உருவகக் கதைச் செவ்வியல் *(அலிகாரிகல் கிளாசிஸம்)*

கிராண்ட் டிரம்ஹெல்லரின் *லைட்னிங் த்ரோயர்* (மின்னலை வீசுபவர்) ஒரு பயங்கரப் பின்னணியில், பழைய புகழ்பெற்ற சிற்பமான – போஸீடானின் (கடல் கடவுள்) தோரணையைக் காட்டுகிறது. இந்தப் பின்னணியை ஜெங்க்ஸ், ‘கதிர்வீச்சின் இருள்’ என்று வருணிக்கிறார். பின்னணியில் தெரியும் ஒளிவீச்சுகள், போஸீடான், தார், ஜூபிடர் ஆகிய அணுஆயுத ஏவுகணைகள் உருவாக்கிய அணுப்போரைக் குறிக்கிறதா?

இதன் உபவகை, கள்ளமற்ற யதார்த்தவாதம் என்பது, கிராண்ட் வுட், கிராண்மா மோசஸ் (இருவரும் அமெரிக்க ஓவியக் கலைஞர்கள்) ஆகியோரின் கள்ளமற்ற தன்மைக்குத் திரும்புகிறது. இதற்கு எடுத்துக்காட்டு, டேவிட் லிகாரேயின் *வுமன் இன் ஏ கிரீக் சேர்* (ஒரு கிரேக்க நாற்காலியில் பெண்).

யதார்த்தச் செவ்வியல் *(ரியாலிஸ்ட் கிளாசிஸம்)*

முரண்தொடர், முரணெதிர்வு, மறுப்பு ஆகியவை அடங்கியது யதார்த்தச் செவ்வியல். செவ்வியல் பாரம்பரியத்தில் கல்லில் வழங்கப்படும் உடலின் தனிப்பட்ட உறுப்புகள், கைகள், முண்டம், தலை போன்றவை இலட்சிய அழகிற்குக் கீழ்நிலையில் வைக்கப்பட்டன.

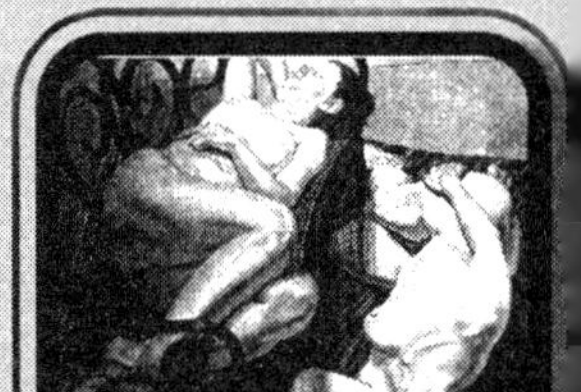

யதார்த்தச் செவ்வியலில், ஒரு தன்னிலையின் அழகற்ற, யதார்த்தமான கூறுகளை நோக்கி கவனம் செலுத்தப் படுகிறது. இவற்றைத் தூய செவ்வியல் புறக்கணிக்கிறது. எடுத்துக்காட்டாக, ஃபிலிப் பேர்ல்ஸ்டீனின் *டூ ஃபீமேல் மாடல்ஸ் ஆன் பிரெண்ட்வுட் லவ்சீட் அண்ட் ரக்* (பிரெண்ட்வுட் காதல் நாற்காலியின் மீதும் தரைவிரிப்பின் மீதும் இரண்டு பெண் மாடல்கள்) போன்றவை. ‘பிளேபாய் பத்திரிகையின் மையப் படம் போன்று, உடலின் பெரும் பரப்புகள்மீது கவனம் குவிக்கப்படுகிறது. ஆனால், அவை தொங்கும் சதைகளின் மூட்டைகளாக ஆக்கப்படுகின்றன. இதனால் பாலியல்பின் நையாண்டி குறிப்பர்த்தமாக உணர்த்தப்படுகிறது’ என்கிறார் ஜெங்க்ஸ். (PM 127)

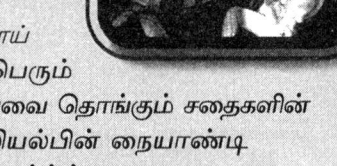

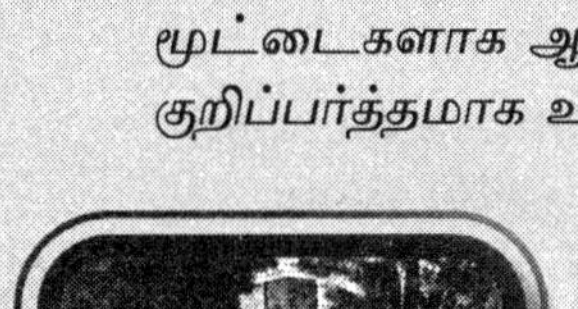

செவ்வியல் கூருணர்வு *(த கிளாசிகல் சென்ஸிபிலிடி)*

கலைஞர்கள் சிலர் செவ்வியலின் பொதுவான தன்மைக்கு விசுவாசமாக இருக்கிறார்கள் என்கிறார் ஜெங்க்ஸ். அவர்கள் தங்கள் படைப்புகளில், அவற்றின் பேசுபொருள்கள் சமகாலத்தியவை ஆயினும் ஒரு செவ்வியல் கூருணர்வைப் புலப்படுத்துகிறார்கள். எடுத்துக்காட்டாக, மிலே ஆந்த்ரெயேவிச்சின் *அப்பொல்லோவும் டாஃப்னியும்* என்ற சித்திரம், பழைய கிரேக்கக் கதையைத் திரும்பச் சொல்கிறது – அப்பொல்லோ டாஃப்னியை ஆற்று வரை துரத்துகிறான். அங்கு அவள் தந்தை, ஆற்றின் கடவுள், அவளை ஒரு லாரல் மரமாக மாற்றிவிடுகிறான். வாசர் கல்லூரியின் இருபால் மாணவர்கள் (இருபாலுடன் பயில்பவர்), ஹிப்பிக் காலத்துக்குப் பிந்தைய கிடார் வாசிப்பவர், ஒரு செவ்வியல் கருப்பொருள் ஆகியவற்றை ஒன்றாக முரண்நகையோடு இணைப்பதில் ஓர் இரட்டைச் சங்கேதம் இருக்கிறது.

பின்அமைப்பு வாதம்

கே பின்நவீனத்துவக் கோட்பாட்டாளர்களில் இன்னும் யார் யார் உள்ளனர்?

ப நல்லது, மிக முக்கியமான பின்நவீனத்துவக் கோட்பாட்டாளர்கள் சிலர், பின்அமைப்புவாதச் சிந்தனையாளர்கள்.

கே பின்அமைப்புவாதிகளா?

ப பின்அமைப்புவாதம் என்பது ழாக் தெரிதா, ஜூலியா கிறிஸ்தவா, ரோலன் பார்த், ஜில் தெலூஸ், ஃபெலிக்ஸ் கத்தாரி, மிஷேல் ஃபூக்கோ ஆகிய பிரெஞ்சுச் சிந்தனையாளர்களின் அலையோடு தொடர்புடைய ஓர் இயக்கம். வரலாறு, மானிடவியல், இலக்கியம், உளவியல் போன்ற எல்லா அறிவையும் பின்அமைப்புவாதம் பிரதியாகவே நோக்குகிறது. அறிவு கருத்தாக்கங்களைக் (கருதுகோள்களைக் – *கான்செப்ட்*) கொண்டு ஆனது மட்டுமல்ல, வார்த்தைகளையும் கொண்டு ஆனது என்று இதற்கு அர்த்தம். பிரதியின் எழுதப்பட்ட தன்மையை வாசிப்பதில் பின்அமைப்புவாதிகள் கவனத்தைக் குவிக்கிறார்கள். இப்படி வாசிக்கும்போது, தங்களுக்குள் முரண்படுகின்ற பல்வகை விளைவுகளைப் பிரதிகள் உருவாக்குகின்றன.

பின்நவீனத்துவவாதிகள் மொழியும் அர்த்தமும் பிளவுபட்டவை என்று நினைக்க முற்படுகிறார்கள். பின்நவீனத்துவம், ஆதிக்கம் என்ற கருத்து முழுமையையும் கேள்வி கேட்கிறது என்று நாம் அறிவோம். எடுத்துக்காட்டாக, ஒரு பெருங்கதையால் பல சிறிய கதைகள்மீது ஆதிக்கம் செலுத்த முடியும் என்ற கருத்துநிலையைச் (சிந்தனையைக்) கேள்வி கேட்கிறது. பழங்கதை வரிசையில் பெருங்கதையாடல்கள் மேற்படியிலும், சிறிய கதைகள் கீழ்ப்படியிலும் என கதைகளில் ஒரு படிநிலை இருக்கிறது என்ற கருத்துநிலையையும் அது கேள்விக்கு உள்ளாக்குகிறது. மொழி, அறிவு பற்றிய தனது ஆய்வுகளால் பின்அமைப்புவாதம், பின்நவீனத்துவத்தை ஆதரிக்கிறது. மிகவும் முக்கியமானதொரு பின் அமைப்புவாதி, பிரெஞ்சு அறிவுஜீவியான மிஷேல் ஃபூக்கோ என்பவர்.

மிஷேல் ஃபூக்கோ
(ஃபூக்கோவைப் பற்றி பூத்ரியார்

கே ஃபூக்கோவா?

ப மிஷேல் ஃபூக்கோ ஒரு பிரெஞ்சு உளவியலாளர். ப்வாத்யா (பாய்டியர்ஸ்) என்னும் ஊரில் 1926இல் பிறந்தவர். **அதிகாரத்திற்கும் அறிவுக்குமிடையிலான** உறவைப் பற்றி அவர் சிந்தித்தார். ஆனால், அதிகாரம் என்பது மாற்றத்தின் மீதும் மக்களின் மீதும் அக்கறை கொள்ளாத ஒரு பெரும் ஒற்றை அமைப்பு என்ற கருத்து நிலையை அவர் கேலி செய்தார். அதிகாரம் பற்றி இப்படிப்பட்ட ஒற்றை நோக்குக் கொண்ட விளக்கங்களை அளிக்க முயற்சி செய்கின்ற மீக்கொள்கைகளை/மீக்கோட்பாடுகளை *(மெடாதியரீஸ்)* அவர் அவநம்பிக்கையோடு நோக்கினார். அவரைப் பொறுத்தவரை, அதிகாரத்தின் நுண்அரசியல் மட்டுமே உண்டு.

கே அதிகாரத்தின் நுண்அரசியலா?

ப ஆம் – அதிகாரம் பல்வேறு உள்ளூர் நிலைமைகளில் எப்படி செலுத்தப்படுகிறது என்பதைப் பற்றியது. சிறை, மருத்துவமனை, பைத்தியக்கார விடுதி, பல்கலைக்கழகம், படுக்கையறை – எல்லாம் ஆதிக்க உறவுகள் செயல்படும் இடங்கள்தாம். பிறர்வதை

இன்பம்/தன்வதை இன்பம்கூட (சேடிஸம்-மசாக்கிசம்) ஃபூக்கோ வுக்கு ஒருவகை விளையாட்டுதான். உள்ளளவில் அதிகாரத்தின் பரிமாணங்களை ஆராய்வது அது. இம்மாதிரி இடங்களில் அதிகாரம் எப்படிச் செயல்படுகிறது என்பதை எந்தப் பெரும் பொதுக் கோட்பாட்டாலும் விளக்க இயலாது.

மேலும் எங்கெல்லாம் ஆதிக்கம் இருக்கிறதோ அங்கெல்லாம் எதிர்ப்பும் இருக்கிறது. அதிகாரத்தை எதிர்ப்பதற்கு ஒரே வழி, உள்ளூர் (வட்டார/சிறிய) அளவில் எதிர்ப்பதுதான்; ஒடுக்குதலின் சிற்றளவிலான செயல்முறைகளை எதிர்ப்பதுதான். ஓரினச்சேர்க்கையாளர், பெண்ணிய வாதிகள், முன்னாள் பொதுவுடைமை யாளர்கள், பிற விளிம்புநிலைக் குழுக்கள் போன்றோர் இப்படிப் பட்ட சிற்றளவுப் போராட்டங்களை ஆதரித்திருக்கிறார்கள்.

ஆனால், நாம் ஃபூக்கோவை மறந்துவிடவேண்டும் என்று பூரியார் சொல்கிறார். காரணம், அவருடைய கருத்து நிலைகள் காலத்தால் பின்தங்கியவை என்கிறார்.

கே ஏன் காலத்தால் பின்தங்கியவை?

ப ஏனென்றால் பூரியாரின் கருத்துப்படி, அதிகாரம் செத்து விட்டது, கரைந்தழிந்து விட்டது, ரத்தாகிவிட்டது, **நிழலுருக்கள், மாதிரிகள், சங்கேதங்கள்** வாயிலாக மீயதார்த்தமாக்கப்பட்டுவிட்டது.

புதிய பின்நவீனத்துவ ஊடகப் படையெடுப்பின் பிரபஞ்சத்தில், நமக்கு அதிகாரம் என்பது தனி நிலையில் இருப்பதில்லை. இப்போது அதிகாரத்தின் **நிழலுருக்கள்,** போலிகள் தான் இருக்கின்றன என்பதை ஃபூக்கோ மறந்துவிட்டார். எடுத்துக்காட்டாக, ரொனால்டு ரீகன், 'போஸ்' கொடுப் பதன் வாயிலாகவே, நிழற்படங் களிலும், ஒலித்துண்டுகளிலும் அதிகாரத்தின் குறியீடுகளைக் காட்டு வதன் வாயிலாகவே (உண்மையில் அதிகாரத்தைச் செயல்படுத்துவதற்கு மாறாக) பதவிக்கு வந்து அரசனைப் போல ஆட்சிசெய்தார்.

அதிகாரம் செத்துவிட்டது என்றால், பாலியலும் அப்படித்தான்!

ஃபூக்கோவின் கருத்துப்படி, பாலியல் என்பது சிற்றின்பச் செயல்முறைகளைப் பற்றிப் பேசுவதும் எழுதுவதும் ஆகும். இயல்பான பாலியல் செய்கைகளை விலக்கானவற்றிலிருந்து வேறுபடுத்துவதற்கு அவற்றில் விதிகளும் தடைகளும் உள்ளன. பூத்ரியாரின் கருத்துப்படி, புதிய பின்நவீனத்துவக் காலத்தில் பாலியல் செத்துவிட்டது – ஏனென்றால் எல்லாமே பாலியலாக மாறிவிட்டது. பாலியல் நிழலுருக்கள், விளம்பரம், ஃபேஷனில் (புதுப்பாங்கில்), தொலைக்காட்சியில், திரைப்படத்தில் என எங்கும் உள்ளன. பாலியல் என்பது முன்பு போல நெருக்கமானதாக, தனிப்பட்டதாக, அந்தரங்க நடத்தையாக இல்லை. அது திறந்ததாக, உற்சாகமூட்டப்படுவதாக, எல்லையற்றதாக, கட்டுப்பாடற்றதாக, கட்டாயமானதாக உள்ளது. பாலியல் இறுக்கங்களை (எங்கும் பாலியல், பாலியலின் காட்சிப்படுத்தல்களால் உருவானவை) பாலியல் சங்கேதங்களால் விடுவிக்கும் ஒரு கட்டளை அது. இவ்வாறாக, 'எல்லாமே பாலியல்தான்' (ஃபர்கெட் ஃபூக்கோ 14). ஆனால் **எல்லாமே** பாலியல் என்றால், **எதுவுமே** பாலியல் இல்லை!

மூாக் தெரிதா

கே பின்நவீனத்துவ, பின்அமைப்புவாதப் பிரபஞ்சத்தில் பாலியல் இறந்து விட்டது என்றால், என்னதான் எஞ்சியிருக்கிறது? எல்லாமே அழிக்கப்பட்டு விட்டது போலத்தான் தோன்றுகிறது.

ப இது நம்மைத் தத்துவஞானி மூாக் தெரிதாவின் கண்டுபிடிப்பான தகர்ப்பமைப்புக்கு இட்டுச் செல்கிறது.

கே ஃபூக்கோவும் பூத்ரியாரும் பிரெஞ்சுக்காரர்கள்தானே? பின்நவீனத்துவ, பின்அமைப்புச் சிந்தனையில் ஏன் பிரெஞ்சுக் காரர்களே ஆதிக்கம் செலுத்து கிறார்கள்?

ப நல்லது. அறிவொளிக் காலத்தில் (18ஆம் நூற்றாண்டு), நாம் ஏற்கனவே சொன்னது போல, ஃபிரான்ஸ் நாடுதான் புத்திஜீவி என்னும் கருத்தமைவைக் கண்டு பிடித்தது. மூளையே உருவான ஒரு மேல்வர்க்கம் – உட்கார்ந்து விஷயங்களைப் பற்றிச் சிந்திப்பவர்கள். அறிவொளிக் காலத்திலிருந்து புத்திஜீவிகளுக்கு ஃபிரான்ஸ் ஒரு சொர்க்கம் போல. அங்கு தத்துவ ஞானிகளும் சிந்தனையாளர்களும் தேசிய பொக்கிஷங்களாகக் கொண்டாடப்பட்டார்கள். கடைசியாக வெளிவந்த துப்பறியும் கதைபோல அவர்களின் புத்தகங்களும் வாங்கப் பட்டன. அவர்களுடைய விவாதங் களும் விரிவான சர்ச்சைகளும் பளபளப்பான வெகுஜனப் பத்திரிகைகள், ஊடகங்களில் பதிவுசெய்யப்பட்டன. அவர்கள் தொலைக்காட்சியின் பேச்சு நிகழ்வு களில் பங்கேற்கிறார்கள், அவர்களுக்கு அழகான காதலர்கள் கிடைக்கிறார்கள், உணவுவிடுதிகளில் அவர்களுக்கு நல்ல இருக்கைகள் கிடைக்கின்றன. இந்தச் சலுகைகளுக்கு மாற்றாக, அவர்கள் ஓர் அறநெறித் தொனியை நிறுவ வேண்டும், நிறுவப்பட்ட மதிப்புகளை எதிர்க்க வேண்டும், எல்லாவற்றிற்கும் மேலாக, முன்னணிச் சிந்தனையாளராக இருக்கவேண்டும். அவர்கள் இன்று சிந்திப்பதை நாளை ஃபிரான்ஸ் முழுவதும் சிந்திக்கும் என்ற அறிவாசனத்தில் அவர்கள் பாதுகாப்பாக அமர்ந்திருக்கிறார்கள். பலசமயங்களில், அவர்களின் சிந்தனைகள், பிரெஞ்சு எல்லையை யும் தாண்டி பரந்த அறிவுலகுக்கு பிரெஞ்சுக் கருத்துகளைக் கொண்டு செல்கின்றன.

பல பத்தாண்டுகளாக, பாரிஸின் கஃபேக்களுக்கு வெளியே நடை பாதைகளில், அகன்ற சாலைகளின் மரங்களினூடே ஒளி நடனமாடிக்

கொண்டிருக்கிறது. பொருள்களின் மேற்பரப்புமீது விளையாடுகிறது. மேசை விரிப்புகளின் மீது மேடுபள்ளங்களுக்கேற்ப ஒளி நடக்கிறது. பல்வேறு விதமாக உடையணிந்த உடல்களில் தற்காலிகமான வண்ணக் கலவைகளை இறைக்கிறது. கஃபே செல்லும் பிரெஞ்சுக்காரர்கள், அவர்களில் பலரும் அறிவாற்றலும் கலாச்சாரமும் நிறைந்தவர்கள், உணவை ஆர்டர் செய்கிறார்கள், சிகரெட்டுகளைத் தேடுகிறார்கள், அவர்கள் நாற்காலிகளில் மேசை முன் அமர்ந்து மேசைகளைப் பற்றிப் பேசுகிறார்கள், தங்கள் அறிவார்ந்த புருவங்களை உயர்த்தி, உண்மையில் மேசை என்பது இருக்கிறதா என்று புள்ளியிடும் ஒளிக்கோலங்களில் கேட்கிறார்கள்.

பிரெஞ்சுப் புரட்சிக் காலத்திலிருந்து, இந்த எல்லா மேசைப் பேச்சுகளுக்கும் தலைமை தாங்கிக் கொண்டு, அறிவார்ந்த சிந்தனைகளில் ஈடுபடும் தத்துவவாதியின் படிமம் இருக்கிறது. அவர் மேசை இருக்கிறதா இல்லையா என்று தெரிந்துகொள்ள விரும்புவதோடு

நில்லாமல் அரசியல், பொது விஷயங்களிலும் ஆர்வம் காட்டுகிறார். 1960கள் வரை இத்தகைய படிமத்தை வரையறுத்தவர் ழான் பால் சார்த்தர். பிறகு அறிவுஜீவியின் படிமம் மாறியது.

இதே சமயத்தில், இளம் அமெரிக்கர்கள் ஜிமி ஹெண்ட்ரிக்ஸின் (ராக் கிதார் வாசித்தவர்) இசைக்கும் பீட்டில்ஸின் ஹேஜீட், ஹேர் ஆகிய இசைத் தொகுப்புகளுக்கும் 2001: ஏ ஸ்பேஸ் ஒடிசி என்னும் திரைப்படத்தின் இசைக்கும் நடனமாடிக் கொண்டிருந்தபோது, ஐரோப்பா முழுவதையும் ஒரு மாணவர் இயக்கம் வாரிச் சுருட்டியது.

ஏற்கனவே நாம் கண்டது போல, பிரெஞ்சு மாணவர்கள், மார்க்சியவாதிகளின் ஆதரவோடு தெருக்களுக்குச் சென்றார்கள். அரசாங்கத்தைத் தூக்கி எறிய இராணுவத்தோடும் போலீஸோடும் மோதினார்கள். ஏறத்தாழ அவர்கள் வெற்றிபெற்ற நிலையில், இறுதியில் அடக்கப்பட்டார்கள். அரசு அதிகாரத்தைத் தகர்க்க முடியாததால், அவர்கள் புத்தி தெளிந்தார்கள். உள்நோக்கிச் சிந்திக்கலானார்கள். திடீரென மார்க்சியம், பொதுவுடைமை போன்றவை பெருங் கதையாடல்கள் என ஒரு பின்நவீனத்துவ அவநம்பிக்கையை வெளிப்படுத்தி, மொழியிலேயே தங்கள் கவனத்தைச் செலுத்தலானார்கள். அரசியலிலிருந்து தங்களை விலக்கிக் கொண்டு, மொழியியல் புரட்சியாளர்களாக மாறினார்கள். பேச்சின் நுணுக்கங்களில் புரட்சியைக் கண்டார்கள். இலக்கியம், வாசிப்பு, எழுத்து ஆகியவற்றையே நிலைகுலைவிக்கும் (கீழறுக்கும்) அரசியல் செயல்பாடுகளாகத் தங்களுக்குள் காணத் தொடங்கினர்.

தகர்ப்பமைப்பு

வார்த்தைகள் **என்ன** சொல்கின்றன என்பதற்கு மேலாக, அவை **எப்படிச்** சொல்கின்றன என்பதில் கவனம் செலுத்தினார்கள் பிரெஞ்சு அறிவுஜீவிகள். மொழி ஒரே ஒரு ஒற்றை, ஆதிக்கச் செய்தியைத் தான் சொல்கிறது என்பதில் அவநம்பிக்கை கொண்டு, ஒரே சமயத்தில் மொழி **எப்படிப்** பல்வேறு விஷயங்களைச் சொல்லும் என்பதை ஆராயத் தொடங்கினர். இவையெல்லாம் நிகழ்ந்து கொண்டிருந்த போது, டிூாக் தெரிதா களத்தில் தோன்றினார். 1960களின் பிற்பகுதியில் முன்னணி சிந்தனையாளருக் குள்ளும் முன்னணிச் சிந்தனையாளராகச் செயல்பட்டார். ஜான்ஸ் ஹாப்கின்ஸ் பல்கலைக்கழகத்தில் 1966இல், **'மானிட அறிவியல்களின் சொல்லாடல்களில் அமைப்பு, குறி, ஆட்டம்'** என்ற அவர் நிகழ்த்திய சொற்பொழிவு, முந்தைய பல தத்துவஞானிகளை மறுமதிப்பீட்டுக்குள்ளாக வைத்தது. இனி வரப் போகும் பல புதிய சிந்தனைகளுக்குக் களம் அமைத்தது. ஒருங்கிசை வற்ற ஓர் இசைச் சுரம் போன்றது அது. ஆதிக்கப் பிரதிகளை அல்லது எல்லாப் பிரதிகளையும் கீழறுப்புச் செய்து வாசிப்பதுதான் அவருடைய பலம். இம்மாதிரிக் கீழறுப்புச் செய்து வாசிக்கும் பாணி, **தகர்ப்பமைப்பு** *(டீகன்ஸ்ட்ரக்ஷன்)* என அறியப்பட்டது. பிரெஞ்சுச் சிந்தனை உலகில் இருத்தலியலை *(எக்ஸிஸ்டென்சியலிசம்)* உதைத்துத் தள்ளி விட்டு, தகர்ப்பமைப்பு வழக்காறாக திடீரென மாறிவிட்டது. அன்றைய தத்துவஞானியாக தெரிதா மாறினார். பிரெஞ்சு புத்திஜீவித் தனத்தின் அசாதாரண சிந்தனையாளராக ஆனார். ஜான்ஸ் ஹாப்கின்ஸில் (அமெரிக்கப் பல்கலைக் கழகம்) நுழைந்த பின்னர், மேற்கத்திய உலகப் பார்வைகள் பலவற்றைத் தலைகீழாக்கி, அமெரிக்காவைப் புயலென வீசித் தன்வசப்படுத்தினார்.

கே சரி, அப்படியானால் எனக்குச் சொல்லுங்கள், தகர்ப்பமைப்பு என்றால் என்ன?

ப தகர்ப்பமைப்பை வரையறுப்பது, தெரிதாவினுடைய சிந்தனையின் முழு அழுத்தத்தையும் எதிர்க்கும் செயலாகும். 'தகர்ப்பமைப்பு என்பது 'இதுதான்' என வரையறுக்கும் எந்தக் கூற்றும் தானாகவே விஷயத்தைத் தவறவிடுகிறது என்கிறார் தெரிதா. ஆனால் பலசமயங்களில், தகர்ப்பமைப்பு என்பது மையத்தைத் தகர்க்கின்ற ஒருவித வாசிப்பைக் கொண்டிருக்கிறது – எல்லா மையங்களிலும் உள்ள பிரச்சினைக்குரிய (சிக்கலான) இயல்பின் முகத்திரையைக் கிழித்து வெளிக்கொணர்வதைச் செய்கிறது.

கே மையத்தைத் தகர்ப்பதா? மையங்களா? மையம் என்றால் என்ன? அதைப் பற்றி என்ன சிக்கல் இருக்கிறது? ஏன் மையத்தைத் தகர்க்க வேண்டும்?

ப நல்லது. நீட்சே அல்லது ஹைடெக்கர் போன்ற கடினமான ஏதாவதொரு தத்துவஞானியின் பிரதியைத் தகர்ப்புச் செய்யாத நேரத்தில், தெரிதா மையங்களைப் பற்றி அருவமான *(அப்ஸ்ட்ராக்ட்)* கடினமான மொழியில் எழுதுகிறார். அதற்குச் சில பருமையான *(காங்க்ரீட்)* எடுத்துக்காட்டுகளை அளிக்கிறேன். தெரிதாவின் கருத்துப்படி, மேற்கத்தியச் சிந்தனைகள் யாவுமே மையம் என்ற சிந்தனையை அடிப்படையாகக் கொண்டிருக்கின்றன – அது ஒரு தோற்ற மூலம், ஓர் உண்மை, ஓர் இலட்சிய வடிவம், தான் நகராத ஒரு நகர்த்து சக்தி, ஒரு சாராம்சம், ஒரு கடவுள், ஓர் இருப்பு என எல்லாமும் முக்கியத்துவம் பெற்றவை – எதுவாயினும் அது எல்லா அர்த்தத்தையும் உறுதி செய்கிறது.

எடுத்துக்காட்டாக, கடந்த 2000 ஆண்டுகாலமாக, மேற்கத்தியக் கலாச்சாரத்தின் பெரும்பகுதியும் கிறித்துவம், கிறித்து என்ற சிந்தனைகளை மையமாக வைத்துள்ளது. பிற கலாச்சாரங்களிலும் அவ்வவற்றிற்குரிய மையக் குறியீடுகள் இருக்கின்றன.

கே சரி, அதைப் பற்றி என்ன?

ப தெரிதாவின் கருத்துப்படி, மையங்களைப் பற்றிய பிரச்சினை என்னவென்றால், அவை (மற்றவற்றை) விலக்குவதற்கு முயலுகின்றன. அவ்வாறு செய்யும்போது, மற்றவற்றை அவை புறக்கணிக்கவோ, ஒடுக்கவோ, விளிம்புக்குத் தள்ளவோ முயலுகின்றன. (அப்படிப்பட்டவை மற்றது ஆகின்றன.) ஆண் ஆதிக்கச் சமுதாயங்களில், ஆண்தான் மையம் (மேலும் பெண் விளிம்புக்குத் தள்ளப்பட்ட மற்றது – ஒடுக்கப்பட்டவள், புறக்கணிக்கப்பட்டவள், விளிம்புநிலைக்குத் தள்ளப் பட்டவள்).

கிறித்துவைத் தங்கள் அடையாளங்களில் மைய மாகக் கொண்ட கலாச்சாரம் ஒன்று இருக்குமானால், அந்தக் கலாச்சாரத்தில் கிறித்துவர்கள் தான் முக்கியமானவர்களாக இருப்பார்கள். பௌத்தர்கள், முஸ்லிம்கள், யூதர்கள் – வித்தியாசமான எவராயினும் அவர்கள் விளிம்புகளில் இருப்பார்கள், விளிம்பு நிலைக்கு ஆட்பட்டு இருப்பார்கள், வெளியில் தள்ளப்பட்டிருப்பார்கள். (தெரிதா, அல்ஜியர்ஸில் ஒன்றிணைக்கப்பட்ட ஒரு யூதக் குடும்பத்தில் பிறந்தவர். விளிம்புநிலை

யான, ஏற்றுக்கொள்ளப் படாத ஒரு கலாச்சாரத்தின் உறுப்பினராக வளர்ந்தவர் என்பதை நாம் நினைவில் கொள்ள வேண்டும்).

எனவே மையத்தை விரும்புகின்ற பேராவல், **இருமை எதிர்வுகளை** எல்லையில்லாமல் உற்பத்தி செய்கிறது. துருவ இணை களில் ஒன்று மையமாகவும், இன்னொன்று விளிம்பாகவும் இருக்கிறது. மேலும், மையங்கள் இருமை எதிர்வுகளின் ஆட்டத்தை நிலைநிறுத்த, உறையச் செய்வதற்கு முயலுகின்றன.

கே. இருமை எதிர்வுகளின் ஆட்டத்தை நிலைநிறுத்தச் செய்வதா? அப்படி என்றால் என்ன?

ப. நல்ல கேள்வி. ஆண்/பெண் என்பது ஓர் இருமை எதிர்வு. ஆன்மா/ பொருள்; இயற்கை/ கலாச்சாரம்; காக்கேசியன்/கருப்பு; ஐரோப்பிய மையவாதம்/ஆப்பிரிக்க மைய வாதம்; கிறித்துவர்/புற சமயத்தார் (பேகன்) என்பன வேறு சில இருமை எதிர்வுகள். கருத்தாக்கங்கள், சங்கேதங்கள், வகைமைகள் இவையல்லாது யதார்த்தத்தை நாம் நேராகக் காண வழியில்லை என்பது தெரிதாவின் துணிபு. மனித மனம் இம்மாதிரி இருமைக் கருத்தாக்கங்களை உற்பத்தி செய்துதான் இயங்குகிறது. மேலே கொடுக்கப்பட்டுள்ள எடுத்துக்காட்டு களில் இருமைகளின் ஒரு கூறு (எடுத்துக்காட்டுகளில் இடப்பக்கம் உள்ளது) சிறப்புப் பெற்றதாக உள்ளது என்பதைக் காணலாம். வலப்பக்கம் உள்ள கூறு விளிம்புநிலையினதாக மாறுகிறது. கிறித்துவோ, புத்தரோ, மையத்தில் ஏதாவது ஒரு படத்தையோ உருவத்தையோ கொண்டவை மையத் திலுள்ளது மட்டுமே யதார்த்தம் என்று நிறுவ முயலுகின்றன. மற்றபிற பார்வை கள் ஒடுக்கப் படுகின்றன. அப்படிப்பட்ட ஓர் உருவத்தை உருவாக்குவது, அதன் எதிர்மையின் ஆட்டத்தை நிலைநிறுத்துகின்ற முயற்சி. எடுத்துக்காட்டாக, கிறித்துவர்/ யூதர்கள் அல்லது கிறித்துவர்/புற சமயத்தார். அப்படிப்பட்ட கலையில் யூதர்கள் அல்லது புறச்சமயத்தார் பதிவுசெய்யப்படுவதுகூட இல்லை. ஆனால் சமூக நடைமுறைகளில் உருவங்கள் என்பவை ஒருவிதம் தான். வேறு பல இருக்கின்றன. விளம்பரங்கள், சமூகச் சங்கேதங்கள், விலக்குகள், மரபுகள், வகைமைகள், சடங்குகள் போன்றவையும் எதிர்மை களின் ஆட்டத்தை நிலைநிறுத்த முயற்சி செய்பவையே. ஆனால் தங்கள் மையத்தில் தனித் தன்மையுள்ள ஒரு உருவத்தைக் கொண்டவை போல, யதார்த்தமும் மொழியும் அவ்வளவு எளிமை யானவை அல்ல. அவை பல அர்த்தங் களுள்ள உருவங்கள் போன்றவை.

அப்படிப்பட்ட உருவங்களைப் பற்றிய சிறப்பான விஷயம் என்ன

வென்றால், முதலில் நாம் ஒரு சாத்தியத்தை மட்டுமே காண்கிறோம். ஒரு சாத்தியம், அது ஒரு கணத்திற்கு மட்டுமே 'மையம்'. ஒரு கணத்திற்கு, அந்த உருவம் முகங்களைக் குறிக்கிறது. ஆனால் ஒழுங்கமைவின் ஆட்டம் கட்டுப்படுத்தப்படாததால், அடுத்த பார்வை எழுகிறது – அதே உருவம் மெழுகுவர்த்தியாகத் தென்படுகிறது.

ஒரு குழு ஆதிக்கத்தைக் கைப்பற்று கிறது என்று வைத்துக் கொள்வோம். அதற்கு முக-காரர்கள் (Face-ists – பேசிஸ்டுகள்) என்று பெயர் எனக் கொள்வோம் (பாசிஸ்டுகள் என்பதோடு சேர்த்து நினைக்கும் விதமாகவே பேசிஸ்டு என்ற பெயர் ஆளப்படுகிறது). அவர்கள், முகங்களில் கண்கள் வரையலாம். இது வேற்றுமை களின் சுதந்திரமான ஆட்டத்தைத் தடுக்க, ஒற்றை அர்த்தத்தை நிலைநிறுத்த ஒரு முயற்சி ஆகும்.

இம்மாதிரியான சூழலில் மெழுகு வர்த்தி-காரர்கள் (கேண்டிலிஸ்ட்ஸ்) விளிம்புநிலைக்குத் தள்ளப் படுவார்கள். நசுக்கப்படுவார்கள், ஒடுக்கப்படுவார்கள், அல்லது கொல்லப்படுவார்கள். ஆகவே முன்னிருந்த இருமையில் முகங்கள் மட்டும் சிறப்புநிலை பெற்ற உறுப்பினர் ஆகிறது. வேறு சொற்களில் சொன்னால் ஒரு வன்முறைப் படிநிலை உருவாகிறது. அதில் மையப்பட்ட உறுப்பினரான முகம் யதார்த்தம், நன்மை என்று நிறுவப்படுகிறது.

மேற்கத்திய சிந்தனை யாவுமே இப்படித்தான் நடக்கிறது என்கிறார் தெரிதா. அது இருமை எதிர்வு களை உருவாக்குகிறது. அதில் ஒரு உறுப்பினர் சிறப்புநிலை பெற்றதா கிறது. ஒழுங்கமைவின் ஆட்டத்தை உறையச்செய்கிறது. இன்னொரு உறுப்பினரை விளிம்புநிலைக்குத் தள்ளுகிறது. ஆனால் உண்மையில் அந்த உருவமோ முகங்கள், மெழுகுவர்த்தி இரண்டையுமே குறிப்பதாகத்தான் இருக்கிறது.

கே சரி, ஆனால் இது மொழி, இலக்கியம், வாசிப்பு இவற்றுக்கு எப்படிப் பொருந்துகிறது?

ப மையத்தைத் தகர்க்கும் ஒரு செயல்முறைதான் தகர்ப்பமைப்பு. ஒரு வாசிப்பு முறை. முதலில் அது மையச் சொல்லின் மையத் தன்மையை நமக்கு நினைவூட்டுகிறது. பிறகு அது விளிம்பில் உள்ள சொல் மையத்திற்கு வருமாறு மையத்தில் உள்ள சொல்லைத் தகர்க்கிறது. இப்போது விளிம்பில் உள்ள சொல் தற்காலிகமாகப் படிநிலையை இல்லாமல் ஆக்கிவிடுகிறது.

ஒருவேளை பின்வரும் ஹைக்கூ போன்றதொரு கவிதை உங்களிடம் இருக்கிறது என்று வைத்துக்கொள்வோம்:

> How mournfully the wind of autumn pines.
> Upon the mountainside as day declines.
> (இலையுதிர் காலத்தின் காற்று
> எவ்வளவு சோகமாக ஏங்குகிறது. மலை
> ஓரத்தின் மீது, பகல் சாயும் (இறங்கும்)
> நேரத்தில்).

இங்கு 'Pines' என்னும் சொல் ஏங்குகிறது, பைன் மரங்கள் என்னும் இரண்டு அர்த்தங்களையும் கொண்டதாக உள்ளது. ஆயிரக்கணக்கான ஆண்டுகளாக, ஒரே அர்த்தத்தில், 'ஏங்குகிறது' (வினைச்சொல்) என்பதை மட்டுமே சரியான வாசிப்பு – ஒருவர் இழந்த காதலுக்கு ஏங்குவது போல – என்று வைத்திருக்கிறார்கள் என்று கொள்வோம்.

கே சரி, அப்படியானால் அந்த இன்னொரு அர்த்தத்தைப் பற்றி என்ன? பைன்கள் என்ற பெயர்ச்சொல், அடுத்த அடியிலுள்ள மலை ஓரத்தின்மீது என்பதுடன் சேர்ந்து, மலை ஓரத்தின் மீது பைன்கள் என்று ஆகாதா?

ப ஆம். அது சரிதான். ஓர் இலக்கியப் பகுதியைத் தகர்த்து அமைப்பதில் இது இரண்டாவது அடியெடுப்பு. சிறப்புரிமை பெற்ற ஒரு சொல்லைக் கீழறுப்பு செய்து, ஒடுக்கப்பட்டிருந்த இன்னொரு அர்த்தமும் எப்படி மையத்தன்மை கொண்டது ஆகலாம் எனக் காட்டுதல்.

கே சரி, இதனால் என்ன நன்மை? இது இன்னொரு மையத்தை அமைக்கிறது, அவ்வளவுதானே? 'Pines' (ஏங்குகிறது) என்ற வினைச்சொல்லுக்குப் பதிலாக, நம்மிடம் இப்போது பைன்கள் (மரங்கள்) என்ற பெயர்ச்சொல்

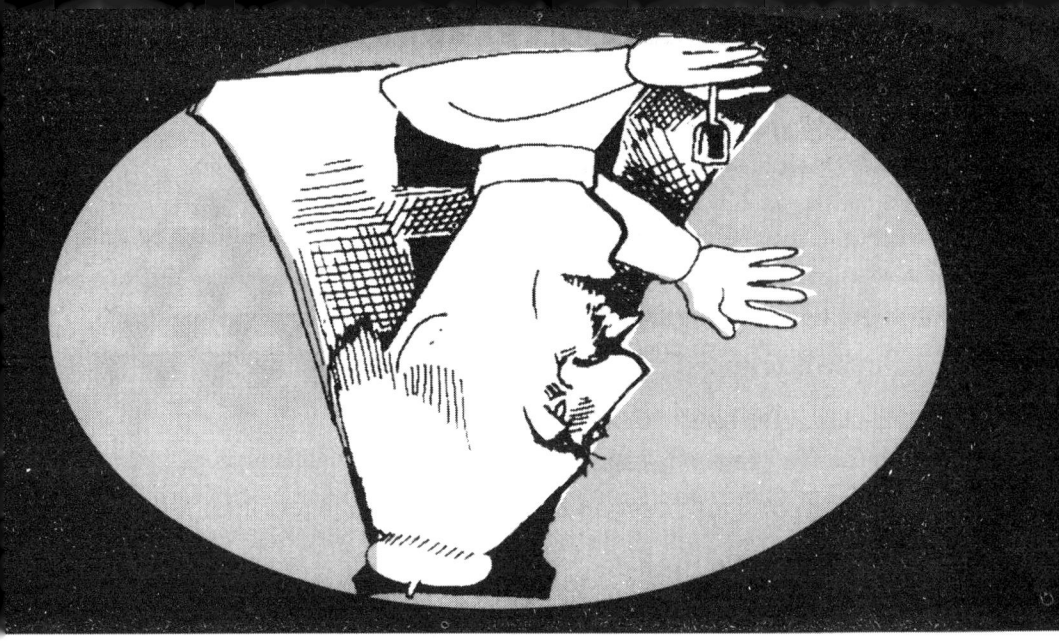

இருக்கிறது. அல்லது முக-காரர் களுக்கு *(பேசிஸ்டுகள்)* பதிலாக நம்மிடம் இப்போது மெழுகுவர்த்தி-காரர்கள் *(கேண்டிலிஸ்ட்ஸ்)* ஆதிக்கத்தில் இருக்கிறார்கள்.

ப மிகவும் சரி. தெரிதா தகர்ப்பமைப்பு ஓர் அரசியல் செயல்முறை என்றுதான் சொல்கிறார். கீழறுக்கும் நிலையை ஒருவர் மிக வேகமாகக் கடந்துபோய் அதை மட்டுப்படுத்திவிடக் கூடாது என்கிறார் அவர். முதல் சொல் இரண்டாவது சொல்லின் மீது கொண்டிருந்த படிநிலை ஆதிக்கத்தை மாற்றுவதற்கு இந்தக் கீழறுப்பு காலகட்டம் தேவைப்படுகிறது. ஆனால் இறுதியில், இந்தப் புதிய படிநிலையும் உறுதியற்றதாகவே இருக்கிறது, இருமை எதிர்வுகளின் சுதந்திரமான முழு ஆட்டத்திற்குப் படிநிலையற்ற ஒரு முறையில் பணிகிறது என்பதை நாம் காணலாம். எனவே இரண்டு வாசிப்புகளும், இரண்டு மட்டுமல்ல, பல்வேறு வாசிப்புகளும் சமமாக இயலக் கூடியவைதான் என்பதைக் காணலாம்.

கே ஆமாம். பைன்கள் *ஆன் த மவுண்டன் சைடு* (Pines upon the mountain side) என்று வாசிப்பதற்கு பதிலாக, *mountain sighed* (பெருமூச்சுவிட்டன) என்றும் வாசிக்கக்கூடும் அல்லவா?

ப ஆக, சாத்தியங்களை நீங்களே காணலாம். ஒருவேளை எடுத்துக் கொள்ளும் பிரதி பொதுவுடைமைக் கட்சி அறிக்கை அல்லது தோரா (யூதமதப் புத்தகம்) அல்லது குர்ஆன் அல்லது பைபிள், அல்லது அரசியல் சட்டம் என்றால், எந்த ஒரு நிலைத்த, ஆதிக்கத்தன்மை கொண்ட, இறுகிப் போன அல்லது பழமைத்தன்மை கொண்ட வாசிப்பையும் நீங்கள் தகர்ப்பமைப்புச் செய்யலாம். ஆம், நாம் எடுத்துக்கொண்ட ஹைக்கூ போல அவ்வளவு எளிமையாக அந்தப் பிரதிகள் இருக்காது. அவை பன்முகத் தன்மை வாய்ந்தவை, அருகில் உள்ள படம் போல.

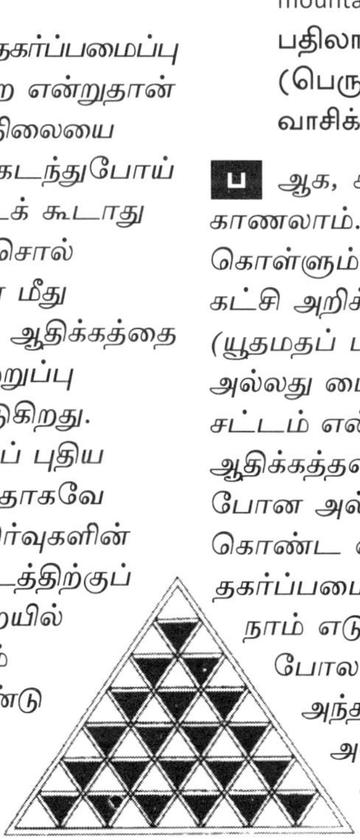

105

இம்மாதிரி முக்கோணங்களின் ஓர் ஒழுங்கமைவு உங்களிடம் இருந்தால், அதை உற்றுப் பார்க்கும்போது, முக்கோணங்களின் தொடர் வடிவமைதி ஒன்று – ஒன்றன் பின்னால் ஒன்றாக, உங்களுக்குத் தங்களை **முன்னிருத்திக்** கொள்வதைக் காணலாம். ஆனால் அவ்வாறு தோன்றும் ஒவ்வொரு **இருப்பும்**, அந்தக் கணத்தில் **இருப்பது** போலத் தோன்றுவதும், முன்னிருந்த

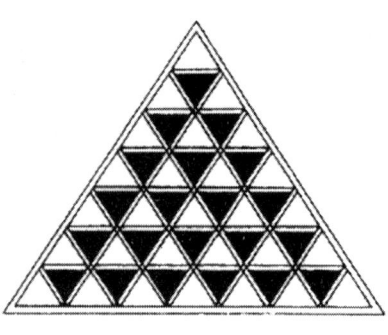

வடிவமைதியிலிருந்து எழுந்தது, அதுவும் அடுத்துவரும் வடிவமைதிக்குள் கரைந்துபோய்க்கொண்டிருக்கிறது. இந்த ஆட்டம் எல்லையற்று நிகழ்கிறது. இந்த ஒழுங்கமைவின் ஆட்டத்தை நிறுத்தக்கூடிய மைய உருவாக்கம் எதுவும் இல்லை. விளிம்புநிலை இல்லை, சிறப்புநிலை இல்லை, ஒடுக்கப்பட்டதும் இல்லை. தெரிதாவின் கருத்துப்படி, எல்லா மொழிகளும், எல்லாப் பிரதிகளும், தகர்த்தமைக்கப்பட்ட பிறகு இப்படித்தான் இருக்கும். எப்போதுமே மொழியினால் ஆக்கப்பட்ட மனித சிந்தனையும் இப்படித்தான் ஆகும். நம் எல்லா மொழிகளிலும் பிரதிகளிலும், இப்படிப்பட்ட சுதந்திர ஆட்டத்தைக் காணத் தொடர்ச்சியாக முயன்று கொண்டே இருக்கவேண்டும். இல்லா விட்டால் அவை இறுகுதல், நிறுவனமாதல், மையமாதல், முழுமையாதல், விலக்குதல் ஆகியவற்றை நோக்கிச் செல்லும். ஏனெனில் **எதிர்காலம் பற்றிய நமது கவலை** காரணமாக, நாம் எப்போதுமே புதிய மையங்களைக் கட்டமைக்க, அவற்றுடன் நம்மை இணைத்துக் கொள்ள, அவற்றின் மைய மதிப்புகளுக்கு மாறுபட்டவர்களை விளிம்புக்குத் தள்ளுவதற்கு முயல்கிறோம்.

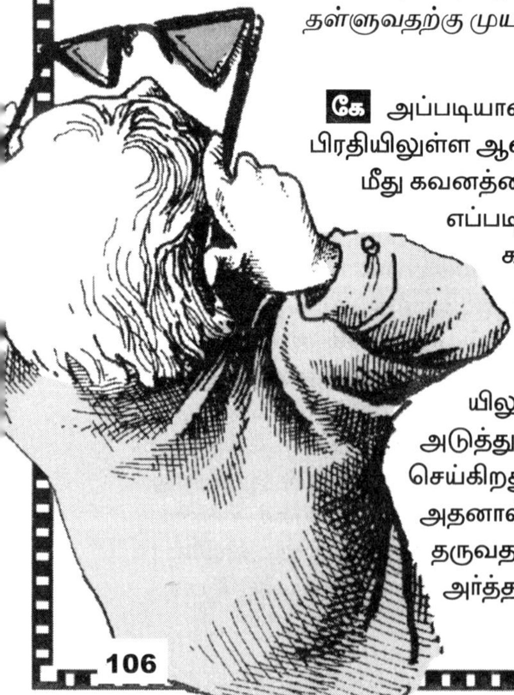

கே அப்படியானால் சரி. தகர்ப்பமைப்பு, முதலில் ஒரு பிரதியிலுள்ள ஆண்/பெண் போன்ற **இருமை எதிர்வுகளின்** மீது கவனத்தைக் குவிக்கிறது. பிறகு இந்த எதிர்வுகள் எப்படி உறவுகொண்டுள்ளன என்பதைக் காட்டுகிறது. எப்படி ஒன்று மையமாகவும் இயல்பானதாகவும் சிறப்பானதாகவும்; இன்னொன்று புறக்கணிக்கப்பட்டதாகவும் ஒடுக்கப்பட்டதாகவும் விளிம்புநிலை யிலும் இருக்கின்றன என்பதைக் காட்டுகிறது. அடுத்து தற்காலிகமாக அந்த உறவைக் கீழறுப்புச் செய்கிறது அல்லது மையத்தைத் தகர்க்கிறது. அதனால் அந்தப் பிரதி அசலாக என்ன அர்த்தத்தைத் தருவதாகத் தோன்றியதோ, அதற்கு மாறான அர்த்தத்தைத் தருவதாகிறது. இறுதியாக, கடைசிப்

படியில், இருமை எதிர்வின் இரண்டு எதிரெதிர்க் கூறுகளும் தகர்த்து அமைக்கப் படுகின்றன – படிநிலையற்ற, உறுதியற்ற, அர்த்தங்களில் அவை சுதந்திரமாக ஆடிக் கொண்டிருப் பதைப் பார்க்கிறோம். நிச்சயமான அர்த்தங்கள் இன்றி எல்லாப் பிரதிகளுமே அர்த்தங்களின் ஆட்டங்களாக இழிந்து விட்டால், பிறகு அரசியல் செயல்முறை என்பதற்கு அடிப்படையே இல்லை.

ப *மிகவும் சரி. தகர்ப்பமைப்பு, எந்தவித அரசியல் செயல்முறைக்கோ அரசியல் விமரிசனத்திற்கோ, ஒரு திடமான அடித்தளத்தை அளிக்கமுடியாது என்பதால் மார்க்சியர்கள், பெண்ணியவாதிகள் பலரும் தகர்ப்பமைப்பைத் தாக்கியிருக்கிறார்கள்.*

கே மொழி சிதறுண்டது என்றால், அப்போது அதைப் பயன்படுத்தும் மனிதர்களும் ஓரளவேனும் சிதறுண்டவர்களாகத்தானே இருப்பார்கள்?

ப *ஆம். பின்நவீனத்துவவாதிகள் பலரும் கோட் பாடாக்க முனைவது இதைத்தான். நவீனத்துவத்தின் மனநோய்கள் அந்நியமாதலும் மனத்திரிபும் (பேரனோயா) என்றால், பின்நவீனத்துவத்தின் மனச்சிதைவு – ஸ்கிஸோஃப்ரீனியா. வாக்கியம் உடைந்து போகிறது என்றால் அதை உருவாக்கும் மனப்போக்கும் உடைகிறது. நமது கடந்தகால, நிகழ்கால, எதிர்கால அனுபவங்களும் அப்படித் தான். இப்படியாக, பின்நவீனத்துவம் செய்துமுடிக்கப்பட்ட பொருளைவிட, அர்த்தங்களின் விளையாட்டில் திளைத்து இன்புறுகிறது, அர்த்தங்களை மேய்கிறது, நிகழ்த்துதல், ஆட்டம், செயல்முறை ஆகியவற்றின் மீது அக்கறை கொள்கிறது. மூலங்கள், வேர்கள், ஆதியிடங்கள் ஆகியவற்றைவிட, நிலைமாறிக் கொண்டிருக்கும் தோற்றங்களின் ஆட்டத்தில் அது மகிழ்ச்சி கொள்கிறது. இது, நம்மை அடுத்த பின்அமைப்புவாதிகளாகிய தெலூஸ், கத்தாரி ஆகியோரிடமும் கொண்டு செல்கிறது. வேர் (ரூட்) என்ற சிந்தனைக்கு மாறாக நிலத்தடித் தண்டு (ரைஸோம்/கிழங்கு) என்ற சிந்தனை இவர்களுடையது.*

தெலூரஸ்ஃம் கத்தாரியும்

ஜில் தெலூரஸ், ஃபெலிக்ஸ் கத்தாரி ஆகியோர் பிரெஞ்சுப் பின்அமைப்பு வாதிகள். அமெரிக்கச் சிந்தனைமீது மிகுந்த தாக்கத்தை உண்டாக்கியவர்கள்.

> மிக எளிதாக, நாம் மரங்கள் மீதும், வேர்கள் மீதும் நம்பிக்கை வைப்பதை நிறுத்திவிட வேண்டும் என்று இருவரும் நம்புகிறார்கள்.

மேற்கத்திய சிந்தனையின் பெரும் பகுதி அபோரெஸென்ஸ் (மரங்களைப் போன்றது) என்று தாங்கள் அழைக்கும் அறிவு அமைப்பினால் ஆதிக்கம் செலுத்தப் படுவது என்கிறார்கள் இவர்கள் இருவரும். அறிந்துகொள்ளும் வழி, மரம்போன்று, செங்குத்தாக இருக்கிறது. எடுத்துக்காட்டாக, உயிரியலில் நம்மிடம் லின்னேயஸின் வகைப்பட்டியல்கள் இருக்கின்றன.

வேதியியலில் நம்மிடம் <u>போர்ஃபைரிய</u> மரங்கள் (<u>போர்ஃபைரி என்பவரால் அமைக்கப்பட்ட படிநிலை முறை</u>) இருக்கின்றன.

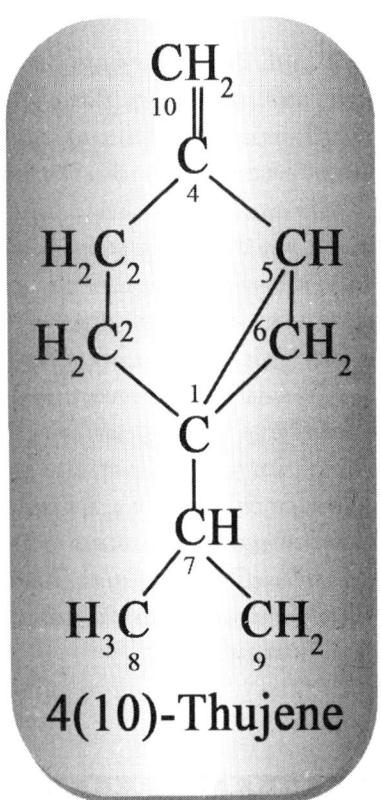

4(10)-Thujene

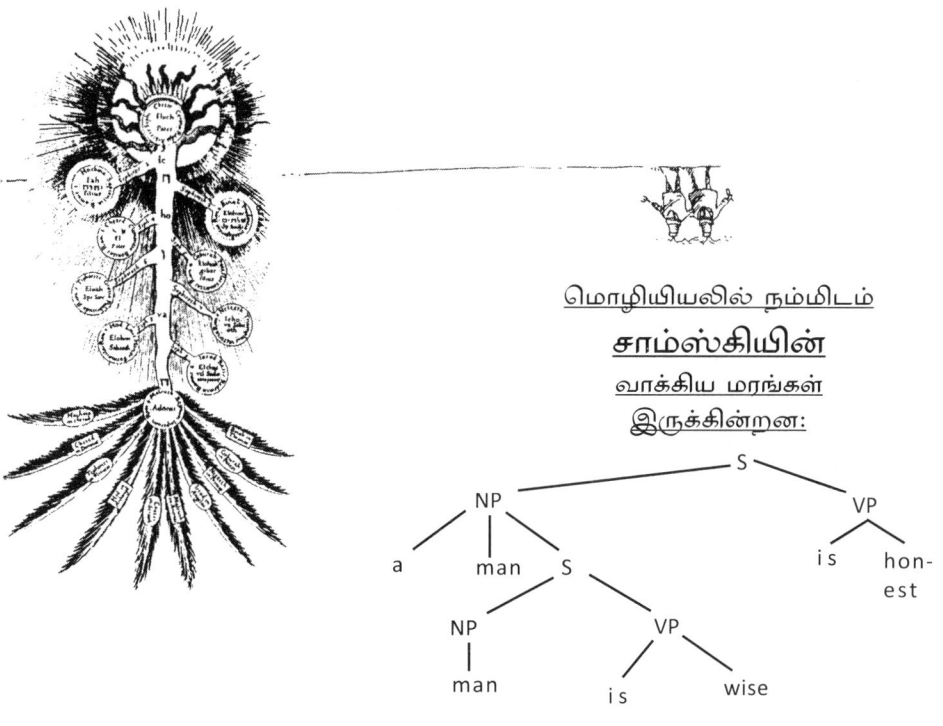

மொழியியலில் நம்மிடம்
சாம்ஸ்கியின்
வாக்கிய மரங்கள்
இருக்கின்றன:

உயிரியல், தாவரவியல், மொழியியல், உடற்கூறியல் போன்ற துறைகளில் மட்டுமல்ல, இவ்வித மரப்படங்கள் தத்துவத் துறையிலும் உள்ளன – மீமெய்யியல் (மெடாஃபிசிகல்) மரங்கள், இறையியல் மரங்கள், ஆன்மிக மரங்கள், உலக மரம், வமிசாவளி (குடி வழிக்குரிய) மரங்கள் போன்றவையும் உள்ளன. இந்த மரங்கள் படிநிலைத்தன்மை கொண்டவை. அவற்றின் உட்கூறுகளுக்கிடையில் எல்லைக்குட்பட்ட அல்லது ஒழுங்குபடுத்தப்பட்ட இணைப்புகளைத் திணிப்பவை.

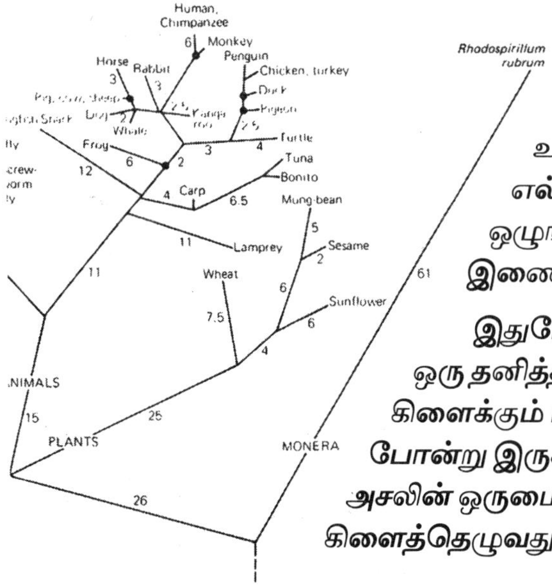

இதுபோன்ற எல்லா மரங்களும் ஒரு தனித்த அடிமரத்திலிருந்து கிளைக்கும் பல்வேறு கிளைகள் போன்று இருக்கின்றன – ஒவ்வொன்றும் அசலின் ஒருமை அல்லது ஒத்திசைவிலிருந்து கிளைத்தெழுவது.

உளவியல் நடைமுறை களையுமே ஒரு மூலமான அதிர்ச்சியுற்ற நிலைக்கு – அதில் குழந்தை தாயிடம் இருந்து பிரிக்கப்படுகிறது – கொண்டுசெல்ல முடியும். தாய் குறைபடும் இந்த நிலைதான் ஆசை யின் அடிப்படை. அதைச் சமன்செய்வது, குழந்தை குறியீட்டு ஒழுங்கிற்குள் நுழையும் நிலைதான் – சட்டத்தின் ஒழுங்கு, தந்தையின் நாமம்.

இவற்றின் மூலத்தைப் பிளேட்டோவில் காணலாம். அவருடைய செங்குத்தான, மரம் போன்ற அமைப்புடைய தத்துவம், இலட்சிய வடிவங்கள் அல்லது சாராம்சங்கள் என்ற ஒரு அமைப்பிலிருந்து கிளைக்கும் நிகழ்வு களால் ஆனதாகப் புற உலகத்தைப் பிரகடனம் செய்தது.

எடுத்துக்காட்டாக, டாபர்மன் பின்ஷர்ஸ் (ஒரு பெரிய நாய் வகை), ஜெர்மன் ஷெபர்ட்ஸ், காலீஸ், பூடுல்ஸ் (வேட்டை நாய் வகை) ஆகிய எல்லாமே பொருளுக்கு அப்பாற்பட்ட ஒரு சாராம்சத்தின் பௌதிக வெளிப்பாடுகள்தான். இந்த இலட்சிய வடிவத்தை பிளேட்டோ ஒருவேளை 'நாய்மை' என்று அழைக்கக்கூடும். நாய்மை என்பது நாய் களின் மரத்தின் ஒற்றை பிளேட்டோனிய மூலம் – அடிமரம். பூடுல்ஸ், காலீஸ் போன்ற நாய்கள் எல்லாம் அந்த மரத்தின் கிளைகள்.

தெலூஸூம் கத்தாரி யும் விமர்சிக்கின்ற ஒரு முக்கியமான மரம் போன்ற அமைப்பு, ஈடிபஸ் சிக்கல். ஏன் அது மரம் போன்றது என்றால், எல்லாவிதமான

ஆனால் தெலூஸூம் கத்தாரியும் ஈடிபஸ் முக்கோணம் என்ற கருத்தைப் புறக்கணிக் கிறார்கள். தந்தைக் கோட்பாடு, தேவை குறைவால் ஏற்படும் ஆசை ஆகியவற்றால் ஆனது அந்தக் கருத்து. குறையின் அடிப்படை யில் விளைவது ஆசை என்பதை மறுக்கிறார்கள் தெலூஸ்-கத்தாரி. அது மூலமான ஒரு ஈடிபஸ் அதிர்ச்சியில் வேர் கொண்டது என்பதையும் மறுக்கிறார்கள். மாறாக, அது கிடைமட்டமாக

ஆமாம், நான் ஒரு Dog. என் பெயரை பின்னோக்கிப் படியுங்கள் பார்க்கலாம்.

சமூக இடைத்தொடர்பு களால் உருப்பெறுவது என்கிறார்கள். குழந்தைக்கும் அதைச் சூழ்ந்திருக்கும் சமூகத் திற்குமான இடைத் தொடர்புகள் யாவும் இயக்கத்தில், பாய்வில், வளரும் பாதைகளில், கிராப்கிராஸ் புல்லை முடைபவன் போல... ஒரு நிலத்தடித் தண்டு போல உள்ளன.

எனவே, அறிவின் மரம்போன்ற செங்குத் தான வடிவத்திற்கு எதிராக, கிடைமட்ட மான அடிநிலத் தண்டு போன்ற, கிராப்கிராஸ் போன்ற அறிதல் முறையைப் பிரகடனப் படுத்துகிறார்கள்.

எடுத்துக்காட்டாக, கிராப்கிராஸ் என்பது ஒரு தாவரம். ஆனால் அதில் ஒரு மையமான வேர் இல்லை (ஆணிவேர் அற்றது). மாறாக, ஆயிரக் கணக்கான சிறு வேர்கள் உள்ளன. அவற்றில் எதுவும் மையமானது என்று கிடையாது. பிறக்கும் ஒவ்வொரு முளையும் தாறுமாறாக, கட்டுப்பாடற்ற முறை யில் மற்றவற்றோடு இணைப்புக் கொள்கிறது, இதில் எந்த ஒரு கணுவும் எந்த வேறொரு கணுவுடனும் தொடர்பு கொள்ளலாம்.

மரம், தன்னை நிறுவிக் கொள்ள முயல்கிறது, 'இருக்க' என்று சொல் கிறது. நிலத்தடித் தண்டு, தன் இடைத்தொடர்பு களை 'மேலும், மேலும், மேலும், மேலும்...' என்று சொல்லிக் கொண்டே மாற்றியமைத்துக் கொண்டே இருக்கிறது.

ஆகவே, மரம் என்பது ஆதிமூலங்களுடன், அடித்தளங்களுடன், மெய்ப்பொருள் மூல ஆய்வுடன், தொடக்கங் களுடன், முடிவுகளுடன் சம்பந்தப்பட்டது – அதாவது வேர்களுடன். நிலத்தடித் தண்டு, மேற் பரப்புத் தொடர்புகளில், வளரும் பாதைகளில் 'மேலும்' என்பதில் அக்கறை கொள்கிறது.

தெலூஸ்-கத்தாரியின் கருத்துப்படி, எழுத்தாளர் ஃபிரன்ஸ் காஃப்காவின் படைப்புகள் நிலத்தடித் தண்டுத் தன்மை உடையவை. எலிவளைகள் போன்று ஊடிணைப்புக் கொண்டவை. காஃப்காவின் பெரும்பாலான படைப்புகள் கொடுங்கனவுகள் போன்றவை. ஆனால் கனவு போன்ற அந்த இலக்கியத்தின் படிமங்களும் குறியீடுகளும் எதையும் அர்த்தப் படுத்துவதில்லை, எதையும் குறிப்பது மில்லை. அப்படிச் செய்தால், இது ஒரு மரம் போன்ற அமைப்புக் கொண்ட அறிவை உள்ளடக்கியதாகும். ஒரு செங்குத்தான அமைப்பு – அர்த்தத் தையும் அதைக் குறிக்கின்ற படிமங் களையும் குறியீடுகளையும் இணைக் கின்ற செங்குத்தான அமைப்பாக வேண்டியிருக்கும். எனவே கனவுக் குறியீடுகள் எதையும் அர்த்தப் படுத்துவதில்லை அல்லது குறிப்பது மில்லை. அவற்றை விளக்குவதற்காக அவை அங்கு இல்லை.

கனவுகளை விவரிப்பது நல்லது. அப்படி விவரிக்கும்போது அவற்றின் குறியீடுகள் எவ்விதம் பிற குறியீடு களோடு கிடைமட்டமான புதிய இடைத்தொடர்புகளைத் திறக் கின்றன என்று நோக்குவது நல்லது.

எடுத்துக்காட்டாக, காஃப்காவின், ‘அப்பாவுக்குக் கடிதம்’ என்பதில் அவர் தன் தந்தையை நாம் சிரிக்கு மளவுக்கு அபத்தமாக, கனவு போன்ற பரிமாணங்கள் உடையவராகப் பெரிதாக்கிக் காட்டுகிறார். கடைசியாக அவர் தந்தையினுடைய தனித்துவமான தந்தைமை மிகப் பெரிதாகி அது வெடிக்கிறது. நீதிபதிகள், ஆணையர்கள், அதிகாரிகள் ஆகியோரால் பிரதிநிதித் துவப்படுத்தப்படும் தந்தை போன்ற சமூக உறவுகளில் மிகப்பெரிய நிலத்தடித் தண்டு வலைப்பின்னலாக அது வெடிக்கிறது. இந்த முறையில், தந்தைமை என்பதை, ஈடிபஸ் அமைப்பை நகைப்புக்குரிய வையாக்கி அவற்றை இருத்தலிலிருந்து காஃப்கா அகற்றுகிறார்.

காஃப்காவின் **உருமாற்றம்** *(த மெடமார்ஃபசிஸ்)* என்ற சிறுகதை யில், கிரெகர் சாம்சா முக்கியக் கதாபாத்திரம். அவன் ஒருநாள் காலையில் எழும்போது தான் ஒரு பெரிய பூச்சியாக மாறிவிட்டிருப்பதைக் காண்கிறான். விமரிசகர்கள் சிலர், கிரெகருக்கும், அவன் தாய், தந்தை மூவருக்குமான உறவு ஈடிபஸ் நிலை கொண்டது என்கிறார்கள். இங்கும் காஃப்கா தந்தையின் ஒற்றைப் படிமத்தைப் பலவாக, குறிப்பாக ஒரு தலைமை எழுத்தர், முதலாளி போன்ற பல படிமங்களாக உடைக்கிறார். காஃப்கா, இவ்வாறாக, கிரெகரின் தந்தையை ஈடிபஸ் நிலையிலிருந்து வெளியேற்ற முனைகிறார். ஆனால் இறுதியில், கிரெகரின் சிந்தனை வளரும் பாதை தோல்வி அடைகிறது.

ஒரு நல்ல மகனைப் போல, அவன் தன் குடும்பத்திற்காக இறக்கிறான்.

காஃப்காவின் நாவல்களில் மட்டுமே – குறிப்பாக *விசாரணை (த ட்ரையல்)* நாவலில், நிலத்தடித் தண்டு போன்ற சிந்தனைமுறை உண்மையில் வெற்றி பெறுகிறது. *விசாரணை* என்று நாவலின் பெயர் இருப்பதால் அது சட்டத்தோடு சம்பந்தப்பட்டிருக்கும் என்று ஒருவர் கருதலாம். ஆனால் தெலூஸூம் கத்தாரியும் இந்த நாவலின் நீதி சட்டம் சம்பந்தப்பட்டதாக அல்ல, பாலியல் சம்பந்தப்பட்டதாக இருக்கிறது என்று காண்கிறார்கள். உண்மையில் நீதி என்பது காம இச்சை. நீதிமன்ற அவையில் ஆபாசமான படங்கள் வரையப்பட்டிருக்கின்றன; ஒரு வழக்கறிஞர், குற்றம் சாட்டப் படுவது என்பது கவர்ச்சியாக இருப்பதற்குச் சமம் என்கிறார்; கவர்ச்சியான, குடும்பத்திற்கு எதிரான பெண்களுடன் தொடர்ந்த சந்திப்புகள் பற்றிய மறை குறிப்புகள்; நீதியின் சித்திரம் ஒன்று இறக்கை உள்ளதாக, நழுவிச் செல்வதாக உள்ளது.

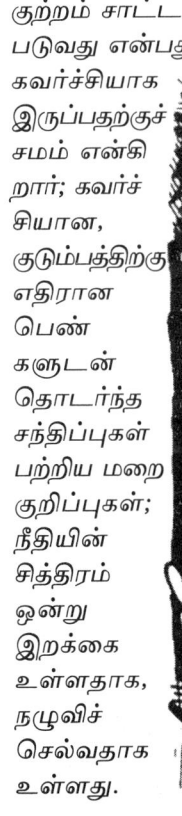

இந்நாவலின் முதன்மைக் கதாபாத்திர மான கே, ஒருபோதும் நீதியை அடைவதில்லை. 'அவள்' ஒருபோதும் காட்சியளிப்பதில்லை; ஆனால் எப்போதும் அவனை விட்டு ஓர் அறை தள்ளியே இருக்கிறாள். அந்த நிலத் தடித் தண்டு எலிவளை அமைப்பிலான நீதிமன்றக் கட்டடத்தில், தாறுமாறான தாழ்வாரங்களில், நெறிபிறழ்ந்த முறையில் ஒன்றுக்கொன்று தொடர்பு கொண்ட வழிகளில் கேயை காமமிக்க பெண்கள் அழைத்துச் செல்கிறார்கள். ஆகவே, நீதியும், நீதிமன்றக் கட்டடம் போல, காம இச்சையைப் போல, நிலத்தடித்தண்டுத் தன்மையுள்ளதாக உள்ளது. ஒரு முடிவை அது அடைவதில்லை. காஃப்காவின் எழுத்தும் படர்தன்மை உள்ளதாக இருக்கிறது. நிறுவனங்களின், சமூக உறவுகளின் அமைப்புகளோடு விளையாடிக் கொண்டே அவற்றை வரைபடமாக்குகிறது.

கே இணையதளமும் நிலத்தடித் தண்டுத் தன்மை, கிடைத் தன்மை கொண்டதுதானே?

ப ஆமாம். அது படிநிலைத்தன்மை அற்றது. அதன் கணுக்கள் தாறுமாறான எதிர்பாராத முறைகளில், கட்டுப் பாடற்ற வலைப்பின்னல்களில் வெட்டிக்கொள்கின்றன. எந்தக் கணுவும் எந்தக் கணுவுடனும் தொடர்பு கொள்ளலாம். இந்த வகையில், ஒரு படர்தன்மையுள்ள, கிடைத்தன்மை யுள்ள அறிவு பற்றிய அறிவிப்பில் தெலூஸும் கத்தாரியும் சரியாக இருக்கிறார்கள். *1996, மார்ச் 18ஆம்* தேதியிட்ட *நியூ யார்க்கர்* பத்திரிகையில் 'விர்சுவல் பிஷப்' (மெய்நிகர் ஆயர்) என்ற ஒரு கதை வெளியானது.

இங்கே கூறப்படும் ஆயர், ழாக் கில்லோ என்பவர். அவருடைய வைதிகம் அல்லாத கருத்துகளுக்காக வாடிகனில் இருந்து அல்ஜீரியாவுக்கு வெளியேற்றப் பட்டவர். பாலைவனத்தின் இடையில் மாட்டிக்கொண்ட அவர் – நடைமுறை யில் இருப்பிலேயே இல்லாத ஒரு பழங்காலத் திருச்சபை ஆட்சி எல்லை அது – ஓர் இணைய தளம் தொடங்கி உலகின் முதல் மெய்நிகர் ஆயர் ஆனார்.

முன்னோக்குப் பார்வையுடைய லியோ ஸ்கீயர் என்ற எழுத்தாளர் அந்த மெய்நிகர் ஆயரோடு இணைய வழி தொடர்புகொண்டார். *'ஓர் உண்மையான இடத்தோடு இணைக்கப்பட்ட ஆயர் ஒருவர் தொடர்பான மீமெய்யியல் கருத்துக்குப் பதிலாக உண்மையான ஆயர் ஒருவரோடு இணைக்கப்பட்ட ஓர் இடம் தொடர்பான மீமெய்யியல் கருத்தை நாம் கொள்வோம்'* என்று அவர் சொன்னதாகக் கூறப் படுகிறது.

கணினியாலான (மெய்நிகரான) அந்தத் திருச்சபை ஆட்சி எல்லையை உலகில் எங்கிருந்தும் அடையலாம். அது கடவுளின் மனத்தைப் போலி செய்கிறது. ஒரு கிடைத்தன்மையுள்ள, படர்தன்மை கொண்ட கடவுள். உண்மையில், தன் நண்பர்களில் ழான் பூத்ரியார் போன்றவர்களையும் கொண்டிருக்கும் அந்த ஆயர், தனது மெய்நிகர் (கணினி நிஜமான) திருச்சபை ஆட்சி எல்லையைத் திறக்கும் வரை, *'திருச்சபை செங்குத்தாக ஒழுங்கமைக்கப் பட்டிருக்கிறது. ஆனால், நாம் கிடைத் தன்மையில் ஒழுங்கமைக்கப்பட்டிருக்க வேண்டும்'* என்று புகார் சொல்வதாக வருகிறது. திருச்சபையும் இணைய தளத்தில் நுழைந்து விட்டது.

கே செங்குத்துமுறை சென்றுவிட்டது, கிடைத்தன்மை வந்துவிட்டது போல காணப்படுகிறது.

ப ஆம். ஆனால், முரண்நகையான விஷயம் என்னவென்றால் **எப்படி** ***1995***இல் தெலூஸ், தற்கொலை செய்து கொண்டார்.

கே தற்கொலையா? ஆனால் அது எப்படி?

ப அவர் உயரமான செங்குத்தான அமைப்பு ஒன்றிலிருந்து குதித்துவிட்டார் – அது ஒரு கட்டடம்.

டேவிட் ஹார்வி

பின்நவீனத்துவ நிலை

கே அவருடைய சுயம் மிகவும் நொறுங்கிப் போயிருக்க வேண்டும் என்று தோன்றுகிறது. ஆனால், நவீனத்துவத் திற்கும் பின்நவீனத்துவத்திற்கும் பொதுவான இந்த நொறுங்குதல் – மொழிக்கு, சுயத்திற்கு, 'பொருள்களுக்கு' – எங்கிருந்து வருகின்றது?

ப சரிதான். டேவிட் ஹார்வியின் **த கண்டிஷன் ஆஃப் போஸ்ட்மாடர்னிஸம் (பின்நவீனத்துவ நிலை)** என்னும் நூலின்படி, கலைகளில், மொழியில், மனிதனின் உள்ளத்தில் நொறுங்குதல் என்பது காலம்-வெளி இவை எப்படி உணரப்படுகின்றன என்பதில் உண்டான மாற்றத்திலிருந்து வருகின்றன.

நாம் வெளியையும் காலத்தையும் எப்படி அனுபவப் படுத்துகிறோம் என்பதில் உள்ள பெரும் வேற்றுமை களால் பின்நவீனத்துவம் பெருமளவு தாக்கத்திற்கு உள்ளாகியிருக்கிறது. எப்போதெல்லாம் காலம்-வெளி பற்றிய நமது பிரக்ஞையில் குறிப்பிட்ட மாற்றங்கள் ஏற்படுகின்றனவோ, அப்போதெல்லாம் நாம் உலகைப் பதிவுசெய்யும் முறையில் பெரிய மாற்றங்கள் ஏற்படுகின்றன. அதாவது கலை, தத்துவம் ஆகிய இரண்டிலும்.

முதலாளித்துவத்தின் வரலாறு, ஹார்வியின் கருத்துப்படி, வெளி-கால அழுத்தச் சுருக்கத்தைக் கொண்டுவந்தது: வாழ்க்கையின் ஓட்டத்தில் வேகம் மிகுதியாயிற்று. காலத்தின் அழுத்தச் சுருக்கத்திற்கு இணையாக, வெளியும் குறுகியது. உலகமே நமக்குள்ளாக வீழ்வதாகத் தோன்றியது.

ஆனால் எப்போதுமே இப்படி இருந்ததில்லை. ஐரோப்பாவில் நிலவுடைமைக் காலத்தின்போது, ஒவ்வொரு நிலமானிய அமைப்பும் உறுதியான சட்ட, அரசியல், பொருளாதார, சமூக அமைப்பைக் கொண்ட உலகமாக இருந்தது. மையத்தில் கோட்டை இருந்தது. கோட்டையில் பிரபுவும் சீமாட்டியும் உயர்குடியும் இருந்தார்கள். தங்கள் நிலவுடைமைப் பிரபுகளுக்கு விசுவாசமாக நிலங் களிலும் காடுகளிலும் அடிமைகளின் வர்க்கம் வேலை செய்துவந்தது. இந்த நிலவுடைமை அமைப்பு, கடவுள் ஆண்டுவந்த பிரபஞ்சத்தின், வானுலகப் படைக் கும்பலின், இருண்ட கதாபாத்திரங்களின் பிரதிபலிப்பாகத்தான் கருதப்பட்டது. இந்தக் கதைகளையும் இருண்ட கதாபாத்திரங்களையும் – சூனியக்காரிகள், அரக்கர்கள், டிரேகன்கள் – தொன்மமும் நாட்டார் கதைகளும் உருவாக்கியிருந்தன.

இடைக்கால வரைபடக்காரர்கள் இந்த உலகத்தைப் புலனின்ப விவரிப்புகளோடு, கிட்டத்தட்ட ஒரு சித்திரம் போலப் பதிவு

செய்தனர். இந்த வரைபடங்களில் ஓர் ஆறு என்றால் இருண்ட காட்டின் வழியே (சித்திரத்தில் பல மரங்களால் இது காட்டப்படும்) பாயும் ஒரு நீல வண்ணக்கலவை. அதற்கு அப்பால் ஒரு கோட்டையைக் காண்கிறோம். சித்திரத்தில் வழக்கம் போலவே ஓர் உயர்ந்த கோபுரம், அதன்மீது ஒளிரும் சிலுவை ஆகியவற்றைக் கொண்ட தேவாலயமும், அதைச் சுற்றிய கட்டடங்களும் உண்டு. இவையெல்லாம் மேலே இருந்து பார்க்கும் கோணத்தில் காட்டப் படும் – இந்தக் காட்சியைக் கடவுளே மேலிருந்து நோக்குவது போல. இந்த வரைபடங்களின் விளிம்பில் உலகத்தின் முடிவு – ஓரம் இருந்தது. மேலும் ஒரு விண்ணக டிரேகன் அந்த விளிம்புக்கு அருகில் தைரியத்துடன் எவராவது வந்து அதன் வாயினுள் விழுபவரை விழுங்கி விடத் தயாராகக் காத்திருக்கும்.

மறுமலர்ச்சிக் காலத்தின்போது பார்வை (கருத்துகளை அணுகும் முறை) பற்றிய கொள்கை என்ற விஷயம் தோன்றியது. பார்வைக் கோணவியல் பார்வையின் கோணத்தை கடவுளிடமிருந்து, தொன்மம், மதம் இவற்றின் பார்வைகள் அற்ற சாதாரண மனிதனின் பார்வைக்கு உலகத்தைத் திருப்பியது. அதே சமயத்தில் தாலமி யின் (கி.பி. இரண்டாம் நூற்றாண்டு கிரேக்க வானவியலாளர், கணித வல்லுநர்) வரைபடமாக்கும் முறை ஐரோப்பாவுக்குள் வந்தது. அது வெளியைப் புறவய நோக்கி லிருந்து பதிவுசெய்த ஒழுங்கமைவு. அப்போதிலிருந்து, எல்லா வரைபடங்களிலும், ஒரு கணிதக் கம்பிவலை – ஒரு வடிவவியல் *(ஜியோமிதி)* சட்டகம் – இடம் பெறலாயிற்று. இதன் வாயிலாக, பார்வையாளர்கள் நகரங்கள், சமுத்திரங்கள் ஆகியவற்றிற்கிடையே உள்ள தூரங்களைக் கணக்கிட முடியும். எல்லா வெளியும், எல்லா உலகமும், ஒரு வடிவவியல் சட்டகத்திற்குள் வரையப்பட இயலும் என்பதால், உலக உருண்டை முழுவதுமே திடீரென அறியப்படவும் ஆக்கிரமிக்கப்படவும் இயலக்கூடிய தாயிற்று. தேடுதலுக்காகக் கடற் பயணங்களை மேற்கொண்டவர்கள், இம்மாதிரி வரைபடங்களை வரைந்தனர். அவை பிறகு வணிகர் களுக்கும் வியாபாரிகளுக்கும் விலைமதிப்பற்றவை யாக மாறின.

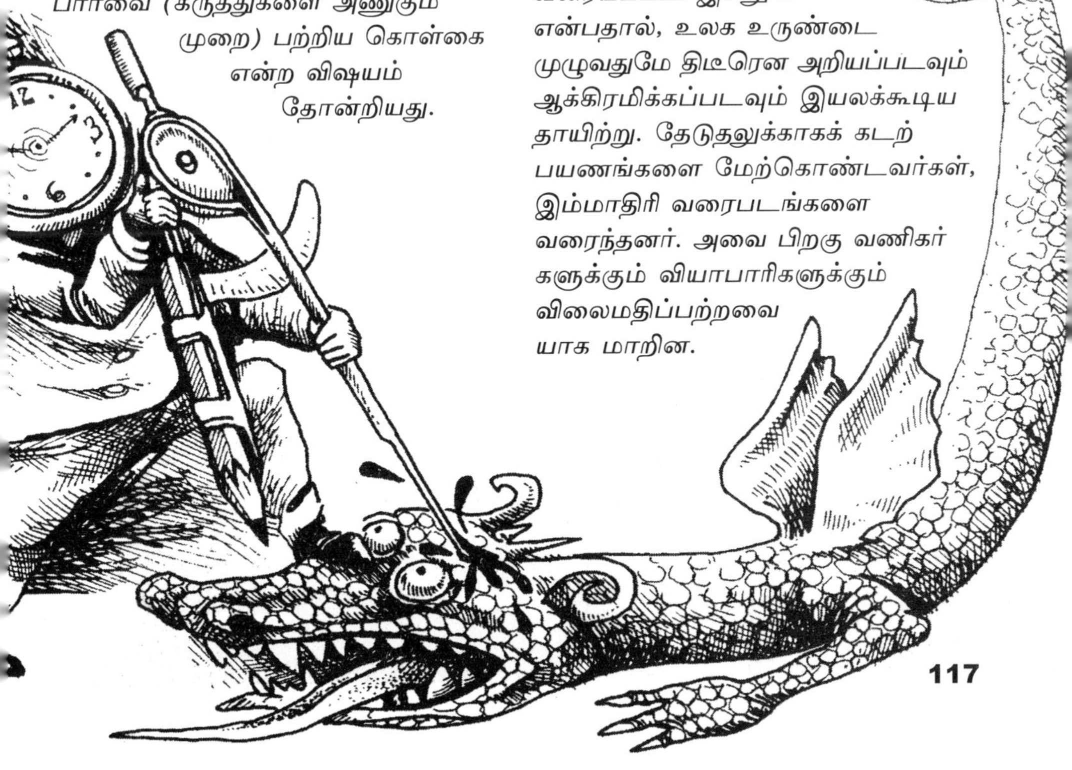

இதே சமயத்தில் கடிகாரம், காலஅளவி ஆகியவை கண்டு பிடிக்கப்பட்டன. எனவே வெளியைக் கணிதபூர்வமாக வெட்டிக் கூறுபோடும் நிலை ஏற்பட்டது. வெளியை யும் காலத்தையும் பற்றிய இந்தப் புதிய கருத்துகள், மறுமலர்ச்சிக் காலக் கலாச்சாரத்தின் ஒவ்வொரு பகுதியிலும் பிரதிபலித்தன. கட்டடக் கலையில், கோதிக் ஆலயங்களில் இதற்கு முன் விசித்திரப் பிராணிகள் உருவங்களில் நீர்வழியும் தாரைகள் அமைந்திருக்கும். தேவதைகளின் உருவங் களும் இடம்பெற்றி ருக்கும். பரோக் காலத்தில் இவை இன்னும் அகன்ற கட்டடக்கலைக்கு இடம் தந்தன. பாஹின் (18ஆம் நூற்றாண்டு ஜெர்மானிய இசை வல்லுநர்) பல ஓசைப் பாடல்களின் உயரும் ஆற்றல்களுக்கும் ஜான் டன் (17ஆம் நூற்றாண்டு ஆங்கிலக் கவிஞர்) கவிதைகளின் வெளி-காலம் பற்றிய விரிவான படிமங்களுக்கும் ஏற்ப, கட்டடக்கலையும் விரிந்தது. ஆனால் இந்த எல்லையற்ற காலத்தின், வெளியின் அளவுபட்ட படிமம் இன்னமும் கடவுளின் பெருமை யைப் பறைசாற்றிக் கொண்டுதான் இருந்தன.

பிறகு 18ஆம் நூற் றாண்டின் அறிவொளி, வெளியை ஆக்கிரமிக்க வேண்டிய ஒன்றாகக் கண்டது. வரைபடங் களிலிருந்து மீக்கற்பனை, மதம் ஆகியவை வெளியேற்றப்பட்டு, அவை அருவத்தன்மை கொண்டனவாக, வடிவவியல்பூர்வமாக, அறிவுபூர்வமாக, கணித பூர்வமாக, கண்டிப் பாகப் பயன்பாட்டுக் குரியனவாக மாறின.

காலமும் வெளியும் ஒருங்கிசைவானதாக, எந்திரத்தனமானதாக, நியூட்டோனியத் தன்மை கொண்டனவாக மாறின. உலகம் முழுவதும் ஒரு சீர்த்தன்மை கொண்ட தாக நோக்கப்பட்டால், நிலப்பகுதி ஒரு சட்டகத்தால் அடக்கப் பட்டு சமதுண்டுகளாக வெட்டப்பட்டால், அமெரிக்க ஐக்கிய நாடுகளில் செய்தது

போல, இதுவே சமூகத்திலும் சமத்துவத்திற்கு ஓர் அடிப்படையை உருவாக்குவதாக அமையும். அதுவே ஜனநாயகத்திற்கு அடிப்படையை அமைக்கும்.

வேறுவிதமாகக் கூறினால், பகுத்தறிவு பூர்வமான, ஒரு சீர்த் தன்மை உடைய காலத்தின், வெளி மற்றும் சமயத்தின் சட்டகம் அறிவொளிக் கால சிந்தனையாளர்கள் காலனிய, உடோபிய (இலட்சியக் கற்பனைவாத) திட்டங்களை வகுக்க உதவின. அவற்றை உலகப்பந்தின் ஒரு சீரான சட்டகத்தின் மீது விரிக்கமுடியும். வெளி அறியக்கூடியதாக மாறிவிட்டது. யூக்லிடிய வடிவவியல் *(ஜியோமிதி)* மூலமாக, ஆதிக்கத்திற்கு உட்படுவதாகவும் ஆனது. வெளி, இயற்கை, உலகம் ஆகிய எல்லாவற்றையும் அளக்கமுடியும், அறிய முடியும், ஆதிக்கத்திற்கு உட்படுத்த முடியும்.

அறிவொளிக்காலச் சிந்தனையாளர்களுக்கு, இந்தப் பரந்த வெளியும் காலமும் கடவுளின் எல்லையற்ற புகழைக் கொண்டாடுவனவாகத் தெரியவில்லை. மாறாக, மனிதனால் கட்டுப்பாட்டிற்குள்- ஆதிக்கத்திற்குள் கொண்டுவரக் கூடியவையாகத் தெரிந்தன. தனது சொந்த சுதந்திரத்திற்கேற்ப **மனிதன்** பயன்படுத்திக் கொள்ளக்கூடியனவாகத் தோன்றின. இனிமேல் உலகத்தின் விளிம்பிலிருந்து விண்ணுலக டிரேகனின் வாய்க்குள் விழுந்துவிடுவோம் என எவரும் பயப்படத் தேவையில்லை.

இந்த அடிமையாக்கக் கூடிய வெளியில் எல்லாருக்கும் ஓர் இடம் இருக்கிறது என்று ஐரோப்பியர்கள் கருதினார்கள். ஆப்பிரிக்காவிலிருந்து அடிமைகளைப் பெறலாம், பிற கண்டங்களும் தட்பவெப்பப் பிரதேசங்களும் மேன்மை தங்கிய ஐரோப்பிய, அமெரிக்க வல்லரசுகளுக்குக் கச்சாப்பொருள்களை அளிக்கமுடியும்.

காலஅளவி, வெளியைப் போலவே காலத்தையும் கணிதப் பொருளாக, ஒரு சீர்மை உடையதாகப் பார்ப்பதற்கு அனுமதித்தது. கடந்த காலத்திலிருந்து எதிர் காலத்திற்கு ஒரே நேர்க் கோட்டில் காலம் டிக்டிக் கென்று கடந்து சென்றது.

வெளியைப் பற்றியும் காலத்தைப் பற்றியும் இந்த ஒருசீரான, நேர்க்கோட்டுக் கருத்தாக்கங்களின் உடைதலை நவீனத்துவம் கண்டது. அறிவொளிக் காலத்தில், சமூகக் காலமும் பௌதிகக் காலமும் ஒன்றிணைந்தன. ஒருசீர்த் தன்மையும் கணிதத்தன்மையும் உடையனவாக மாறின. காலம் சீராகத் தொடர்ந்து போகும் தன்மை கொண்டது.

ஆனால் பத்தொன்பதாம் நூற்றாண்டின் இடையில், காலத்தின் சீராகத் தொடரும் இந்த உணர்வு ஆட்டம் கண்டது. எழுச்சிகள், புரட்சி களில் பங்கேற்ற பல ஐரோப்பியர் களுக்கு கொந்தளிப்புக் காலம் பற்றிய உணர்வு கிடைத்திருந்தது. வர்க்கப் போராட்டத்தில் ஈடுபட்ட வர்களுக்கு சுழற்சிக் காலத்தின், மாறிமாறிவரும் காலத்தின் உணர்வு ஏற்பட்டிருந்தது.

பத்தொன்பதாம் நூற்றாண்டிற்கு இடையில், பொருளாதார, சமூகக் காலமும் மாறிவிட்டது என்பதும் தெரியவந்தது. போக்குவரத்திலும் தொடர்பியல் துறையிலும் முன்னேற்றங்கள் ஏற்பட்டு ஐரோப்பா முழுவதும் பொருளாதாரத் துறையில் ஊடாட்டம் கொண்டதாக மாறி வந்தது. பாரிஸில் ஒரு பொருளாதாரச் சிக்கல் ஏற்பட்டால், அது லண்டனை யும் பெர்லினையும் பாதித்தது.

இதுபோல, பல்வேறு நாடுகளிலுள்ள தொழிலாளர்களும் ஒருவர் மீது ஒருவர் பரிவு கொள்ளத் தொடங்கினர். இம்மாதிரிச் சூழலில் பொதுவுடைமை அறிக்கை மீது கவனம் செலுத்துவோர் உருவானார்கள்.

*1850*க்குப் பிறகு, முக்கிய ஐரோப்பிய தேசங்கள் அனைத்தும் உலகளாவிய வகையில் விரிவடைந்தன. உலகில் முன்பிருந்த பெயர்களையும் பயன்பாடுகளையும் அழித்துத் தாமே அந்த வெளியை ஆக்கிரமித்துக் கொண்டன. தேசங்கள், நகரங்கள், தனிமனிதர்கள் – யாவருக்குமே ஆயிரக்கணக்கான மைல்கள் அப்பால் நடக்கும் சம்பவங்களின் பாதிப்பும் ஆழமாக ஏற்படத் தொடங்கியது. வானொலி, மோட்டார் கார், இரயில் ஆகியவை இந்த மாற்றங்களை வேகப்படுத்தின.

இப்படிப்பட்ட நிலையில் எந்த எழுத்தாளர், மெதுவாக, ஒவ்வொரு பக்கமாக எளிய முறையில், படிப் படியாக, காலமுறைப்படியாக விரியும் ஒரு யதார்த்த நாவலை எழுதமுடியும்?

ஃப்ளாபேர்ட், ப்ரூஸ்ட், ஜேம்ஸ் ஜாய்ஸ் போன்ற எழுத்தாளர்கள் தங்களுடைய கதைப் பின்னலை மாற்றியமைப்பதன்மூலம் இந்த உடன் நிகழ்வுக் காலத்தை வசப் படுத்த முயன்றனர்.

ஐன்ஸ்டைனின் புரட்சிகரமான சார்பியல் கோட்பாடுகள், வெளி-காலம் பற்றிய உணர்வை மேலும் மாற்றிவிட்டன. பதிவு நவிற்சிச் சித்திரக்காரர்களான மானே, செழான் போன்றவர்கள் சித்திரங்களுக்குள் பொருள்களின் வெளியை உடைக்கத் தொடங்கினார்கள். பொருள்கள், ஒளியின் பூச்சுகளில் கரைந்தன. கியூபிசம், மேலும் பொருள்களை உடைத்தது. சமூகவியல் துறையில், 1912இல் வெளிவந்த டர்க்ஹைமின் *எலிமெண்டரி ஃபார்ம்ஸ் ஆஃப் ரிலிஜியஸ் லைஃப்* **(மத வாழ்க்கையின் தொடக்க வடிவங்கள்)** என்னும் நூல், சமூக தாளலயங்களில் காலத்தின் உணர்வை நிறுவியது. எத்தனை வகையான பார்வைக் கோணங்கள் உண்டோ அத்தனைவகையான வெளி-காலம் பற்றிய அனுபவங்கள் உண்டு என்பது தெளிவாகியது.

இப்போது, பின்நவீனத்துவக் காலத்தில் வெளியின் சுருங்குதல், பணமும் சந்தைப் பொருள்களும் செயல்படும் விதத்தை மாற்றி விட்டது. மூலதனம் இப்போது மின்னணு முறையில் உலகளாவிய சந்தைகளுக்குள் மிக வேகமாக மாற்றப்படுவதால் முந்தைய நிலைத்தன்மை யையும், அர்த்தத்தையும் இழந்து விட்டது. இன்று உள்ளூர் சூப்பர் மார்க்கெட்டுகளில், நாம் பிரெஞ்சுப் பாலடைக் கட்டிகளையும் ஒயின் களையும், கனடா, மெக்சிகோ, ஆசியா, ஐரோப்பாவின் பீர்களை யும் தென்-அமெரிக்கா அல்லது ஆப்பிரிக்காவின் பச்சை பீன்ஸையும், டாஹிட்டியின் மாம்பழங்களையும், கலிஃபோர்னியாவின் செலரியையும், கனடிய ஆப்பிள் களையும் வாங்க முடியும். பெரும் நகரங்களின் மக்கள் தொகையின் வெளியும் சுருங்கி விட்டது. அவற்றில் சிறுபான்மையினரான வியட்நாமி யர்கள், கொரியாக்காரர்கள், கிழக்கு ஐரோப்பியர்கள், மத்திய அமெரிக்கர்கள், ஆப்பிரிக்க நாட்டவர்கள் வாழ்கிறார்கள்.

பின்நவீனத்துவக் கலைப்பொருட்கள்

வெளி மேலும் மேலும் சுருங்கிவரும் நிலையில், பல்வேறு வெளிகளின், பல்வேறு வட்டாரங்களின் தனித்த குணங்கள் முக்கியத்துவத்தை அடைகின்றன. பிரான்சின் சில வட்டாரங்கள் மட்டும் – அவை மட்டுமே குறித்த ஒரு வகையான பாலாடைக்கட்டி அல்லது ஒயினை அளிக்கும்போது சிறப்படைகின்றன. குறித்த சில பசிபிக் கரையோரத் தேசங்கள் மட்டும் மலிவான உழைப்பை அளிக்க முடிவதால் முக்கியத்துவம் பெறுகின்றன. உலக மூலதனம் இம்மாதிரி உழைப்புகள், பண்டச் சந்தை *(கமாடிட்டி மார்க்கெட்)* ஆகியவற்றைச் சுரண்டலுக்கு உட்படுத்த மிகவும் வளைந்து கொடுப்பதாக இருக்கவேண்டும். பல்வேறு வணிக ஆதாயங் களைப் பெற உலகம் முழுவதும் வேகமாகச் சுற்றவேண்டும். இதுதான் மாற்றத்துக்கு ஈடுகொடுக்கும் நெகிழ்வான செல்வக் குவிப்பு. இது 20ஆம் நூற்றாண்டின் தொடக்கத்திலிருந்த நிலையான செல்வக்குவிப்புக்கு மாறானது. அப்போதெல்லாம் ஃபோர்டு மோட்டார் கம்பெனி மாதிரியான கூட்டுநிறுவனங்களும் அவற்றின் மூலதனமும் ஒரே இடத்தில் நிலையாக உட்கார்ந்து, ஒப்பளவில் நிலையானதொரு சந்தைக்குக் கார்களை வெளித்தள்ளியபடியே இருந்தன.

புத்தகங்கள், திரைப்படங்கள், கட்டடங்கள் போன்ற பின்நவீனத்துவக் கலைப்பொருள்களின் நிலையற்ற தன்மை, கொலாஜ், துண்டுபடுதல் போன்றவை, இந்த நெகிழ்வான செல்வக்குவிப்பு என்னும் நிகழ்வைப் பிரதிபலிக்கும் கண்ணாடிகளே என்கிறார் ஹார்வி.

பிளேடு ரன்னர்

இதற்கு ஓர் எடுத்துக்காட்டு, *பிளேடு ரன்னர்* என்னும் திரைப்படம். அதில் முக்கியமான பின்நவீனத்துவக் கூறுகள் உள்ளன.

பிளேடு ரன்னர் என்பது தனிப்பட்ட துப்பறிபவர் என்று பொருள்படும் 19ஆம் நூற்றாண்டுச் சொல். இந்தப் படம் ஒரு கல்ட் திரைப்படம் ஆகியது (*கல்ட் – குறிப்பிட்ட குழுவிடையே பிரபலமாக இருக்கும் நபர்/பொருள்*). பிறகு பின்நவீனத்துவத்திற்கு ஒரு தேசிய எடுத்துக்காட்டு போலாகியது. வில்லியம் ஜிப்சன் நியூரொமேன்சர் என்னும் நாவலை எழுதத் தூண்டுகோலாக

இருந்தது. அந்த நாவல் வகை பின்னர் **சைபர்பங்க்** [எதிர்காலவியல் சார்ந்த, கணினி அடிப்படையிலான சமூகங்களைப் பற்றிய வேகமாகச் செல்லும் புதினம்] என்று அழைக்கப் படலாயிற்று.

பிளேடு ரன்னர் என்பது, நகலாளர்கள் (ரெப்ளிகண்ட்ஸ்) என்று அழைக்கப் படும் மரபணு ரீதியாக, செயற்கை யாக உருவாக்கப் பட்ட மனிதர்கள் பற்றியது. அவர்கள் மீவலிமை கொண்ட, புத்திசாலித் தனமான, திறன்மிக்க அடிமைகளாகப் பணியாற்று வதற்கு உற்பத்தி செய்யப்பட்ட வர்கள். வெளி கிரகங்களை ஆராய்வது, அவற்றைக் காலனிப்படுத்துவது போன்ற ஆபத்தான, 'இந்த உலகத்துக்கு அப்பாற்பட்ட' வேலைகளில் அவர்கள் ஈடுபடுத்தப்படு கிறார்கள். அவர்களுக்கு மனித உணர்ச்சிகள் இருந்தாலும், அவர்கள் ஒருவகையில் அபாயமானவர்கள் என்று கருதப்படுகிறார்கள். அவர் களுடைய மரபியல் நிரல்படி நான்கு ஆண்டு மட்டுமே அவர்களுடைய ஆயுள்.

கே பின்நவீனத்துவ உலகில் சிறந்த, குறைந்தகால ஒப்பந்தக் கூலிக்காரர் களாக அவர்கள் இருப்பார்கள் என்று தோன்றுகிறது. ஆனால் அவர்கள் மனிதர்களா இல்லையா?

ப ழான் பூத்ரியாரின் நிழலுருக்கள் அல்லது போலி யுருக்கள் என்ற கருத்து ஞாபகமிருக்கிறதா இல்லையா உங்களுக்கு?

கே நிச்சயமாக இருக்கிறது. நிழலுரு என்பது அசலின், மூலப்பொருளின் மிக நெருங்கிய படி/நகல் (காப்பி). அசலைப் போலவே இருப்பதால், மூலப் பொருள் அல்லது அசல் அதன் முக்கியத் துவத்தை இழந்துவிடுகிறது.

ப அப்படித்தான் நகலாளர்களும். மனிதர்களிலிருந்து பெரும்பாலும் வேறுபாடற்ற நிழலுருக்கள். உண்மையில், *பிளேடு ரன்னர்* படம், பூத்ரியாரின் உலகம் ஒன்றைத்தான் உருவகப் படுத்திக் காட்டுகிறது. அதில், *'நிஜம் என்பது மீச்சிறிதாக்கப்பட்ட அலகுகளால், கணிதச் சட்டகங்களால், ஞாபக வங்கிகளால், ஆணை யிடும் அமைப்புகளால் உருவாக்கப்படுகிறது. இவற்றைக் கொண்டு அந்த நிஜம் எல்லையற்ற முறை மறுஉருவாக்கமும் செய்யப்படும்'* (SIM 3).

நகலாளர்கள், தங்களை உருவாக்கியவரைப் பார்க்கத் தாங்கள் செய்யப்பட்ட இடமான லாஸ் ஏஞ்சலிஸுக்குத் திரும்புகிறார்கள். அவர் ஒரு மரபணு வடிவமைப்பாளர் – டைரல் என்பது அவர் பெயர். மிகப்பெரிய டைரல் கார்ப்பரேஷன் என்ற நிறுவனத்தின் (அத்திரைப்படத்தில் வரும் ஒரு கற்பனையான நிறுவனம்) தலைவர். நகலாளர்களைத் தயாரிப்பதற்கான இனப்பெருக்கச் செயல்முறைகளை ஆணையிடக் கூடியவர் அவர்தான். நகலாளர்களுக்குத் தங்கள் மிகச் சிறிய வாழ்நாள் பற்றிக் கோபம். நகலாளர்களின் தலைவன் ராய்க்கு, அவர்களுடைய சிறிய வாழ்நாள் சிறுநேரமே எரிந்தாலும் இரண்டு மடங்கு பிரகாசத்துடன் இருக்கின்ற சுடரொளியின் தீவிரத்தைக் கொண்டது. ஆகவே அவர்கள் தங்கள் வாழ்நாளை மகிழ்ச்சியுடன் கழிக்கவேண்டும் என்று சொல்கிறார்.

கே அது, அவர்களைக் காலத்தின் வேகத்தில் சிக்கிய பின்நவீனத்துவ ஆளுமைகள் போல ஆக்கிவிடவில்லையா?

ப ஆம். மேலும் அவர்கள் திரும்பி வருகின்ற லாஸ் ஏஞ்சலிஸ், 2019இன் நகரமாக நம்பப்படுவது, அது ஒன்றும் உடோபியா (இலட்சியக் கற்பனையுலகு) அல்ல. அது ஒரு *டிஸ்டோபியா* (பிறழ்ந்த உலகு), பிந்தைய தொழிற்சாலைகளின் நாசமாகிவிட்ட பாழ்நிலம்.

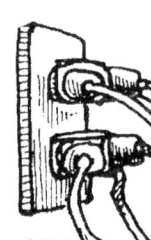

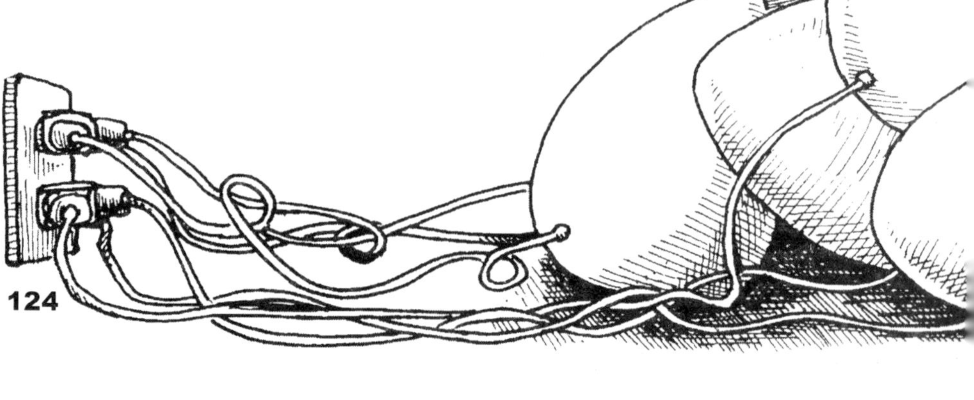

மிகக் கீழ்த் தளத்தில், காலியான பண்ட சாலைகள், தொழிற் சாலைப் பகுதிகள் போன்றவை சிதைந்து கொண்டிருக்கும் குப்பைக்குள் பாதி புதைந்தவாறு கிடக் கின்றன. கடந்த காலத்தின் மிச்சமீதிகளில் வாழ்ந்துகொண்டிருக்கும் இளம் வன்முறைக் குழுக்களும் பிற மனிதக் கழுகுகளும் அவற்றில் ஏதாவது கிடைக்கிறதா என்று அலசித் தேடிக் கொண்டிருக்கிறார்கள்.

நடுத் தளத்தில், சந்தடி நிறைந்த தெரு வாழ்க்கை. மோசமான நாளில் காணப்படும் ஹாங்காங் நகரம்போலத் தோற்றமளிக்கிறது. ஆங்காங்கே வன்முறைக் கும்பல்களும் திருடர் களும், ஹரேகிருஷ்ணா பக்தர்களும் பிற விளிம்பு நிலைத் தெரு மக்களும் காணப்படுகிறார்கள்.

மிக உயர்ந்த தளத்தில், தெருக் கழிவுகளுக்கெல்லாம் மேலாக உயர்ந்து, கூட்டுவணிக நிறுவன உலகின் உயர்தொழில் நுட்ப கட்டடங்கள், விளம்பரங்கள்: பான் ஆம் (அமெரிக்க ஏர்வே), கோகோ கோலா, பட்வெய்ஸர் (ஒருவகை பீர்). இந்தக் கூட்டு நிறுவன அலுவலகங் களுக்கெல்லாம் உயரத்தில் டைரல் நிறுவனம்.

நகலாளர்கள் வெறும் நிழலுருக்கள் (போலியுருக்கள்) மட்டுமல்ல, நகரத்தின் கட்டடக்கலையும் அவ்வாறானதுதான். எல்லாவற்றிலிருந்தும் தேர்ந்தெடுத்துப் பயன் படுத்திக்கொள்கிற, பின்நவீனத்துவ நிழலுருக் களின் தாறுமாறான கலப்புகள். டைரல் நிறுவனத்தின் தலைமை யகமே ஒரு பிரமிடின் போலியுரு (நிழலுரு) போலத்தான் காட்சி யளிக்கிறது – கிரேக்க, ரோமானிய, மாயன், சீன, விக்டோரியக் கருத்துகளின் கலவை களின் நடுவில் காணாமல் போன ஒரு பிரமிடின் போலிவடிவம்.

நகரத்தில் அபரிமித மாகக் காணப்படும் பெருவணிக நிறுவனங் களின் கட்டடக்கலை யும் விளம்பரக் குறிகளும் நியூயார்க், டோக்கியோ, ஹாங்காங், லாஸ் ஏஞ்சலிஸ் நகரங்களின் கூறுகளை இணைத்துக் கொண்டிருப்பவை. பிற குறிகளைக் குறிக்கும் விதமாகச் சுழன்று கொண்டிருக்கும் குறிகளின் குழப்பமாக அவை காட்சியளிக் கின்றன.

125

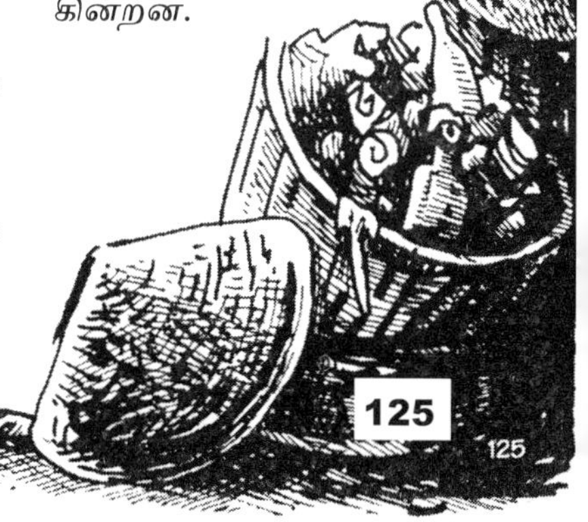

கடந்த காலம் / இப்போது

இங்கு கொள்ளப்படும் பின்நவீனத்துவக் கலைக் கோட்பாடு, பாஸ்டிச் (கதம்பம்) என்பதாகும். வெவ்வேறு வகையான கட்டடக்கலை, திரைப்படக் கலைப் பாணிகளைப் போலியுறு செய்யும் நடுநிலையான மேற்கோள்களின் ஒரு தொடரே அது. எல்லாமே இரட்டைச் சங்கேதம் கொண்டவை.

கே இரட்டைச் சங்கேதம் என்றால் என்ன?

ப கட்டடக்கலைப் பாணி பற்றிக் கூறியபோது சொன்னது நினைவிருக்கலாம். நவீனத்துவ முறைகளைக் கையாளவேண்டும், ஆனால், அதே சமயத்தில் பழைய காலக் கட்டடக்கலைக் கருப்பொருள் களையோ வட்டாரக் கலைப் பாங்கையோ பிரக்ஞைபூர்வமாக, விளையாட்டுத் தனமாக, கதம்பம் போல, இணைத்துக் கொண்டு, அதைக் கடக்கவும் வேண்டும். இதன் விளைவு வேடிக்கையாக அல்லது முரண்நகையாக இருக்கும்.

கே அமெரிக்காவிலுள்ள ஏடீ & டீ கட்டடம் ஒரே சமயத்தில் நவீன கட்டடக்கலை முறையாகவும் தாத்தா கடிகாரத்தை நினைவூட்டு வதாகவும் இருப்பது போலவா?

ப ஆமாம். இரட்டைச் சங்கேதம் கட்டடக்கலைக்கு மட்டும் உரியதல்ல, எந்தக் கலையிலும் அதைப் பயன் படுத்த முடியும். பிளேடு ரன்னரில், எல்லாமே இரட்டைச் சங்கேதம் உடையவையாகத்தான் உள்ளன. மனித நகலாளர்கள் (ரெப்ளிகண்ட்) மட்டுமல்ல, ஒவ்வொரு பொருளுமே நகல்தான் (போலிப்படிதான்). பல்வேறு திரைப்பட வகைகளின், பல்வேறு காலப் பாணிகளின் தன்மைகளை அதன் நடிகர்கள் நகலெடுக்கிறார்கள். ஏனெனில்,

பிளேடு ரன்னர் ஒரு எதிர்காலவியல் படம் (1980இல் வெளியானது). ஏறத்தாழ 40 ஆண்டுகளுக்குப் பிறகு நடக்கப்போவதைப் பற்றியது. அதே சமயம் அது 40 ஆண்டுகள் பழமையிலும் வைக்கப்பட்டதாக இருக்கிறது. அதன் சில செட்டுகள், பழைய போகார்ட், ஜேம்ஸ் காக்னீ படங்களின் பின்னணிகள். கட்டடக் கலையிலும் எல்லாமே இரட்டைப் பாணிதான். ஃபிராங்க் லாயிடு ரைட், கிரேக்க, ரோமானியத் தூண்கள், கிழக்கத்தியக் கலைப் பண்புக்கூறுகள். இவற்றோடு நாற்பதுகளின் குற்றம் புரியும் குழுக்கள் தொடர்பான வழக்கமான பேசுபொருள்கள் கொண்டவையும். ஆகவே இதன் கருத்து, நையாண்டி அல்ல, ஆட்டம் தான் – கதம்பம். மேம்போக்கான ஆட்டம், நிழலுருக்களின் (உருப் போலிகளின்) கண்காட்சி. நகலாளர்கள் மனிதர்களைவிட மீமனிதர்களாக இருப்பதுபோல, நிழலுருக்கள் நிஜத்தைவிட நிஜமாக இருக்கின்றன.

ஒரு எந்திரத்துக்கும் மனிதனுக்குமான வேறுபாடு என்ன என்பதுதான் அந்தப் படத்தின் ஒரு முக்கியமான வினா. நகலாளர்களும் மனிதர்களும் ஒன்றுபோலவே இருக்கிறார்கள். நகலை 'நிஜத்திலிருந்து' வேறுபடுத்திக் காண்பதே கடினமாக இருக்கிறது.

ஒரு மனிதனுக்கும் நெக்சஸ்-6 (தொடர்புப் பின்னல்) மனிதப் போலிக்கும் *(ஆண்ட்ராய்ட்)* என்ன வேறுபாடு? ஒரு அசலுக்கும் நிழலுருவுக்குமான வேறுபாடு என்ன?

டைரல் நிறுவனத்தால் வாடகைக்கு அமர்த்தப்பட்ட ஒரு துப்பறிவாளனான ரிக் டெக்கார்டின் வேலை நெக்சஸ்-6 நகலாளர்களைத் தேடி அழிப்பதுதான். அவன் வெள்ளைத் தோலும் பழுப்புநிற முடியும் கொண்ட ரேச்சல் என்னும் நகல் பெண்ணைக் காதலிக்கத் தொடங்குகிறான். அவளுக்குத் தான் நகலா அசலா என்று தெரியாது. இது டெக்கார்டைத் தன் மானிடத் தன்மையையே சந்தேகப்பட வைக்கிறது. இங்கு டெக்கார்டு ரேச்சலுடன் இருக்கின்ற ஒரு நகலாளரைக் கொன்ற பிறகு அவள் வெளிப்படையாகவே துன்பமடைகிறாள். 'நகலாளர்களுக்கு உணர்ச்சிகள் இருக்கலாகாது, ஆனால், **பிளேடு ரன்னர்**களுக்கும்தான்' என்கிறான் டெக்கார்டு.

இன்னொரு சமயம், டெக்கார்டும் ரேச்சலும் உறவுகொள்ள இருக்கிறார்கள். அப்போது ரேச்சல் சொல்கிறாள்: 'நீ ஒரு பெண்ணுடன் படுக்கைக்குச் செல்லவில்லை... ஞாபகம் வைத்துக்கொள், ஆனால் அதைப்பற்றிச் சிந்திக்காதே, செய்து விடு. தயங்கி, தத்துவவாதியாக மாறாதே. ஏனென்றால் ஒரு தத்துவ நோக்கிலிருந்து நம் இருவருக்குமே அது சலிப்பூட்டுவது.'

ஆனால், அந்தப் படம் நம்மைத் தத்துவநோக்கில் சிந்திக்கத்தான் வைக்கிறது. உண்மையில், பின்வீனத்துவக் கலையில் பெரும் பகுதி பின்வீனத்துவ யுகத்தைப் பற்றிச் சிந்திக்கவைப்பதே ஆகும். இது பின்வீனத்துவக் கோட்பாட்டை உருவாக்கும் ஒருவகை. மேலும் இந்தப் படம் சைபர்பங்க் என்ற இயக்கத்தையே தொடங்கிவைத்தது. மனிதர்கள், கணினிகள் ஆகிய இரண்டிற்குமிடையிலான உறவைப் பற்றிய அக்கறையை நாடகப்படுத்து வதே அந்த இயக்கமாகும்.

கே நவீனத்துவத்திற்கும் பின்னவீனத் திற்கும் இடையே இதுவும் ஒரு வேற்றுமை ஆகுமா?

ப அது எப்படி?

சைபோர்குகள்

கே நவீனத்துவவாதிகள் நீட்சேவுக்குப் பிந்தைய வெறுமையை நிரப்பப் பயன்படுத்திய ஒன்று, எந்திரம். ஒருவேளை பின்னவீனத்துவம், அந்த எந்திரத்தின் பிம்பத்தை நீக்கிவிட்டு, அதற்குப் பதிலாக மனித எந்திரத்தை – மனிதன், எந்திரம் எனும் கலப்பினத்தை வைத்துவிட்டதோ?

ப உண்மையில், அதுதான் இன்னொரு முக்கியமான பின்னவீனத்துவக் கட்டுரையில் டோனா ஹாராவே சொல்லவருவது. அந்தக் கட்டுரையின் பெயர் 'சைபோர்கு அறிக்கை: இருபதாம் நூற்றாண்டின் இறுதிப்பகுதியில் அறிவியலும், தொழில்நுட்பமும் சமதர்ம அமைவும்' என்பது. இந்தக் கட்டுரை, அவருடைய *சிமியன்ஸ், சைபோர்க்ஸ் அண்ட் விமன்: த ரீ*

இன்வென்ஷன் ஆஃப் நேச்சர் (சிமியான்கள், சைபோர்குகள், பெண்கள்: இயற்கையின் மறு கண்டுபிடிப்பு) என்னும் நூலின் ஓர் அத்தியாயம்.

கே சரி, சைபோர்கு என்றால் என்ன?

ப சைபோர்கு என்பது ஒரு சைபர்னெடிக் (செய்தித் தொடர்பு, கட்டுப்பாடு சார்ந்த அறிவியல்) உயிரி. பாதி மனிதன், பாதி கணினி. இருபதாம் நூற்றாண்டின் முடிவுப் பகுதியில், அல்லது இன்னும் சில காலத்திற்குள், நாம் யாவருமே சைபோர்குகள்தான் என்று ஹாராவே வாதிடுகிறார்.

கே நாமெல்லாம் சைபோர்குகளா? எனக்கு எந்திர உறுப்பு எதுவும் இல்லையே?

ப மனிதனாக இருப்பது பற்றி ஒரு புதிய தொன்மத்தை உருவாக்க சைபோர்கு என்ற சொல்லை ஹாராவே பயன்படுத்து கிறார். மனிதனாக இருப்பது பற்றிய பழைய கட்டுக் கதைகள், மிகப் பழங்காலத்தில் மனிதன் முழுமையும் கள்ளமின்மையும் ஒருமைப்பாடும் இருந்த மகிழ்வான காலத்துக்கு – ஏதேன் தோட்டம் போல – இட்டுச்செல்கின்றன. ஆனால் சைபோர்கு களின் தொன்மம், முழுமையைப் பற்றியதே அல்ல. ஒருகாலத்தில் ஒருமைப்பாட்டுடன் இருந்தோம் என்று அது ஏக்கத்துடன் திரும்பிப் பார்ப்பதில்லை. சைபோர்கு எப்போதுமே பிளவுபட்டதுதான். ஒரு கலப்பு அடையாளம் அது. ஒரு சைபர்னெடிக் உயிரி: ஒரு மனிதக் கணினி (மனிதன்-கணினிகள்).

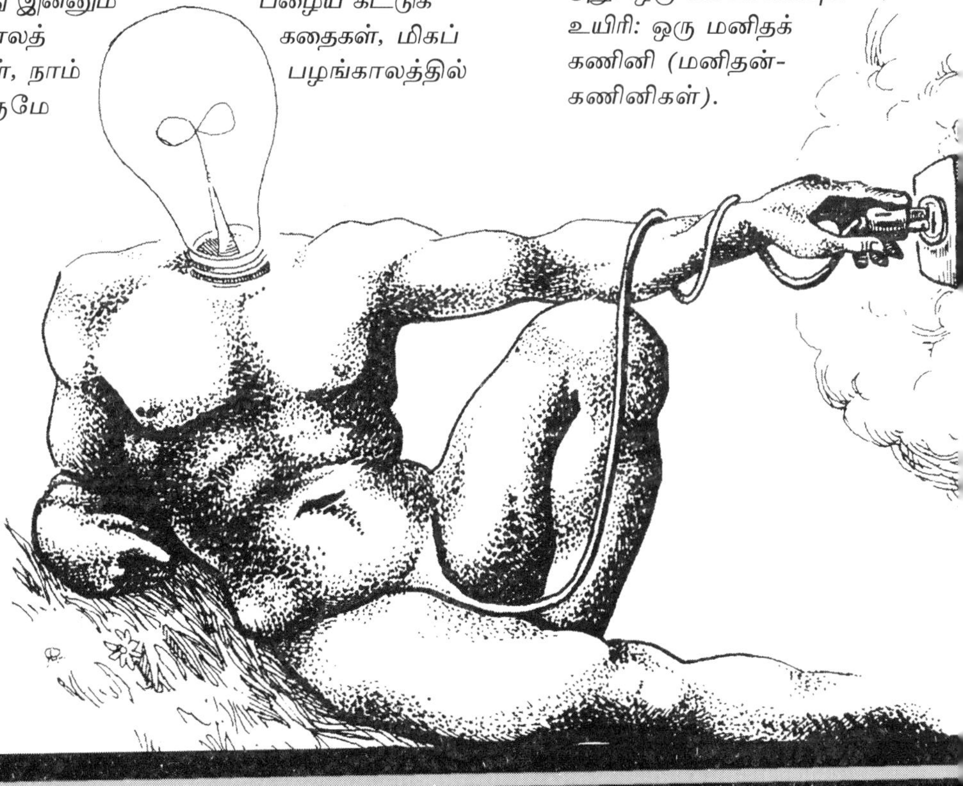

129

> நாம் ஏற்கெனவே எப்போதுமே சிதைவுபட்ட அடையாளங்கள்தான், என்றுமே முழுமை அல்ல, என்பதை நாம் சிந்திக்கக் கற்றுக்கொண்டால், பாரம்பரியமாக சுயத்திற்கும் மற்றதுக்குமான இருமை எதிர்வுகளை எளிதில் தகர்த்து அமைக்கலாம். எடுத்துக்காட்டாக:

என்பன அப்படிப்பட்ட இருமை எதிர்வுகள்.

ஏனென்றால் நமது கலாச்சாரத்தில் நாம் இடப்பக்கத்திலுள்ள வார்த்தை களை ஆதரிக்கவும், வலப்பக்கத்தில் உள்ள வார்த்தைகளை ஒடுக்கவும் செய்கிறோம். ஆனால் நாம், நம்மை சைபோர்குகள்தான் என்று நோக்கினால், நாம் இரண்டுமாகவுமே மனமும் உடலும், கலாச்சாரமும் இயற்கையும், ஆணும் பெண்ணும் என்பதுபோல, எப்போதும் இருக்கிறோம் என்பதை அறியலாம் – உடைந்த அடையாளங்கள், மனிதன் – கணினிகள் (மனிதக் கணினிகள்). ஒரு வழியில், இப்படித் தான் இருந்து வருகிறோம். தனது சுறுசுறுப்பான விரல்களால் கணிப் பொறியின் பாகங்களை இணைத்து மின்னணுத் துறையில் பணிபுரியும் ஒவ்வொரு ஆசியப் பெண்ணும், கணினியில் தலைவர் தனது வேகத்தை கவனிக்கும் போதே பணியாற்றும் செயலாளரும், மளிகைக் கடையில் எவ்வளவு வேகத்தில் பணிபுரிகிறார் என்பதைக் கணினி கண்டறிய முனையும் ஒவ்வொரு பட்டியல் போடும் எழுத்தரும், கணினியால் கண்காணிக்கப்படும் ஒவ்வொரு வாக்காளரும், ஒவ்வொரு நுகர்பவரும் கணினியால் கண்காணிக்கப்படுகிறார் – கணினியின் பகுதி – சைபர்னெடிக் உயிரி; எங்கே கணினி நிறுத்துகிறது, எங்கே உயிரி தொடங்குகிறது என்பதை கூறுவது கடினம்.

கே ஏன் இந்தப் பணியாளர்கள் கலகம் செய்யக்கூடாது?

ப சைபர்பங்க் இயக்கம் முழுவதுக்கும் உயிரூட்டிய உணர்ச்சிகளில் ஒன்றுதான் இது.

சைபர்பங்க்

கே சைபர்பங்க்?

ப ஆம். பின்நவீனத்துவ விஷயங்கள் யாவற்றிலும் பின்நவீனத்துவமானது சைபர்பங்க் என்று ஒருகாலத்தில் கருதப்பட்டது. எண்பதுகளின் எதிர்க் கலாச்சாரம், சைபர் தொழில்நுட்பம், அராஜகவாதம் *(அனார்கிசம்)* ஆகிய மூன்றும் இணைந்த ஒரு கலப்பினமாக சைபர்பங்க் தோன்றியது.

சைபர் என்ற சொற்பகுதி, கணினியுடன் தொடர்புடைய ஏதோ ஒன்று அது என்பதைச் சுட்டிக்காட்டுகிறது.

'பங்க்' என்ற சொல், சைபர்பங்க்குகள் கணினித் தொழில்நுட்பம் மீது வைத்திருந்த மனப்பாங்கைக் காட்டுகின்ற ஒரு குறிப்பு: புதுப் பாணி, பாலியல், வன்முறை, மன வேறுபாடு, அதிகாரத்திற்கு எதிரான தன்மை, கலகம், ரீகன்-புஷ் காலத்திய ஆதிக்க வாழ்க்கைப் பாணிகள் மீது வெறுப்பு.

நிஜவாழ்க்கையில் சைபர்பங்க்குகள், சட்டத்திற்கு வெளியே நடக்க முயல்கிறார்கள் – மிகப்பெரும் குழுமங்களும், அரசுகளும் கணினியை மையமாக வைத்துச் செயல்படுவதை அவர்கள் எதிர்க்கிறார்கள். பெருமளவு அவர்கள் சைபர் தொழில்நுட்பத்தை சர்வதேச மின்னணுச் சட்டகத்தில் பயன்படுத்தி ஹேக்கிங் செய்து தங்களுடைய சொந்தத் தனிப்பட்ட ஆசைகளை நிறைவேற்றிக் கொள்பவர்கள். எடுத்துக்காட்டாக ஓர் உயர்நிறுவனச் செயலாளராகப் பணிபுரியும் பெண்ணைப் பாலியல் ரீதியாகக் கவர நினைக்கும் ஒரு சைபர்பங்க், அவளுடைய சாஃப்ட்வேரை (softwear) 'சாஃப்ட்' (soft) ஆக்குவதன் மூலம் அவளை 'சாஃப்ட்' ஆக்கலாம். அதாவது நிறுவன மெயின்ஃபிரேம் கணினியில் மென்பொருளை மாற்றி, அவளுடைய தட்டச்சு வேகத்தைக் கண்காணிக்கும் அவளுடைய மேலதிகாரிக்கு இரு மடங்கு வேகத்தில் அவள் தட்டச்சு செய்வதாகக் காட்டிவிட முடியும்.

ஹிப்பிகள் தொழில்நுட்பத்திற்கு எதிரானவர்கள். சைபர்பங்க்குகள் அப்படி அல்ல. அதிகாரத்தை மையப் படுத்திய தொழில்நுட்ப அரக்கர் களால் நமது சுதந்திரம் ஆபத்துக் குள்ளாகும் போது அதிலிருந்து தப்புவதற்குத் தொழில்நுட்பத்தை ஒரு கருவியாகப் பயன்படுத்தலாம் என்கிறார்கள்.

பத்தொன்பதாம் நூற்றாண்டில் தொழிற்புரட்சி, அறிவியல்புரட்சி இரண்டும் எல்லை மீறிப்போனால் ஏற்படக்கூடிய மிகைகளை, ஆபத்துகளை மேரி ஷெல்லியின் **ஃபிராங்கன்ஸ்டைன்** நாவலில் எச்சரித்ததுபோல, சைபர்பங்க்குகள் என்ற பெயரால் அறியப்படும் அறிவியல் புதினங்கள் ஒரு தொழிலாதிக்க எதிர்காலம் வரும் என்று எச்சரிக்கின்றன. மனிதர்கள் அரக்கத்தனமான சர்வதேசப் பெருங் குழுமங்களின் தொழில்நுட்ப ஆதிக்கத்தோடு போரிடவேண்டி வரலாம் என்று அறிவியல் புதினங்கள் கூறுகின்றன. ஆனால் அந்தக் காலம் இன்று, இப்போது நிகழ்ந்து கொண்டிருக்கிறது!

நியூரொமேன்சர்

முதல் சைபர்பங்க் நாவல், வில்லியம் கிப்சனின் **நியூரொமேன்சர்.** இது ஓரளவு **பிளேட் ரன்னரால்** தூண்டப்பட்ட நாவல். கதை, கேஸ் என்பவனைப் பற்றியது. இவன் கணினியையும் தரவையும் திருடும் சிறுதிருடன். தன்னுடைய எஜமானர்களிடமிருந்தே தகவல்களைத் திருடி வைத்திருக் கிறான். அதற்குத் தண்டணையாக அவனுடைய நரம்புசெல்கள் எரிக்கப்பட்டு விட்டன.

கேஸின் நரம்பு மண்டலத்திலுள்ள பழுது நீக்கப்பட்டது. எனினும் அதற்கு உதவிய முகந்தெரியாத ஒரு தலைவரால் அவனுக்கு ஒரு பெரிய திருட்டைச் செய்யும் வேலை தரப்படுகிறது.

அவனுக்குத் துணையாக வருபவள் மாலி என்ற வீரப் பெண். அவளுடைய உடல் முழுக்க, நகங்களுக்குக் கீழே சவரக் கத்திகள் உட்பட, உயிரிப் பதியங்கள் உள்ளன. இருவரும் சேர்ந்து ஒரு கணினி அமைப்பைத் திருடுகிறார்கள்.

நாவலில் அவர்களுடைய முக்கிய வீரச்செயல், ஃப்ரீலேண்ட் என்ற கிரகத்திற்குச் செல்வது. அங்கே செயற்கை அறிவுத்திறன் பெற்ற நியூரொமேன்சரைத் (இறந்தவர்களுடன் பேசும் மந்திர சக்தி தனக்குள்ளதாகக் கூறிக்கொள்பவன்) திருடவேண்டும். அவர்களுடைய மர்மத் தலைவரான விண்டர்மேட், நியூரொமேன்சருடன் கலந்துவிட்டால், அவர் கடவுள் ஆகிவிடுவார். பிரபஞ்சத்தை ஆளமுடியும்.

பிளேடு ரன்னருக்கும் நியூரொமேன்சருக்கும் உள்ள வேறுபாடு என்னவென்றால், நியூரொமேன்சரில் கணினிக்கும் மனிதனுக்கும், இயற்கைக்கும் தொழில்நுட்பத்திற்கும், அசலுக்கும் நகலுக்கும், மூலப்பொருளுக்கும் நிழலுருவுக்கும் ஆன வித்தியாசம் அழிக்கப் பட்டுவிட்டது. நியூரொமேன்சர், ஓர் இயற்கை வருணனையுடன் தொடங்குகிறது. அது தொழில்நுட்பச் சொற்களால் ஆனது: ‘செயல்படாத அலைவரிசை ஒன்றின் அலைநீளத்துக்கு இசைவாக்கப்பட்ட தொலைக்காட்சியின் நிறத்தில் இருந்தது, துறைமுகத்திற்கு மேலே இருந்த வானம்.’ *(நியூரொமேன்ஸர் 3)*.

கேசின் பழுது நீக்கப்பட்ட நரம்பு மண்டலம்தான் – ஒரு கணினி அல்ல – அவன் சைபர்வெளிக்குள் புகுவதற்கு உதவுகிறது.

இன்று எல்லோருக்குமே சைபர் வெளி என்றால் என்ன என்று தெரியும். என்றாலும் கிப்சன்தான் அச்சொல்லைக் கண்டுபிடித்தவர். சைபர்வெளி என்பது, **‘பில்லியன் கணக்கான, சட்டபூர்வமாக இயக்கு பவர்களால் ஒவ்வொரு தேசத்திலும் அன்றாடம் பொது இணக்கத்தில் அனுபவிக்கப்படும் மாயத்தோற்றம்... மனித ஒழுங்கமைவிலுள்ள ஒவ்வொரு கணினியின் வங்கியிலிருந்தும் பிரித்தெடுக்கப்பட்ட தகவல்களின் படவுருவப்பதிவு (தெளிவான உருவங்கள்). நினைக்கவே முடியாத சிக்கல்தன்மை. நகர விளக்குகள் பின்னுக்குச் செல்வது போல மனத்தின் வெளியற்ற நிலைக்குள் ஒளிக்கீற்றுகள் வரிசையாக வருவது போலப் பெரும் பெரும் தகவல் களஞ்சியங் களின் தொகுதிகள்’** (N 51) என்றுசொல்லிக் கொண்டே அந்தச் சொல்லைக் கண்டு பிடித்தாராம்.

சைபர்வெளி என்பது ஒரு சைபோர்கு. மனித சாத்தியங்களும் கணினிச் சாத்தியங்களும் கலந்த நிலை. இந்தக் கருத்து வான்கூவரில் ஒருநாள் இளைஞர்கள் வீடியோ விளையாட்டுகளை அங்காடி நடைபாதையில் விளையாடிக் கொண்டிருந்ததை அவர் பார்த்துக்கொண்டிருந்த போது அவருக்குக் கிடைத்தது:

‘அவர்கள் நின்று கொண்டிருந்த நிலையின் உடல் தீவிரத்தினால் எவ்வளவு தூரம் பரவசத்தில் ஆழ்ந் திருக்கிறார்கள் என்பதைக் காண முடிந்தது... ஒரு பின்னூட்ட வளையம். திரையிலிருந்து ஃபோட்டான்கள் (ஒளியணுக்கள்) வெளியேறி அப்பையன்களின் கண்களுக்குள் செல்கின்றன. அவர்களுடைய உடல் களுக்குள் நியூரான்கள் (நரம்பணுக்கள்) விரைந்து கொண்டிருக்கின்றன. கணினிக்கு எலெக்ட்ரான்கள் (மின்னணுக்கள்) இயங்குகின்றன. இந்த விளையாட்டுகள் முன்வைத்த வெளியை அந்தப் பையன்கள் முற்றிலுமாக நம்பினார்கள்.’

டெலிடில்டானிக்ஸ், ஆடியோ அனிமேட்ரானிக் பாப்பராஜி, நானோரோவர்கள்

சைபர்பங்க் அறிவியல் புதினம், எதிர்காலத்தைப் பற்றிச் சொல்வது மட்டுமல்ல, இன்று என்ன நிகழ்ந்து கொண்டிருக்கிறது என்பதைப் படமாக வரைகின்ற ஒரு வழியாகவும் இருக்கிறது. இன்று தகவல்கள், மிகப் பரந்த தொழில்நுட்ப முதலீட்டுக் குழுமங்களால் கட்டுப்படுத்தப் படுகின்றன. ஆனால் இந்த மிகப்பெரிய தகவல் வங்கிகள் தொலைக்காட்சி, டெலக்ஸ், டேப்ரிகார்டர், விசிஆர், லேசர் டிஸ்க், கேம்கார்டர், டெலிடில்டோ, ஆடியோ அனிமேட்ரானிக் பாப்பராஜி (பாப்பராஜி என்பவர் பிரபலங் களை நிழற்படம் எடுப்பவர்),

நானோ-ரோவர், தொலைபேசி ஆகிய அனைத்தும் பிரபஞ்ச கிராப்கிராஸின் (ஒருவகைப் புல்) ஒரு மின்னணு இனம் போலக் கம்பிகளால் இணைக்கப்பட்ட வெளியில் இருக்கின்றன. அவற்றை, சைபர்பங்க் அறமான 'தகவல்கள் யாவும் மக்களுக்காகவே' என்பதன் படி பிற கணினியின் தகவல்களை அனுமதியின்றி பயன்படுத்துபவர்களால் தம்முடைய கருவிகளோடு இணைத்துவிட இயலும்.

கே டெலிடில்டோ? ஆடியோ அனிமேட்ரானிக் பாப்பராஜி? நானோ-ரோவர்? இவையெல்லாம் என்ன?

ப **டெலிடில்டானிக்ஸ்** என்பது ஒரு வகை கணினிப் பாலுறவு (டில்டோ என்பது பாலியல் சுகத்துக்காக ஆண் குறியைப் போல உருவாக்கப்படும் பொருள்). இதில் ஒரு தொலை தூரக் கணினியைப் பயன்படுத்துபவரால் ஜாய்ஸ்டிக் டில்டோவுக்கு உயிர்ப்பூட்ட முடியும்.

ஆடியோ அனிமேட்ரானிக் பாப்பராஜி என்பது ஒலியினால் உயிர்ப்பூட்டப்படும் ரோபோ (இயந்திர மனிதன்) மாதிரியான நிழற்படக் கருவி. புகழ் பெற்ற *நேஷனல் என்கொயரர்* பத்திரிகையின் முகப்பு அட்டையில் இடம்பெறத்தக்க – தொலைதூர செவ்வாய் *(மார்ஸ்)* கிரகத்தவன் போன்ற முக்கியத்துவமுள்ள – ஆளுடன் இரைச்சலான **டெலிடில்டானிக்ஸில்** ஈடுபட்டிருந்தால் (ஃபேஷன் கஃபே போன்ற பளபளப்பானதோர் முக்கிய உணவுவிடுதியில் மிடுக்காக தொடை தெரியும் உடையில் நடக்கின்ற ஒரு சூப்பர் மாடல் நீங்கள் என்பது போல) உங்களுடைய நிழற்படத்தை அது எடுக்கும்.

நானோ-ரோவர் என்பது நம்மால் சிந்திக்க இயலாத மிகச்சிறிய ரோபோ. அது செவ்வாய் கிரகத்தின் மேற்புறத்திலிருந்து துல்லியமான நிழற்படங்களை அனுப்பக் கூடியது. ஆகவே, சாத்தியப்பாடுகளை நீங்கள் கணக்கிடலாம்: டெலிடில்டோவிலிருந்து தகவல், செவ்வாய் கிரகவாசி, நானோ-ரோவர், ஆடியோ அனிமேட்ரானிக் பாப்பராஜி போன்ற எல்லாமே ஒரு பெரிய பிரபஞ்ச மின்னணு *(எலெக்ட்ரானிக்)* நிகழ்வில் இடைவினை புரிகின்றன.

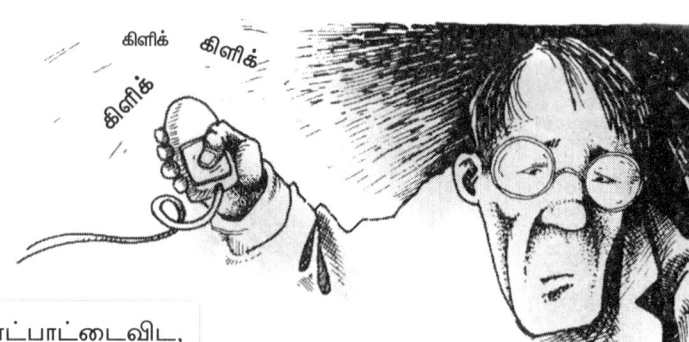

கே பூத்ரியாரின் கோட்பாட்டைவிட, பின்நவீனத்துவக் காலத்தின் வரைகோடுகளைப் பற்றித் துல்லியமானதொரு படத்தை சைபர்பங்க் அறிவியல் புதினம் அளிப்பதுபோலத் தோன்றுகிறதே!

ப அது மிகவும் சரி. பலபேர், பூத்ரியார் அறிவியல் புதினம் எழுதுகிறார் என்றே நினைக்கிறார்கள். மேலும் சைபர்பங்க் அறிவியல் புதினங்கள் பல நிஜமாகவே நல்ல கோட்பாடுகளாக உள்ளன. செயலற்றுத் தன்னை புலனின்பத்துக்கும், மீயதார்த்தத்தின் பிம்பங்களின் ஆபாசப் பாய்ச்சலுக்கும், நிழலுருக்களுக்கும் ஒப்புக்கொடுத்துவிடும் பின்நவீனத்துவச் சமுதாயத்தைத் தானே பூத்ரியார் விவரிக்கிறார்? ஆனால் சைபர்பங்க் புதினங்கள், நிழலுருக்களின் உலகத்தை விவரிப்பது மட்டுமல்ல, அது பரந்த மெகா குழுமங்களால் ஆதிக்கம் செலுத்தப்படுவது என்றும், அப்படி நம் மீது ஆதிக்கம் செலுத்துகின்ற பெரிய குழுமங்களுக்கு ஏதாவதொரு வடிவில் எதிர்ப்பைக் காட்டவேண்டும் என்றும் ஆலோசனை கூறுகின்றன.

ஆனால், இப்போது, பூத்ரியார் போலவே சைபர்பங்க்கும் முன்னணித் தன்மையை இழந்துவிட்டது. அது வெறும் ஃபேஷன் (புதுப்பாங்கு) மட்டுமே. சைபர்பங்க் சஞ்சிகைகள் முக்கிய வணிகப் பத்திரிகைகளாக மாறி விட்டன. **மாண்டோ 2000** என்ற ஆடம்பரமான சைபர் சஞ்சிகை, எண்பதுகளில் ஆர்.யு. சிரியஸ், பெண் பதிப்பாசிரியர் க்வீன் மூ போன்றோரால் நடத்தப்பட்டது. *டோமிநெடிட்ரிக்ஸ்* சஞ்சிகைகளில் சூட்டிகையான போதை மருந்துகள் பற்றிய குறிப்புகளையும் சைபர் ஃபேஷன், (சைபர்பங்குகள் கண்ணாடி போல் பிரதிபலிக்கின்ற உடைகளை அணிகிறார்கள்) சைபர் - அரட்டை போன்றவற்றையும் கொண்டு நிரப்பப்பட்டது அது.

மாண்டோவின் செல்வாக்கு, 1993இல் வெளிவந்த **ஒயர்டு** என்னும் சஞ்சிகையால் ஒளி குன்றியது. வில்லியம் கிப்சன் போன்ற சைபர்பங்க் எழுத்தாளர்கள் அதில் எழுதினர். 1994இல், *ஒயர்டு* பத்திரிகை இணையதளத்தில் **ஹாட்ஒயர்டு** என்ற பெயரில் வரத்தொடங்கியது.

Web Hotwired
www.wired.com

இம்மாதிரி பிரபலப் பத்திரிகைகள் தவிர, சைபர்பங்க் அறிவியல் புதினங்கள் டன் கணக்கில் சந்தைக்குள் பாய்ந்துள்ளன. ஆனால், இவை

யாவுமே ஒரே மாதிரி விஷயத்தைத் தான் சொல்கின்றன. சிஸெரி ரோனே கேட்கிறார்:

'ஒரேவிதமான ஃபார்முலாக் (வாய்ப்பாட்டுக்) கதைகள் எத்தனை யைத்தான் ஒருவர் படிக்க முடியும்? அதில் எல்லாவற்றிலும் தன்னை அழித்துக்கொள்ளக்கூடிய, ஆனால் கூருணர்வுள்ள தலைமைக் கதாபாத்திரமாக ஓர் இளைஞன் (இம்ப்ளாண்ட்/புரோஸ்தீசிஸ்/டெலிக்டிரானிக் திறமையோடு) இருக்கிறான். அவனைத் தீய (பெரும் குழுமங்கள் – மெகா கார்ப்பரேஷன்ஸ்/போலீஸ் அரசுகள்/குற்றக் கும்பல்கள் – கிரிமினல் அண்டர்வேர்ல்டுகள்) சக்திகள் துரத்துகின்றன. அவன் (பாழாகிப்போன நகர்ப்புறப் பகுதிகள்/மேற்குடிமக்கள் வசிக்கும் ஆடம்பர பங்களாக்கள்/விசித்திர மான அண்ட வெளி நிலையங்கள்) வழியாகக் கடந்து செல்கிறான். அவற்றில் விசித்திரமான பொருள்கள் (தலைமுடி அலங்காரங்கள்/உடைகள் /சுய அங்கபங்கம்/ராக் இசை/பாலியல் பொழுதுபோக்குகள்/போதை மருந்துகள்/டெலிக்டிரானிக் கருவிகள்/அழிவுக்கான புதிய ஆயுதங்கள்/புறவயமாக்கப்பட்ட மாயத் தோற்றங்கள்) உள்ளன. அழியப் போகின்ற நிலையிலுள்ள (தேவைக்கு மேற்பட்ட வசதிகள்/ஃபேஷன்கள்) கொண்ட நவீன நாகரிகம் அங்கு உள்ளது. இவர்கள் கலகத்தன்மை கொண்ட, கடுமை யாகப் பேசுகின்ற (இளைஞன்/செயற்கை நுண்ணறிவு /ராக் குழு) வுடன் தொடர்புகொள்கிறான். அவர்கள் மாற்றுச் செயலைத் தருகிறார்கள். அது (சமுதாயம்/சமதர்மம்/மரபு மதிப்புகள்/ புலன் கடந்த தரிசனம்) பற்றியதல்ல. ஆனால் மேலான, மகிழ்ச்சியைத் தருகின்ற ஹிப்பி வாழ்க்கையையும் எந்திரங்களுடன் கலப்பதையும் தருகிறது. அவை (செயற்கை நுண்ணறிவு/பன்னாட்டுக் குழுமங் களின் வலைப்பின்னல்/தீய மேதை) ஒன்றால் ஆளப்படும் உலகைக் கீழறுப்பு செய்கின்றன.'

(ஸ்டார்மிங் த ரியாலிடி ஸ்டுடியோ 184)

கே நல்லது. சைபர்பங்க், உயர் தொழில்நுட்ப ஆற்றல் கனவுகள் கொண்ட பையன்களின் குழு ஒன்றைப் போல தோற்றமளிக்கிறது. *ரேம்போ* படத்திலிருந்து இவை எவ்விதத்தில் வேறுபடுகின்றன? மேலும் குற்றம், போதை மருந்துப் பழக்கம், பாலியல் போதை, பெண்கள், சுற்றுச் சூழலியல் இவை பற்றியெல்லாம் சைபர்பங்க் என்ன சொல்கிறது?

ப சைபர்பங்க்குக்கு மாற்றாக எது வந்தாலும் அது மேலும் பூமியை மையப்படுத்தியதாகவும் பெண்ணை மையப்படுத்தியதாகவும் இருக்க வேண்டும்.

மடோன்னா

கே மடோன்னாவில் பின்நவீனத்துவம் என்ன இருக்கிறது?

ப நல்லது. ஒரு விஷயம், அவள் பிரக்ஞை பூர்வமாக, வெறும் புறத் தோற்றம்தான். எல்லாம் புனைவு, எல்லாம் உடைகள், எல்லாம் ஒப்பனை, எல்லாம் நிழலுரு, எல்லாம் போலி செய்தல். நாம் ஒரு மீயதார்த்த உலகில் மீயதார்த்த வாழ்க்கை வாழ்கிறோம் என்று அவளுக்குத் தெரியும். சாராம்சத்தையும் பொருளையும்விட, போலிசெய்தலும் நிழலுருக்களும் அதிகம் பொருள் உள்ளவை என்றும் அவளுக்குத் தெரியும். அசலைவிட, அதை வசப்படுத்திக் கொள்ளுதலும் நகலெடுத்தலும் மிக நிஜமானவை என்பது அவளுக்குத் தெரியும். எனவே அவள் வேண்டுமென்றே சிறுமை கொண்டவள், ஆழமற்றவள், ஃபார்முலாத்தன்மை (வாய்ப்பாட்டுத் தன்மை/சூத்திரத் தன்மை) உடையவள். அவளுடைய வீடியோக்களில் மட்டுமல்ல, நிஜ வாழ்க்கையே இன்று பகட்டுக்காட்சி ஆகிவிட்டது என்பதை அறிவாள். எனவே தனது ஊதியக் காசோலையைப் பெறுகிறாள். ஆனால் உண்மையில் வேலை செய்வதற்குச் செல்லுவதில்லை. மார்லின் மன்றோ போல அவள் உடையணியும்போது, அவளுக்கு மார்லின் மன்றோவே ஓர் ஒப்பனை, கட்டமைப்பு, ஒரு நிழலுரு என்பது தெரியும் – டிராக் அல்லது வோகிங் (மாற்றுப் பாலினரின் உடை அணிந்து நடனமாடுதல்) போல. *பிளேடு ரன்னரும்*, பின்நவீனத்துவக் கட்டடக்கலையும் எப்படி இரட்டைச் சங்கேதம் உள்ளவையோ அதே அர்த்தத்தில் இவள் மார்லின் மன்றோ போல உடை அணிவதும் இரட்டைச் சங்கேதமே.

பெண்ணியவாதிகள், ஆசிரியர்கள், திட்டமிட்டுக் குழந்தைகளைப் பெற்றுக்கொள்ளும் பெற்றோர்கள், அயல்நாட்டுப் போர்களில் பங்கேற்ற வீரர்கள் போன்ற அவளுடைய விமரிசகர்கள் மடோனாவைக் குப்பையான, மலிவான ஆபரணங்கள் அணிந்து, தனது தொப்புளைக் காட்டிக் கொண்டு, என் ப்ராவைத் தடவிக் கொடு என்று சொல்லும், ஆசை நாயகனாக ஒரு சிறுவனை வைத்துக்கொள்ளும் மனப்பாங்கு கொண்ட காமம் நிரம்பிய வேசி என்று மதிப்பிடுகிறார்கள்.

மேலும் பெண்ணை மையப்படுத்தியதா? என்னைப் போல! ஹே, நான் ஓர் உண்மையான பின்நவீனத்துவ மடச்சி.

மாறாக, மடோனா ஆராய்ச்சியாளர்கள் சிலர் ஆண்/பெண், உயர் கலை/ஜனரஞ்சகக் கலை, கருப்பு/வெள்ளை, கன்னி/வேசி, உடலுறவு கொள்பவன்/ கொள்ளப்படுபவள் போன்ற சாராம்சவாதக் கருத்து களை எல்லாம் தகர்ப்பமைப்பு செய்பவள் அவள் என்று நோக்குகிறார்கள்.

கே சாராம்சவாதமாக எதைத் தகர்ப்பமைப்பு செய்கிறாள்?

ப மரபான பாலியல் பங்கு பற்றல்கள், ஆண் பெண்ணாக இருப்பது என்ன என்பது பற்றிய சிந்தனைகள், நிலைத்த எதிர்துருவங்களில் பொருத்தி வைக்கப்பட்டுள்ளன – பாலியல் வேறுபாட்டின் இருமை எதிர்வு. எடுத்துக்காட்டாக, ஒரு கருப்பு லேஸ் மார்புக் கச்சை *(ப்ரா)* அணிந்து, சற்றே அதன் பட்டை தோளில் வெளித் தெரியும்படி வருதல் என்பது ஆணின் விளையாட்டல்ல ஒரு பெண்ணின் விளையாட்டே என்பது யாவருக்கும் தெரியும். ஆனால் மடோன்னாவின் வீடியோக்களில், ஆண்களுக்கு மார்பகங்கள் இருக்கின்றன, அவர்கள் கச்சை அணிகிறார்கள், தங்களுக்கு மார்பகப் பொறாமை உண்டு என்று காட்டிக் கொள் கிறார்கள் (பெண்களுக்கு ஆண்குறிப் பொறாமை உண்டு என்பதற்கு மாறாக). பெண்களுக்கு எழுச்சி நிகழ்கிறது, கன்னிகள் வேசிகளாகிறார்கள், வேசிகள் கன்னிகளாகிறார்கள்.

வீடியோவின் மட்டுமீறிய செயலின் மையத்தில் இடப்பெயர்ச்சிதான் இருக்கிறது. அவப்புகழ்பெற்ற படுக்கையறைக் காட்சியில் உடல்கள் ஒன்றையொன்று குறுக்கு மறுக்காக வெட்டிக் கொள்கின்றன. பல்வேறு உடல்கள் தொடர்ச்சியான இடப் பெயர்ச்சியில் இடம் மாற்றுகின்றன. நிழற்படக் கருவியின் (காமிரா) இயக்கம், பதிலிகளைப் பற்றிக் கவலைப்படாமல், உடல்களின்மீது ஊரும்போதே, பாலியல் செய்கையின் நெகிழ்வுத் தன்மையைப் போலி செய்கிறது. இருளுக்கும் ஒளிக்கும், ஆணுக்கும் பெண்ணுக்கும், ஆண் ஒருபாலுறவுக்கும் (கே) இருபாலுறவுக்கும் இடையே ஏற்படும் பிளவில் காமப் பங்குகளை ஏற்றுக் கொள்வதற்கு மைய அடையாளங்கள் தம்மை ஒப்படைக்கின்றன – வேறுபாடுகள் பெருக்கப்பட்டு கலக்கப்படுகின்றன (*மடோன்னாஸ் போஸ்ட்மாடர்ன் ஃபெமினிஸம்* **138-9**).

ஆணியல், பெண்ணியல், ஆண், பெண், ஒருபால், இருபால் என்னும் திட்டமான எல்லைகளைத் தகர்ப்புச் செய்வது மூலமாக மடோன்னாவின் வீடியோவான *ஜஸ்டிஃபை மை லவ்* (எனது காதலை நியாயப்படுத்து) என்பது ஒருபாலுறவுக்கான கீதம் போல ஆகிவிட்டது. பாலுறவுத் தேர்வுகள், பாலுறவுக்கும் பாலினத் துக்குமான வேற்றுமை ஆகியவற்றை அது அழித்து விடுகிறது. சிதைந்த பிம்பங்களின் காமப் பாய்ச்சலைச் சித்திரிக்கிறது. அந்தப் பிம்பங்கள் லெஸ்பியன் (பெண் ஒருபாலுறவு) அல்லது இருபாலுறவு விளையாட்டு என்றோ, இருபாலுறவு அல்லது ஆண் ஒருபாலுறவு விளையாட்டு என்றோ, கருப்பு அல்லது விளையாட்டு என்றோ, ஆண் அல்லது பெண் விளையாட்டு

என்றோ தம்மைக் காட்டிக்கொள்ள மறுக்கின்றன. ஆனால் கொஞ்சமான கற்பனையோடும், ஆண்பெண் மாறி உடையுடுத்த லோடும் கலப்பின, மாறிவரும், மீயதார்த்த, லெஸ்பியன் (பெண் ஒருபாலுறவு) -இருபாலுறவு விளையாட்டை, கலப்பினக் கருப்பினம்-ஆண்-லெஸ்பியன் விளையாட்டை, கலப்பினப்-பெண்-கே (ஆண் ஒருபாலுறவு) -ஆண் விளையாட்டை அவை விளையாடுகின்றன.

கே மடோன்னாவின் வீடியோக்கள் பாலினம், பாலியல்தன்மை (பாலுறவுத் தன்மை), இனம் ஆகியவற்றைத் தகர்த்து அமைப்பதாக இருந்தால், இந்த வீடியோக்களுக்கும் மடோன்னா என்னும் நிகழ்வுக்கும் அதிகாரத் துக்கும் சம்பந்தம் உண்டா?

ப ஆம். அல்லது அதிகாரத்தின் கனவுருக்களுடன். இயல்பாகவே அதிகாரமில்லாதவர்கள் அதிகாரத்தை விரும்புகிறார்கள். மடோன்னாவின் அதிகாரத்தில் பெரும்பங்கு, நிறுவப் பட்ட அதிகாரங்களுக்கு எதிராகக் கலகம் செய்யும் பிம்பங்களை உருவாக்கும் அவளுடைய திறமையினால் வருகின்றது. ஆனால் மடோன்னாவின் விசிறிகளுக்கு (ரசிகர்களுக்கு) இருக்கும் ஒரே அதிகாரம், அவளுடைய பெயரில் விற்கப்படும் பொருள்களை வாங்குவதுதான்: தங்களை அறிதுயிலில் (மயக்கத்தில்) ஆழ வைத்திருக்கும் பன்னாட்டுப் பொழுதுபோக்குக் குழுமங் களின் செல்வத்தை அதிகரிப்பதற்கு.

தலைப்பிடப்படாத திரைப்பட நிழற் படங்கள்

(சிண்டி ஷெர்மன்)

கே அறிதுயிலில் ஆழ்த்துவதா?

ப ஆம். ஊடக பிம்பங்களின் பாய்ச்சல் நம்மை அறிதுயிலில் (ஒருவித மயக்கத்தில்) ஆழச் செய்கிறது, நமது செயல்களைக் கட்டுப்படுத்துகிறது. மடோன்னாவைப் போல நடிக்க முன் வருகின்ற பெண்களின் பிம்பங்களைவிட, மடோன்னா பிம்பங் களின் மீயதார்த்தம் நிஜமாகிவிடுகிறது. இந்த நிகழ்வை-நிழலுரு நிஜத்தைவிட யதார்த்த மாகத் தென்படுவதை, சிண்டி ஷெர்மன் என்னும் பெண் நிழற் படக்காரர், 1977க்கும் 1980க்கும் இடையில் எடுக்கப்பட்ட நிழற் படங்களின் தொடரை நாடகப்படுத்திக் காட்டு கிறார். இந்தத் தொட ருக்குத் **அன்டைட்டில்ட் ஃபிலிம் ஸ்டில்ஸ் (தலைப் பிடப்படாத நிழற் படங்கள்)** என்று பெயர் வைத்திருக்கிறார். இந்தப் படங்கள் எல்லாமே, நிழற்படக்காரராகிய சிண்டி ஷெர்மன் பற்றியவைதான். ஆனால் நாம் சிண்டி ஷெர்மனைக் காண்பதில்லை. நமது மனக்கண்ணில் தோன்று கின்ற பிம்பங்களையே அங்குக் காண்கிறோம். இந்தப் பிம்பங்கள் ஒருவாறு முகமூடிகள் போலச் செயல் படுகின்றன. நமக்கு அவ்வளவாகப் பரிச்சய மில்லாத சிண்டியின் முகத்தை மறைத்து,

ஏதோ பரிச்சயமானது ஒன்றை ஞாபக மூட்டுவதுபோல அமைந்துள்ளன (அது என்ன என்பதை நம்மால் தெளிவாகப் புரிந்து கொள்ள முடிவதில்லை).

நாம் காண்பது, சிண்டி ஷெர்மனை அல்ல. நாம் பார்ப்பது மயக்கமடைந்த, முன்னேற விரும்பும் ஒரு நடிகை, பிறருடைய வாகனங்களில் இலவசப் பயணம் செய்பவள், கடிதம் ஒன்றைத் திறப் பவள் போன்ற பிம்பங்கள். இவை நமக்கு எப்படியோ விசித்திரமானவை, பரிச்சயமானவை போலத் **தோற்றமளிக்கின்றன.** ஆனால், அவை பெரும் பாலும் நடிகைகள் பிரிஜிட் பார்டாட் அல்லது சோபியா லோரன் பழைய திரைப் படங்களிலிருந்து புளித்துப் போனவற்றைப் பார்த்துத் தூண்டப்பட்டவை.

அவளுடைய ஒரு நிழற்படத்தைப் பார்க்கும் போது ஏதோ பழைய படத்திலிருந்து ஒரு காட்சியை அல்லது கதாபாத்திரத்தை அறிந்து கொள்வது போன்ற **எண்ணம்** ஏற்படுகிறது.

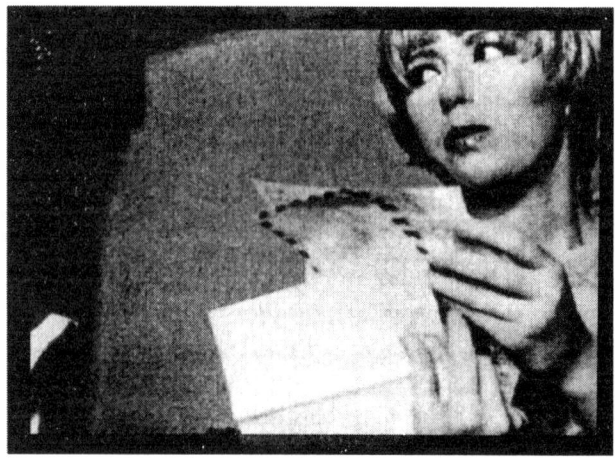

ஆனால் உண்மையில் அந்த நிழற்படங்கள், எந்தக் குறிப்பிட்ட திரைப் படத்திலிருந்தும், குறிப் பிட்ட காட்சிகளைக் காப்பி யடிப்பதில்லை. ஆனால் பழைய திரைப்படங்களில் பெண்கள் பங்கேற்ற **புளித்துப்போனக் காட்சி வகைகளையும் பாத்திரங் களையும் நம் மனக் கண்ணுக்குக்** கொண்டு வருகின்றன.

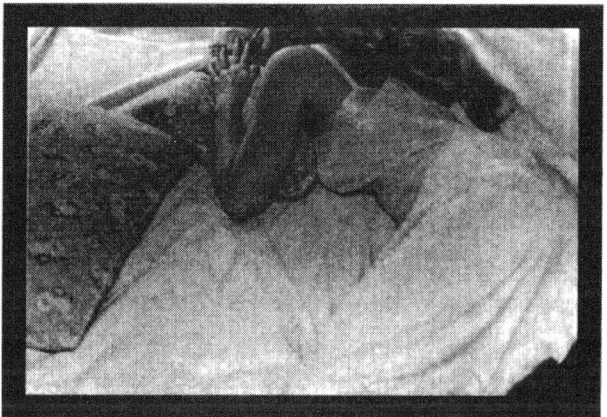

இவ்வாறாக, நாம் அறிந்தேற்கும் கணம் என்பது ஒரு மாயை தான். தமக்கு அப்பால் வேறெதையோ இந்தப் படங்கள் குறிப்பது போலத் தோன்றினாலும் அவை வெறும் மேற்பரப் புகள், ஆழமின்மைகள்.

எம்டீவி

இன்னொரு பின்நவீனத் துவக் கலைப்படைப்பு, எம்டீவி.

கே ஏன் எம்டீவி?

ப நல்லது. தொலைக் காட்சியே பொதுவாக பின்நவீனத்துவமாகத் தான் கருதப்படுகிறது. ஏனெனில் அது ஒரு பிம்பங்களின் சுழற்காற்று போன்றது. அவை வேகமாகச் சுழல்வதில் அவற்றின் அர்த்தங்கள் அகற்றப்படுகின்றன – அவை பிற பிம்பங்களை மட்டுமே குறிக்கின்றன. பார்வையாளரை ஒருவித மனத்திரை யாக்கி விடுகின்றன. அர்த்தமற்ற பிம்பங்கள் ஒளிர்ந்தும் விட்டுவிட்டு மினுக்கியும் வரும்போது அவை ரசிகர்களை முழுமையாகத் தெவிட்டி (பூரிதமாக்கி) விடுகின்றன.

பார்பீ கலை

கே ஆனால் சில பிம்பங்களுக்கு அர்த்தம் **இருக்கிறதே.** தொலைக்காட்சியில் வரும் பல நகைச்சுவைத் தொடர் களுக்கும், குடும்பத்தொடர் களுக்கும் கதைகள் - **கதையாடல்கள்** இருக்கின்றனவே.

ப அதனால்தான் எம்டீவி சிறப்பாகப் பின்நவீனத் துவத்தன்மை உடையது என்று கருதப்படுகிறது. ஏனென்றால், பெரும்பாலான தொலைக்காட்சிகளுக்குக் **கதை சொல்லுதல் – கதையாடல்** என்பது இயல்பானது. ஆனால் எம்டீவி, கதை சொல்லுதலைச் செய்வதில்லை; **தொடர்பற்ற பிம்பங்களின் பாய்ச்சலை** அடிப்படையாகக் கொண்டது. பிறகு, *சப்வெர்டைசிங்* எனப் படும் விளம்பரத்தைத் கீழறுப்பது; பெரிய நிறுவனங்களின் விளம்பரச் செய்திகளை நையாண்டி செய்வதன் வாயிலாகக் கீழறுப்பது. உதாரணமாக, ‘அமெரிக்கன் எக்சஸ்: இது இல்லாமல் வீட்டைவிட்டுச் செல்ல வேண்டாம்’. [அமெரிக்கன் எக்சஸ்: ஒரு காப்பீட்டு நிறுவனம்]. இத்துடன் நெருங்கிய தொடர்புடையது பார்பீ கலை. பார்பீ-யிசத்தைத் கீழறுப்பு – பார்பீ பொம்மைகளை தர்மசங்கடம் தரும் (பெரும்பாலும் பாலுறவு சார்ந்த) நிலைகளில் வைத்தது, அவற்றுக்கு ஆண் உடை உடுத்தியது அல்லது பார்பீ விடுதலை அமைப்பு செய்தது போல பார்பீ பொம்மைகளின் குரல்வளைகளில் ஜி.ஐ.ஜோவின் (பொம்மை ஹீரோ) குரலைப் பொருத்தியது.

கே நாவலையோ திரைப் படத்தையோ எப்படிப் பின்நவீனத்துவம் சார்ந்தது என்று சொல்லமுடியும்?

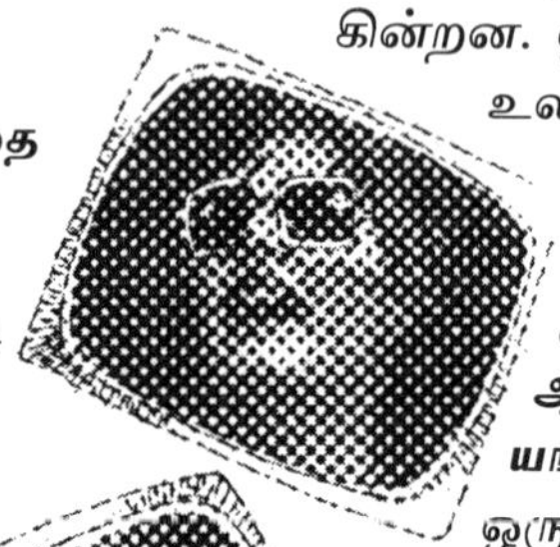

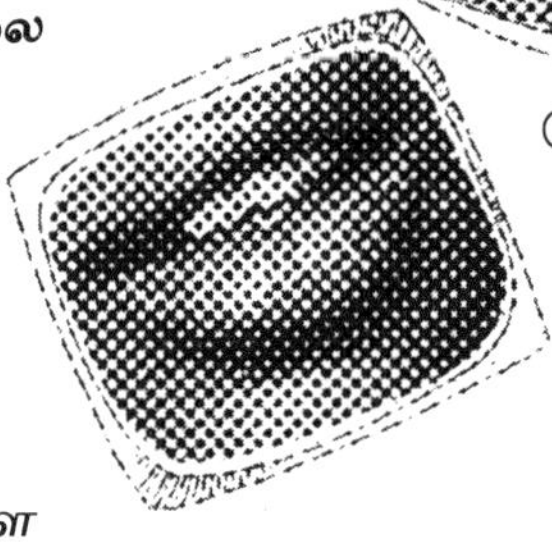

ப நவீனத்துவ நாவல்கள் தனிமனிதப் பிரக்ஞையின் வரம்புகளில் கவனம் செலுத்து கின்றன. ஒரு தனிமனிதன் உலகை எப்படி அறிகிறான் என்பது. எடுத்துக் காட்டாக, ஜேம்ஸ் ஜாய்ஸின் **போர்ட்ரெய்ட் ஆஃப் தி ஆர்டிஸ்ட் அஸ் ஏ யங் மேன்** (இளைஞனாக ஒரு கலைஞனின் சித்திரம்) போன்ற நாவல்களில், ஓர் இளைஞர் தன்னைச் சுற்றிய உலகைப் புரிந்துகொள்ள செய்யும் முயற்சிகளில் அவருடைய சிந்தனைகள், மற்றும் உணர்வுகளின் நீரோட்டத்தினுள் வாசகரும் பாய்கிறார்.

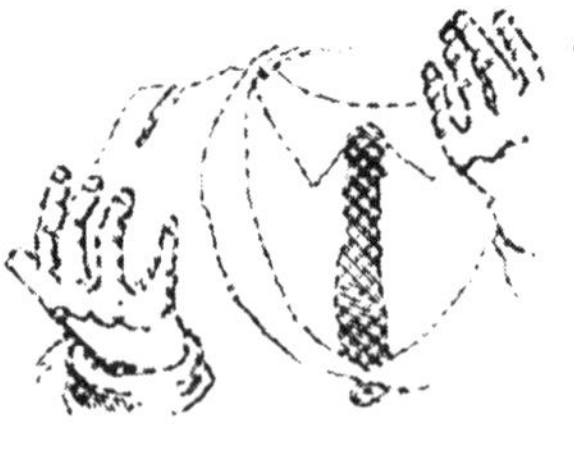

தெய்வச்செயல் என ஒன்றிருக்கிறது – எனக்குக் கட்டாயம் ஒரு கண் தேவைப் படும்போது ஒரு காதை அனுப்புவாயாக.

பின்நவீனத்துவ நாவல் அல்லது திரைப்படம் என்பதில், நான் எப்படி உலகத்தைப் புரிந்துகொள்கிறேன் என்பது முக்கியமல்ல. உலகம் என்பது என்ன என்ற கேள்விதான் எழுகிறது.

ப்ளூ வெல்வெட்

ப்ளூ வெல்வெட் என்னும் திரைப்படத்தை எடுத்துக்கொள்வோம். இரண்டு வெவ்வேறு மாறுபட்ட உலகங்களை அருகருகே அது வைக்கிறது: ஒரு சிறிய நகரம், நடுத்தரவர்க்க உயர்நிலைப் பள்ளிக் காதல். இன்னொரு உலகம் கொலை, பிறரைத் துன்புறுத்திப் பாலியல் இன்பம் காணும் தன்மை கொண்டது. இரண்டில் எது அதிகம் நிஜமானது என்று தெரியாத வகையில் அவை அருகருகே வைக்கப் பட்டுள்ளன.

விங்ஸ் ஆஃப் டிஸையர்

விம் வெண்டர்ஸ் எடுத்த **விங்ஸ் ஆஃப் டிஸையர் (ஆசையின் சிறகுகள்)** என்னும் திரைப்படமும் 'பின்நவீனத்துவப்' படம் என முத்திரையிடப்பட்டுள்ளது. இந்தத் திரைப்படமும் இருவேறு உலகங் களை அருகருகே வைக்கிறது. இடம் பெர்லின். சர்வதேச, உலகப் பொது நோக்குள்ள, பல மொழிகளும், கலாச்சாரங்களும் அடையாளங்களும் நிரம்பிய நகரம். இதில் ஒவ்வொன்றும் பிறவற்றிலிருந்து பிளவுபட்டுத் தனித் திருக்கிறது. ஒவ்வொரு மனிதரும் அவரவருடைய தனித்த உலகில் வாழ்கிறார்.

மக்களின் சிந்தனைகளைக் கேட்கும் திறனை நாங்கள் பெற்றிருக்கிறோம்: ஓர் இளைஞன் தற்கொலை பற்றிச் சிந்தித்துக்கொண்டிருக்கிறான்; ஒரு மனிதன் தெருவில் இறந்துகொண்டிருக்கிறான்; மக்கள் தங்கள் பணியிடங்களுக்குக் கார்களில் நாள்தோறும் பயணிக்கிறார்கள்; தாய்மார்கள், தந்தைமார்கள், காதலர்கள், சிறார்கள். ஒவ்வொரு அந்நியப்பட்ட, தனிமையாக்கபட்ட மனிதனும் ஒவ்வொரு தனிப்பகுதி போல ஆகிவிட்டான். அதில் ஒவ்வொரு தெருவுக்கும் தடுப்புகள் இருக்கின்றன. எல்லாவற்றையும் சுற்றி எவருக்கும் சொந்தமில்லாத ஓர் இடம் இருக்கிறது. சரியான கடவுச்சொல் இருந்தால் மட்டுமே அதன் வழியாக ஒருவன் செல்ல முடியும்.

பின்நவீனத்துவ பெர்லினுடன் அருகில் வைக்கப்படும் இன்னொரு உலகம், நிரந்தரக் காலத்தின் உலகம். தூய ஆன்மாவின் உலகம். தேவதைகள் நடமாடுவது. தேவதைகளால் மக்களின் சிந்தனைகளைக் கேட்க இயலும். அவற்றால் உடனே வெட்டவெளியில் பறந்து செல்லமுடியும். மக்களை ஆன்மிக அதிர்வுகளில் குளிப்பாட்டி, உலகத்தின் விஷயங்களில் அவை குறுக்கிட முயற்சி செய்கின்றன. ஆனால் அவற்றின் உதவி பெரும்பாலும் தோல்வியடைகிறது. தற்கொலை பற்றிச் சிந்திக்கும் இளைஞன் தன் மரணத்துக்குள் பாய்கிறான். இருந்தாலும், தேவதைகளுக்கும் மனிதர்கள் சிலருக்கும் ஒருவரின் இருப்பு மற்றவர்க்குத் தெரியும் – ஒவ்வொருவருடைய இருப்பின் தீவிரமான மற்றமை.

பின்நவீனத்துவச் சுற்றுச்சூழலியம்

கே ஆனால் கலைகள் தவிர பிற தளங்களில் பின்நவீனத்துவம் எப்படியிருக்கிறது? நிஜ உலகின் மீது அது என்ன பாதிப்பை ஏற்படுத்தியிருக்கிறது?

ப சுற்றுச்சூழலியல் இயக்கத்திலும் கூட. அதனால் மலைகள், செம்மரக் காடுகள், கடல்கள், ஆறுகள், குளங்கள் மீதும் பின்நவீனத்துவம் தாக்கத்தை ஏற்படுத்தியிருக்கிறது. பின்நவீனத்துவவாதிகள் உடோபிய (இலட்சியக் கற்பனையுலக) தரிசனங்களின் பெருங்கதையாடல்களை – பெரிய கதைகளை – சந்தேகப் படுகின்றனர் என்பது தெரிந்ததுதானே? சுற்றுச்சூழலைக் காப்பாற்ற முயலும் இயக்கத்தவர் – 'ஆற்றைக் காப்பாற்று' என்று பெரும் ஒட்டுவில்லைகளை (ஸ்டிக்கர்ஸ்) வைத்திருப்பவர்கள் – மாசுபடுத்தும் பெருந்தொழில்கள் அற்ற உடோபிய சுற்றுச்சூழல் சார் பெரும்பாழ்நிலப் பரப்புகளைக் கனவு காண்கிறார்கள்.

இப்படிப்பட்ட தூய உடோபிய பெரும்பாழ்நிலப் பரப்பு வெறும் பெருங்கதையாடல்கள் என்று மறுப்பதுதான் பின்நவீனத்துவ மனப்பாங்கு. மேலும், இப்படிப்பட்ட பெருங்கதை, பின்அமைப்புவாத் தீங்குகளை அடிப் படையாகக் கொண்டவை – அதாவது, ஓர் இருமை எதிர்வு. இந்த விஷயத்தில் இருமை எதிர்வு மக்கள் பயன்பாட்டில் இல்லாத நிலப்பரப்பு/நாகரிகம்.

ஆனால், பிற சுற்றுச் சூழலியலாளர்கள் – குறிப்பாக, கவிஞரும் சுற்றுச்சூழல் செயல்பாட்டா ளருமான கேரி ஸ்னைடரைப் பின்பற்றுவோர் – காடுகளும் ஆறுகளும் இழப்பைச் சந்திக்கும் வேளையில் வெற்றுக் கோட்பாட்டைப் பேசிக் கொண்டிருப்பதற்குப் பதிலாக, பின்நவீனத்துவத்திற்கும் சுற்றுச்சூழலுக்கும் பொதுவான ஒரு தத்துவத்தைச் செயலில் காட்டுகின்றனர். ஸ்னைடரின் சுற்றுச்சூழலியம், ஜென் பௌத்த தியானத்திலும் தத்துவத்திலும் அவருடைய நீண்டகால ஈடுபாட்டை அடிப்படையாகக் கொண்டது.

என்னைக் காப்பாற்று

மரத்தைக் காப்பாற்று

147

பின்நவீனத்துவப் பிரபஞ்சத்தைப் போலவே, பௌத்தப் பிரபஞ்சத்திலும் எண்ணற்ற கதம்பமான சுயங்கள், கதம்பமான பார்வைக் கோணங் களுடன் இருக்கின்றன. ஒற்றைப் பார்வையின் மீது அமைந்த உடோபியா அல்ல, எண்ணற்ற மற்றமைகளின் (பலவகைப்பட்ட) பார்வைகள் மீது கட்டப்பட்ட ஹெடிரோடோபியா (ஃபூக்கோவின் வார்த்தை. மற்றமையின் வெளி – மற்றமைகளின் இலட்சியக் கற்பனை யுலகு – என்று பொருள்). இந்த மற்றமைகளின் சுயங்கள் – சிறுத்தை களின் சுயங்கள், செம்மரங்களின் சுயங்கள், படிப்பறிவற்ற பழமை வாதிகள், சுற்றுச்சூழல் பாதுகாப்பா ளர்கள், ஆறுகள் – எல்லாம் ஒன்றோ டொன்று இணைக்கப்பட்டுள்ளன, ஒன்றையொன்று சார்ந்துள்ளன. இந்த சுயம் எதுவும் மற்றதுகள் இன்றித் தனித்து நிற்கவில்லை என்பதால் அவற்றின் தனித்த தன்மைகள் – மற்றமைகள் – என்பன ஒரு வெற்று, மாயை.

பழங்குடி அமெரிக்கரின் தந்திரவுருவான கொயோட் என்பது போல, ஸ்நைடரின் கவித்துவ, சுற்றுச் சூழல் தத்துவம், 'தனித்தனி சுயங்கள்' போலத் தோற்றமளிக்கின்ற 'பெரும் பாழ் நிலப்பரப்பு/நாகரிகம்' என்ற இருமையைத் தகர்த்தமைத்தபடி நடனமிடுகிறது. நடைமுறையில் இதற்கு அர்த்தம், நிலக்கிழார்களின் தனித்த சுயங்கள், குழுமங்கள், கூட்டாட்சி அமைப்புகள், காடுகள், மலைகள், சிறுத்தைகள், தவளைகள் ஆகியவற்றுக்கிடையே நடனமாடி சுற்றுச்சூழல் உடன்பாடுகளை ஏற்படுத்துவது என்பதாகும். இதன் பொருள் ஒருவரை யொருவர் உண்ணும் சமூகத்தின் உறுப்பினர்கள். நாம் உண்கிறோம், உண்ணப் படுகிறோம். இரகசியமாய்ப் பின்தொடரும் சிறுத்தையின் கண்கள், நம்முடைய சொந்தக் கண்களும்தான்.

பின்நவீனத்துவம் என்றால் என்ன?

(பின்நோக்கியப் பார்வையில்)

கே அப்படியானால், பின்நவீனத்துவம் என்றால் என்ன?

ப லியோதாரின் கருத்துப்படி, பெருங் கதையாடல்களின் மீதான அவநம்பிக்கை பற்றியது அது; மேலும் அது பல்வகைமை பற்றியதும் ஆகும். ஜேம்சனின் கருத்துப்படி, நமது பிந்தைய முதலாளித்துவக் காலத்தின், புதிய குழப்பமான உருவெளிக் கோடுகளை வரைபடமாக்கும் வழியைக் கொண்டதாக அது இருக்கவேண்டும்.

பூத்ரியாரின் கருத்துப்படி, பின்நவீனத்துவம் என்பது நுகர்வோரின் மீயதார்த்தத்தில், ஒரு ஊடகவரைக்கு அல்லது மனவரைக்குக் (மனத் திரைக்குக்) குறுக்காக உயர்தொழில்நுட்ப பிம்பங்களின் பாய்ச்சல். செயலற்ற நிலையில் அதனிடம் நாம் சரணடைவதுதான் சாத்தியம்.

சைபர்பங்க்கின்படி, பன்னாட்டுக் குழுமங்களும் அவை கட்டுப்படுத்தும் தகவல்களும் ஆதிக்கம் செலுத்தும் ஓர் உலகம் அது. இருப்பினும் சைபர்பங்க்குகள் பிறர் கணினியிலிருந்து அனுமதியின்றி தகவல்களை எடுக்கும் (ஹேக்கர்) செயல்பாட்டைப் பரிந்துரைக்கிறார்கள். அத்தகவல்களைத் திருடித் தங்கள் சொந்த விஷயத்திற்குப் பயன்படுத்தலாம் என்கிறார்கள்.

சார்லஸ் ஜெங்க்கின் கருத்துப்படி, இவர்கள் எல்லோருமே பிந்தைய முதலாளித்துவம் அல்லது பிந்தைய நவீனத்துவத்தைத்தான் வருணித்துக் கொண்டிருக்கிறார்கள். மெய்யான பின்நவீனத்துவம் என்பது, அவர் கருத்தின்படி, இரட்டைச் சங்கேதம் – நவீனத்துவத்தின் கலைப் பதிவை

இன்னொன்றுடன் இணைத்தல் – இன்னொரு மற்றது. ஏனென்றால், பின்நவீனத்துவவாதிகள் எல்லோருமே உலகம் சுருங்கிக்கொண்டுள்ளது என்பதை ஒப்புக்கொள்வார்கள். இதில் ஒற்றை ஆதிக்கப் பார்வை என்பது கிடையாது. பன்மைத் தன்மை ஆட்சி செய்கிறது. பாரம்பரிய, நவீன, பிந்தைய நவீனத்துவ, பின்நவீனத்துவ மனப்பாங்குகள் ஒரே கலாச்சாரத்தில் ஒன்றோடொன்று ஊடாடுகின்றன.

இதன் அர்த்தம் என்னவென்றால் ஒரு காலத்தில் நமது சொந்த வெளி என்று கருதி வந்ததில், மற்றது மேலும் மேலும் நுழைகிறது என்பதுதான். பெருமளவிலான பின்நவீனத்துவச் சிந்தனை இந்த மற்றதின் ஆக்கிரமிப்பு பற்றியது தான். மற்றது என்பது மற்ற தனிமனிதர்களாக இருக்கலாம், மற்ற குழுக்களாக, மற்ற விலங்கு – தாவர இனங்களாக, மற்ற மனித இனங்களாக, இருக்கலாம். 'ஆண்' என்பதன் மற்றது, 'மேற்கு' என்பதன் மற்றது, 'ஐரோப்பா' என்பதன் மற்றது, 'பிரக்ஞை பூர்வ மனம்' என்பதன் மற்றது, 'பகுத்தறிவு' என்பதன் மற்றது, 'நவீனத்துவம்' என்பதன் மற்றது, **நமது – 'சுயங்கள்' என்பதன் மற்றது, நம்மில் உள்ள மற்றது.**

இரட்டைச் சங்கேதத்தின் மூலம், பின்நவீனத்துவக் கட்டடக்கலை, கலை, இலக்கியம், யாவும் மற்றதை முன்வைக்கின்றன. பல்வகைமையை முன்வைக்கின்றன. கடந்தகாலத்தைப் **பின்நோக்கிப் பார்ப்பதன்** மூலம், அல்லது **பக்க வாட்டில்** ஒரு வட்டாரக் கலாச்சாரத்தை நோக்கிப் பார்ப்பதன் மூலம் இது நிகழ்கிறது. எனவே நவீனத்துவ உத்திகளைப் பின்பற்றும் போதே, மற்றதை விலக்காமல், வேடிக்கையாகவோ, முரண்நகையாகவோ, விளையாட்டாகவோ மற்றதைச் சேர்த்துக் கொள்கின்றன. எனவே தான் ஜெங்க்ஸ், பின்நவீனத்துவம் என்று ஓர் இணைப்புக்கோடிட்டு [–] எழுதுகிறார். ஏனென்றால் இன்றைய பின்நவீனத்துவக் காலத்தில், நிறைய கலப்பு அடையாளங்கள் இருக்கின்றன. இது மிகவும் புதிய நிலை. நாம் விவாதித்ததுபோல, கடந்த நூற்றாண்டுகளில், நாம் ஏதேனும் ஒரு பெருந் தொன்மம், அல்லது மெசியா (உலகை மீட்பர்) வந்து எல்லா மனிதர்களையும் ஒருங்கிணைத்து, ஒரு முக்கியத் தத்துவக்குடையின் கீழ்க் கொண்டுவரும்/வருவார் என்று எதிர் பார்த்தோம். பின்நவீனத்துவ மனம் அப்படிப்பட்ட நம்பிக்கையைக் கைவிட்டு விட்டது. நாம் எதை எப்படி நம்புகிறோம் என்பதில் ஒரு தீவிர மாற்றத்தை உருவாக்கியுள்ளது.

எந்த அளவுக்குத் தனிமனிதர்கள், குழுக்கள் பெருங்கதையாடல்களை விரும்புகிறார்களோ அந்த அளவுக்கு நமது உலகம் அவற்றை எதிர்க்கிறது என்பதையும் நாம் புரிந்து கொள்ள நிர்ப்பந்திக்கப் பட்டிருக்கிறோம். நமது உலகம் என்பது பல வண்ணங்கள் கொண்ட, முரண்பாடுகள் கொண்ட உலகப் பார்வைகளின் கொண்டாட்டம். ஒரு காலத்தில் நமது உலகப் பார்வை ஒன்றுதான் உண்மையானது எனத் தோன்றியது போல இன்று இல்லை என்பதை நாம் அறிந்துகொள்கிறோம். ஒரு நிஜம், ஒரு யதார்த்தம் என்பது இல்லை, பல்வேறு யதார்த்தங்கள், ஒன்றுக் கொன்று முரண்படும் நிஜங்கள் இருக்கின்றன என்பதை அறிகிறோம்.

உண்மையைப் பற்றிய நமது சிந்தனைகள் நிரந்தரமானவை அல்ல, அவை உருவாக்கப் பட்டவை என்பதையும் புரிந்துகொள்கிறோம். ஒரே ஒரு கடவுள்தான், அது யெஹோவா அல்லது அல்லாஹ் அல்லது ஒரு பெண் கடவுள் அல்லது நிலவையும் நட்சத்திரங் களையும் வாந்தியெடுத்த பும்பா என்பவை எல்லாம் மனிதன் செய்த கருத்துகள். அல்லது நிலவு என்பது இப்படிப்பட்ட நிறை யுள்ள ஒரு பௌதிகப் (இருப்பு சார்ந்த) பொருள், அந்தப் பொருள் இப்படிப்பட்ட நிறை கொண்ட இன்னொரு பொருளைச் சுற்றி வருகிறது, இப்படிப் பட்ட சுற்றுவட்டப் பாதையில், அதைக் கணிதபூர்வமாக சர்வ நிச்சயமாகச் சொல்ல முடியும் அல்லது மேற்கத்திய மருத்துவம் கீழைநாட்டு மூலிகை மருத்துவத்தைவிட உயர்ந்தது, பெண்ணாக இருப்பது என்பது சர்க்கரையும் மசாலாவும் போல, எல்லாம் இனிமை யானது என்பதுபோல, அல்லது காக்கேசிய (வெள்ளை) இனம் மேம்பட்ட இனம் என்பது போல — இவை யாவும் மனிதன் உருவாக்கிய கருத்துகள் என்பதை அறிகிறோம்.

இவையெல்லாம் கண்டுபிடிப்புகள் — இவையெல்லாம் சமூகக் கட்டமைப்புகள். மிகச் சிலரே புறவயமான ஒரு யதார்த்தம் இருக்கிறது என்பதை இன்று ஒப்புக் கொள்வார்கள். மிகச் சிலரே ஒரு பெருங்கதை, ஒரே ஒரு சிந்தனைமுறை, தொன்மம் போன்று வளர்ந்த ஒரே ஒரு கோட்பாடு, இன்று எல்லாவற்றையும் விளக்கி விடும் என்பார்கள். அறிவியல்கூடப் புறவய மானதில்லை. ஏனென்றால், அதன் தகவல்கள் யாவும் கோட்பாட்டின் அடிப்படையிலேயே சேகரிக்கப்படுகின்றன. யதார்த்தங்கள் என்பவை சமூக, மொழிக் கட்டு மானங்கள் — பயனுடைய கட்டுக்கதைகள், சார்பியல் நோக்குகள். பெருங் கதை யாடல்கள், மீக்கதை யாடல்கள்,

பெரியபெரிய கட்டுக் கதைகள், எல்லாம் இனி நம்பக்கூடியவை அல்ல என்றால் — அவை மறைந்து விட்டன என்றால் — அவற்றின் இடத்தைச் சிறிய கதையாடல்களின் குழப்பமான கதம்பம் பிடித்துக் கொண்டது. மார்க்சியம், கிறித்துவம், அல்லது அறிவியல் என்பதன் உலகப் பொது வான கொடியின் கீழ் எல்லா உலகமும் ஒரு காலத்தில் ஒன்றுசேரும் என்பதை இன்று பின்நவீனத்துவ மக்கள் ஏற்றுக்கொள்வதில்லை. அதற்கு மாறாக, பல்வேறு கலாச்சாரங்களால் ஆன ஒரு விழாக் கொண்டாட் டம்தான் இந்த உலகம், பழங்குடியினத்தவரின் கூட்டம்தான் அது என்று கருதுகிறார்கள்.

உலகளாவிய உண்மை, உலகளாவிய அர்த்தம் என்னும் ஒளிவீசும் சூரியன்கள், சிறு நடனங்கள், சிறுகதை களின் வண்ணமயமான காட்சிப்படுத்தலினால் மங்கிவிட்டன. பெருங் கதைகளின் இடத்தை சிறிய கதைகள் எடுத்துக் கொண்டுவிட்டன. ஓர் உலகளாவிய உடோபியாவை உருவாக்கும் கதைகளின் முயற்சியில் இனி எவரும் ஈடுபட முடியாது — அது ஹெடிரோடோபியாவாக

இருந்தாலொழிய. உலகளாவிய உரிமைகளைக் கொண்டாடி இனி எவரும் தங்களை நிலைநிறுத்திக் கொள்ள முடியாது. ஒரு பின்நவீனத் துவக் கதைசொல்லி, ஒருநாள் ஒரு கதையை – கிரிம்ஸின் ஹேன்சலும் கிரெட்டலும் என்னும் தேவதைக் கதையை – இருண்ட வனத்தில் இஞ்சியப்ப வீட்டில் வாழும் தீய சூனியக்காரியின் கதையைச் சொல்லலாம். இன்னொரு நாள் தலைவனின் மகளைக் கவர்ந்த கொயோட்டின் கதையை, இன்னொரு நாள் இந்தியாவில் வழங்கும் பொன்னிற முட்டையில் இருந்து பிரபஞ்சம் தோன்றியது என்ற கதையைச் சொல்லலாம். கதையைச் சொல்பவரும், கேட்பவரும் ஒரு சமூகப் பந்தத்தால் பிணைப்புண்டிருக்கிறார்கள். ஆனால் அது ஒரு பல்வகைமை கொண்ட சமூகத்தின் பிணைப்பு. அது பொருந்தாமைகள், முரண் பாடுகள், பல்வேறு கதைகளுக்கிடையிலான இடைவெளிகள் இவற்றையெல்லாம் ஏற்றுக்கொள்கின்ற சமூகம். ஒரு கதை சந்திரனும் நட்சத்திரங்களும் வாந்தியெடுக்கப் பட்டன என்றோ, இன்னொரு கதை அவை படைக்கப்பட்டன என்றோ கூறுவதைப் பற்றிப் பின்நவீனத்துவச் சமூகம் கவலைப்படுவதில்லை. மாறுபட்ட கூறுகளைக் கொண்ட இந்த எல்லாக் கதைகளும் ஒன்றுசேர்ந்து பொருந்தி ஒரு பெரிய, உலகளாவிய, முழுமையான அர்த்தத்தைத் தரவேண்டும் என்று பின்நவீனத்துவப் பார்வையாளர்கள் கேட்பதில்லை. இவ்வளவு அர்த்தத்தைத் தந்துவிட்டதே போதும் என்றும், ‘சரி, போதும் நிறுத்து’ என்றும் சொல்லும் மெய்ம்மைகளை அவர்கள் கொண்டாடு கிறார்கள். கலாச்சாரச் செய்திகளின் வெடிப் பினால், நமது கதைகள் மட்டுமல்ல, நமது சடங்குகள், குருட்டு மதக் கோட்பாடுகள், தொன்மங்கள், பாலினப் பங்குகள், சுய கருத்தாக்கங்கள், நம்பிக்கைகள், வரலாறுகள், கோட் பாடுகள் எல்லாமே கலாச்சார, சமூகக் கட்டுக்கதைகள் என்பதைப் புரிந்து கொள்கிறோம். மனிதன் உருவாக்கிய சமிக்ஞைகள், குறியீடுகள் நிரம்பிய உலகில் நாம் வாழ்ந்து கொண்டிருக்கிறோம் என்பதைப் புரிந்து கொள்ள முற்பட்டிருக் கிறோம். அந்த சமிக் ஞைகள், குறியீடுகளைச் சுற்றி விளையாடக் கற்றுக் கொண்டதால் அவற்றிற்கு நாம் அடிமைகள் இல்லை என்பதை உறுதிப்படுத்திக் கொள்கிறோம். இதற்குப் பெருங்கதையாடலை ஒப்புக்கொள்ள வேண்டி யிருக்கிறது என்றும், ஆனால் அதன் மீது ஒரு நையாண்டிப் பார்வையை வைக்க வேண்டியிருக் கிறது என்றும் பொருள்படலாம்.

எனவே நாம் ஒரு பகுதி கிறித்துவ அல்லது முஸ்லிம் அடிப்படைவாதி யாகவோ, வைதிக யூதனாகவோ, கத்தோலிக்கனாகவோ இருக்கலாம். நாம் தேவாலயத்திற்கோ யூதக் கோயிலுக்கோ மசூதிக்கோ – அவை முன்வைக்கும் மீமெய்யியல் *(மெடாஃபிசிகல்)* கூற்றுகளில் நமக்குச் சந்தேகங்கள் இருப்பினும் – செல்பவராக இருக்கலாம். உண்மை குறித்த நம்முடைய குறிப்பிட்ட சொல் தொகுதியும் (சொல்லகராதியும்) கருத்து களும் யதார்த்தபூர்வமானவை இல்லை என்று நாம் நம்பலாம். வேறுவிதச் சிந்தனைகளுக்குப் பழக்கப்பட்டவர்கள்

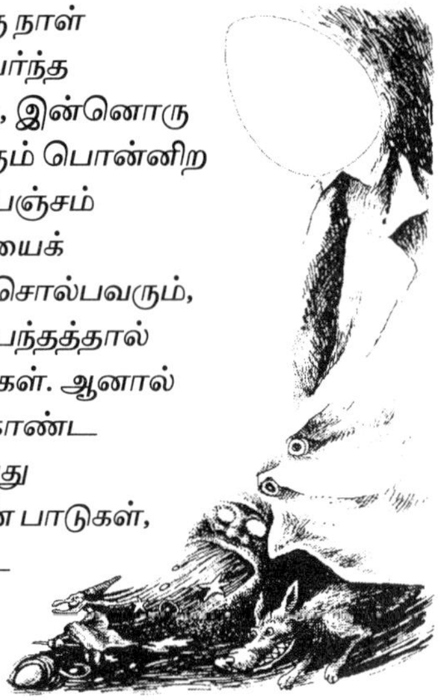

அவர்களுடைய யதார்த்தத்திற்கு திசைப் படுத்தப்பட்டிருப்பார்கள். பலசமயங் களில் (அடிக்கடி), இது ஒரே ஒரு பெருங்கதைக்கு பதிலாகப் பல பெருங் கதைகளில் ஈடுபடுவதைக் குறிக்கிறது. எடுத்துக்காட்டாக, ஒருவர் பௌத்தக் கிறித்துவராக இருக்கலாம். பலவகை யான, வட்டாரத் தன்மைகொண்ட சக்திகளின் அழுத்தத்தில் பெருங்கதைகள் உடைந்து சிதறிப்போன தன்மை, மற்றது என்பது பற்றிய அக்கறையைத் திறந்துவிட்டுள்ளது. கான்ராடு போன்ற நவீனத்துவ எழுத்தாளர்கள் தாங்கள் மற்றவர்களுக்காக – மற்றதற்காகப் பேச இயலும் என்று நினைத்தார்கள் – காலனியாதிக்கத்தில் உள்ளவர்களுக்காக, ஆப்பிரிக்கர்களுக்காக, பெண்களுக்காக, கீழை நாட்டவர்களுக்காக. ஆனால், பின்நவீனத்துவம் வித்தியாசம் [DIFFERANCE என்னும் ஆங்கில வார்த்தை தெரிதாவின் உருவாக்கம். 'to differ' (வேறுபடுதல்), 'to defer' (அர்த்தத்தை ஒத்திப்போடுதல்) என்ற இரண்டு பொருள்களையும் உணர்த்தும் வார்த்தை] என்னும் வார்த்தையின் மீது அழுத்தத்தை வலியுறுத்துகிறது. (என்றைக்கும் ஒன்றுசேர இயலாத வித்தியாசம்). எனவே இதுவரை மௌனப்படுத்தப்பட்ட பிறர் – மற்றவர்கள் – பெண்கள், ஒருபால் புணர்ச்சியாளர்கள், கருப்பர்கள், கீழைநாட்டினர் போன்றோர் தங்கள் சொந்தக் கதைகளைத் தங்கள் சொந்தக் குரலிலேயே சொல்லலாம் என்கிறது.

என்னைப்போல நீங்கள் செய்வது நல்லது

கே ஆனால் உண்மையில் இப்படி நடக்கிறதா? இந்தப் பின்நவீனத்துவக் காலங்கள், பூத்ரியார் விவரிப்பதுபோல, மூலத்தைப் பற்றிய தொன்மங்களின் அதிகரிப்பு என்பதை அல்லவா உருவாக்கி இருக்கின்றன? ஜப்பானின் சாரின் காஸ் சமய உட்பிரிவு (1984இல் நிறுவப்பட்ட ஒரு தீவிரவாத சமயப் பிரிவு) போன்ற பல உட்பிரிவுகள் தோன்றி அதிகரித்து வருவதைப் பின்நவீனத்துவம் காணவில்லையா? எத்தனையோ மில்லியன் கணக்கான மக்கள் சமய உட்பிரிவுகளிலும், தலைமை வழிபாட்டிலும், மதங்களிலும் ஈடுபட்டிருப்பதால், பெருங்கதையாடல்களுக்கு ஒரு பெரிய தேவையிருப்பதுபோல் தோன்றுகிறது, அவற்றின் பெருக்கத்தைப் பின்நவீனத்துவம் உண்டாக்கியிருக்கிறது என்றும் தோன்றுகிறது. பெருங்கதையாடல்களை நாம் நேருக்குநேர் சாட்சியமாகப் பார்க்கும் நிலையில், பெருங்கதையாடல்களில் மக்கள் நம்பிக்கை வைப்பதில்லை, அவை சிறுபான்மையினரை விளிம்புப்படுத்தி ஒடுக்குகின்றன, பெரிய சித்திரம் எதுவுமில்லை. யதார்த்தத்திற்கு ஆழமான அமைப்பு எதுவுமில்லை (இருந்தால், மனித மனம் அதைக் கண்டறிய முடியாது) என்பனவற்றையெல்லாம் எப்படி ஏற்றுக்கொள்வது?

ப ஆம். நீங்கள் சொல்வது உண்மைதான். 60, 70களின் புதிய உலக இயக்கங்கள் யாவும் டிமோதி லியரி போன்ற போதை மருந்து *(பாப்-சைகடெலிக்)*

குருக்கள், **த டோர்ஸ்** (கதவுகள்) இசைக்குழுவின் ஜிம் மாரிசன் போன்ற ராக் – இசை விற்பன்னர்கள், **பகவத்கீதையில்** தோய்ந்த, இந்தியாவிலிருந்து வந்த, மந்திர உச்சாடனம் செய்யும் சமய அறிஞர்கள் ஆகியோரின் கலவையிலிருந்து தங்களுக்கான உள்ளெழுச்சியைப் பெற்றுக்கொண்டனர். 'பேபி பூமர்கள்' எனப்படும் இரண்டாம் உலகப் போருக்குப் பிறகு பிறந்த X–தலைமுறையினரின் *(ஜென் எக்ஸ்)* ஆன்மிகம் தீவிரமாகவும்,

என் வழி, எல்லார் வழிகளும் தான்.

பலவற்றிலிருந்து நல்லதை எடுத்துக் கொள்வதாகவும் இருந்தபோதிலும், சுயமோகமும் அதிகாரத்திலுள்ளவர்களை வழிபடுவதுமாக மாறிவிட்டது.

அந்த X - தலைமுறையைச் சேர்ந்தவர்கள் (சைகடெலிக் – மாயத்தோற்றத் தன்மையால் ஆதரிக்கப்பட்ட) குழுச் சார்பான இன்பக் கோட்பாட்டைப் புறக்கணித்தார்கள். ஆனாலும் பாப், ராக் இவற்றிலிருந்து கடன் வாங்கப்பட்ட பிம்பங்களின் வாயிலாக இவர்களின் ஆன்மிகத்தன்மை பரவவிடப்படுகிறது. அறுபதுகளில் பூமர்களின் ஆன்மிகம், பீட்டில்கள், மகரிஷி பிம்பக் கலப்பில் தோன்றியது. 1990களில், பொதுத் தொலைக்காட்சி, தொன்மவியலாளர் ஜோசப் கேம்பெல்லை புனிதர் அளவுக்கு உயர்த்தியது. எம்டீவி பிம்பங்களான மடோனா போன்றோர் டெக்னோ-பீட் இசைப் பாதைகளுக்கு உடலை வளைத்து நெளித்து ஆடினார்கள். அப்போது அவர்களின் மார்பகப் பிளவின் மீது கவனத்தை ஈர்க்கும் ஜெபமாலை போன்ற ஆபரணங்கள் தொங்கும். ஆசாரமான ஹசீதிய யூதப் பாரம்பரியத்திலிருந்தும் ஆசாரமான கிறித்துவ அமிஷ் மிதக் கூற்று வெளிப்பாடுகளிலிருந்தும் ஃபேஷன் வடிவமைப்பாளர்கள் தூண்டுதல் பெற்றார்கள். பாப் இசை வெளியீடுகளில், கடுநோன்புத் துறவிகளுக்குரிய மந்திரங்கள் குறுவட்டு (சிடி) விற்பனையில் முதலிடம் பெற்றன; அதிகமாகச் சுற்றுக்குவிடப்படும் பிம்பங்களிலும் பேச்சுகளிலும் தேவதைகள் முக்கிய இடம்பெற்றார்கள். அதிகமாக விளம்பரம் பெற்ற ஆண் உரிமை இயக்கமும் பெண் கடவுளர் இயக்கமும் பேகனியத்திற்கு (புறச் சமயத்திற்கு) திரும்புதலைக் கொண்டாடின. கோதிக் (இடைக்காலக்) கடவுளர்

பிம்பங்களை உடலில் பொத்தல் செய்து கொள்ளுதல், பச்சை குத்திக் கொள்ளுதல், தன்வதை-பிறர்வதை இன்பத்தின் *(சேடிச/மசாக்கிச)* பிம்பங்கள் எம்டீவியை மூழ்கடித்தன. சைபர்பங்க், சைபர் மந்திரவாதமாக உருக்கொண்டது.

சைபர்ஷாமனிசம் (ஆவித் தொடர்பு, மந்திரத்தால் நோயைக் குணப்படுத்துதல் ஆகியன கொண்ட மந்திரவாதம்), அல்லது தொழில்நுட்ப மந்திரவாதம், புறச்சமயம் சார்ந்த ஒரு தொழில் நுட்ப முயற்சி. பழங்கால மந்திர வாதம் சார்ந்த பேரானந்த நிலைகளை அடைய (பாரம் பரியமாக, மந்திரம் ஜெபித்தல், பறையடித்தல், நடனமாடுதல், மனத்தைத் தூண்டும் மருந்து களை உட்கொள்ளுதல் ஆகியவை செய்யப்படும்) கணினிமயமாக்கப்பட்ட வரை கலை, சட்டத்துக்குப் புறம்பான போதைப்பொருள்கள், வாசனைப்புகை அறையை நிரப்புவதுபோல திரும்பத் திரும்ப வாசிக்கப்படும்/கேட்கப்படும் இசை போன்றவை உதவுகின்றன. சில நேரங்களில் சைபர் மந்திரவாதிகள் போதைக் காகத் தேரையை நக்குதல் போன்ற செயல்களிலும் ஈடுபடுகிறார்கள். கோலராடோ ஆற்றுத் தேரையின் நஞ்சினை உட்கொள்ளுதல் நல்லது என்ற கட்டுக்கதையால் தோன்றிய ஃபேஷன் (புதுப்பாங்கு) இது. ஆனால் அந்த நச்சு, பெரும்பாலும் உயிரைப் பறிக்கும் தன்மை கொண்டது.

கே நவீனத்துவ வாதிகள் போலவே, நீட்சேவுக்குப் பிந்தைய வெறுமையை நாம் நாமாக உருவாக்கிக் கொள்கின்ற பிம்பங்கள், பெருங்கதைகள் ஆகியவற்றால் நிரப்புகிறோம் என்று தோன்றுகிறது. இதுபோலப் பிற கலாச்சாரங்களில் இருந்து, வித்தியாசங்களைத் தழுவிக் கொள்ளக்கூடிய மரபார்ந்த பெருங் கதைகள் ஏதேனும் உண்டா?

ப வித்தியாசங்களைக் கையாள்வதில் கிறித்துவம், இஸ்லாம், யூதமதம் ஆகியவற்றின் பெருங்கதைகளுக்குக் கஷ்டகாலம் என்றாலும், மேலும் மேலும் பன்மைத்தன்மை பெருகி வரும் நமது உலகில் வித்தியாசங்களை ஏற்றுக்கொள்ளக்கூடிய இரண்டு பெரிய பாரம்பரியங்களான பௌத்த மரபும் இந்து மரபும் இருக்கின்றன.

பௌத்தம் ஜனநாயகத்தன்மை கொண்டது, அமைதியானது, இயல்பானது, செலவற்றது, (திபெத், சீனாவிலிருந்து விடுதலை அடைதல் தற்போதைய பிரச்சினை என்பதால்) அரசியல்ரீதியாகச் சரியானது. பின்நவீனத் துவ மக்களும் கலாச்சாரங்களும் வித்தியாசங்கள் நிரம்பிய உலகத்தில் வாழ்கிறார்கள். ஒருவரை ஒருவர் சார்ந்திருத்தல் என்னும் பௌத்தத் தத்துவம் நமது வித்தியாசங்களை ஒரு பரந்த ஊடு இணைப்புக் கொண்ட வலைப்பின்னலாகக் காண வைக்கிறது. இதை விளக்க பௌத்தர்கள் இந்திர வலை என்னும் உருவகத்தைக் கையாளுகிறார்கள்.

இந்தப் பரந்த வலையின் ஒவ்வொரு நெசவுக் கூடலிலும் (வெவ்வேறு சுயங்களைக் கொண்ட பிரபஞ்சத்தை இது குறிக்கிறது) ஒரு மணிக்கல் இருக்கிறது. ஒவ்வொரு மணிக்கல்லும் ஒரு சுயம். அது வலையிலுள்ள பிற மணிக்கற்களின் ஒளியைப் பிரதிபலிக்கிறது. அப்படியானால், ஒரு தனித்த மணிக்கல் தன்னைத்தானே நிறைவுபடுத்திக் கொள்ள முடியாது. அதன் இருப்பு பிறவற்றைச் சார்ந்திருக்கிறது, பிரதிபலிக்கிறது. எனவே பௌத்தர்களின் பரிபாஷையில், ஒவ்வொரு மணிக்கல்லும் சுயஇருப்பு அற்றது!

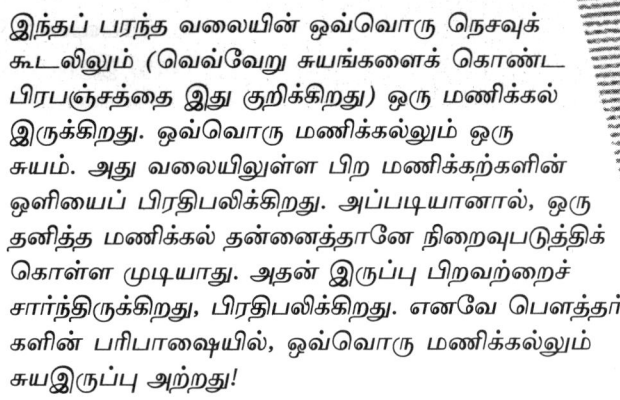

கே இது பெருமளவு தகர்ப்பமைப்பு போலத் தோன்றுகிறதே! முகம் மற்றும் மெழுகுவர்த்தியின் உருவம் ஞாபகம் இருக்கிறதல்லவா? அவை ஒன்றையொன்று சார்ந்திருக்கின்றன, ஒன்றில்லாமல் இன்னொன்று இருக்கமுடியாது.

ப ஆம். 'முகத்திற்கும் மெழுகுவர்த்திக்கும் உள்ளார்ந்த இருப்பு இல்லை!' என்று இதை ஒரு பௌத்தர் சொல்வார்.

வித்தியாசங்களைத் தனக்குள் அனுமதிக்கும் இன்னொரு பாரம்பரியம், இந்தியாவின் வேதமரபு. அதாவது, இந்துமதம். ஆயிரக்கணக்கான ஆண்டுகள் முன்னர் வேதஞானிகள் **'உண்மை ஒன்று, ஆனால் முனிவர்கள் அதை வெவ்வேறு பெயர்களில் அழைக்கிறார்கள்'** என்று பிரகடனம் செய்தார்கள். வழிபாட்டின் பல்வேறு வடிவங்களையும் ஞானம் அடைவதில் வெவ்வேறு வழிகளையும் இந்துக்கள் ஏற்றுக்கொள்கிறார்கள்.

பார்வை நூல்கள்

Baudrillard, Jean
(A)   *Amerique.* (Paris: Grasset, 1986).
(SED)   *De la seduction.* (Paris: Galilee, 1980)
        The Ecstasy of Communication. Trans. Bernard and Caroline Schutze. (New York: Semiotext (e), 1988)
        For a Critique of the Political Economy of the Sign. Trans. Charles Levin. (St. Louis: Telos Press, 1981)
(FF)   *Forget Foucault.* Trans. Nicola Dufresne. (New York: Semiotext (e), 1987).
(SSM)   *In the Shadow of the Silent Majorities ... or the End of the Social and Other Essays.* Trans. Paul Foss, Paul Patton and John Johnson. (New York: Semiotext (e), 1983).
(SIM)   *Simulations.* Trans. Nicola Dufresne. (New York: Semiotext(e) 1983).
        La societe de consommation. (Paris: Gallimard, 1970).
        Le systems des objects. (Paris: Denoel-Gonthier, 1968).

Charles Jencks
(WIP)   *What is Postmodernism?*, (St. martin's press, New York: 1986).

Csicery-Ronay, Istavan
(SRS)   'Cyberpunk and Neuromanticism', in *Storming the Reality Studio*, Larry McCaffery, ed. (Durham: Duke Univ. Press, 1984).

Deleuze, Gilles and Gauttari, Felix
        Anti-Oedipus, Trans. Rebert Hurley, Mark Seem, and Helen R. Lane, Preface by Michel Foucault. (New York: Viking, 1977).
        Kafka: For a Minor Literature. Trans. Dana Polan. (Minneapolis: Univ. of Minnesota Press, 1986).
        'Rhizome'. Trans. Paul Foss and Paul Patton, *I and C 8* (1981): 49-71.
        A Thousand Plateaus: Capitalism and Schizophrenia. Trans. Brian Massumi. (Minneapolis: Univ. of Minnesota Press, 1987).

Derrida, Jacques
        Of Grammatology. Trans. Gayatri Spivak. (Baltimore: John UP, 1976).

Eco, Umberto
(PNR)   *Postscript to The Name of the Rose.* (New York and London: Harcourt Brace Jovanovich, 1984).

Foucault, Michel
        Discipline and Punish: The Birth of the Prison. Trans. Alan Sheridan. (New York: Pantheon, 1977).
        The History of Sexuality, Volume I: An Introduction. Trans. Robert Hurley. (New York: Pantheon, 1977)
        The Order of Thinks: An Archaeology of the Human Sciences. Trans. Alan Sheridan. (New York: Pantheon, 1970).

Gibson, William
(N)   *Neuromancer*. (New York: Ace, 1987).

Haraway, Donna
'A Cyborg Manifesto: Science, Technology, and Socialist Formation in the Late Twentieth Century', in *Simians, Cyborgs and Women: the Reinvention of Nature*. (New York: Routledge, 1991).

Harvey, David
The Condition of Post modernity. (Blackwell: Oxford, 1990).

Hassan, Ihab
(TDO:TPL) *The Dismemberment of Orpheus: Toward a Postmodern Literature*. (New York: Oxford Univ. Press, 1982).

Hemingway, Ernest
(SSEH) *The Short Stories of Ernest Hemingway*. (New York: Scribner's, 1925).

Jameson, Fredric
(PCL)   'Postmodernism: or the Cultural Logic of Late Capitalism'. *New Left Review*, 146 (1984): 53-92.
(PCS)   'Postmodernism and Consumer Society', in *Postmodern Culture*, Hal Foster, ed. (London and Sydney: 1985).

Lyotard, Jean Francois
(DF)   *Discourse,* Figure, Paris: Klincksieck, 1971.
(PC)   *The Postmodern Condition*, Trans. Bennington and Massumi. (Minneapolis: Univ. of Minnesota Press, 1984, first edition 1979).

Schwichtenberg, Cathy
(MPF)   Madonna's Postmodern Feminism, in *the Modonna Connection*. Cathy Schwichtenberg. Ed. (Boulder, CO: Westview Press, 1993).

Venturi, Robert; Scott Brown, Denise; and Izenour, Steven
(LLV)   *Learning from Las Vegas*. (Cambridge, Mass.: MIT Press, 1977).

சுட்டி

அதிகாரத்தின் நுண்அரசியல், 94-95
அதிகாரமும் அறிவும் (ஃபூக்கோ) 94
அதிகாரத்திற்கான விருப்புறுதி 10
அபோரெஸென்ஸ் 108-14
அனைத்து அறிவின் ஒருமை (ஹெகல்) 29-30
அரசியல் எடுத்துரைப்பு 28-29
அரசியல் கலை 22
அறிவியல் சொல்லாடல் X கதைச் சொல்லாடல் 23-33
அறிவும் அறிவியலும் 29-31
அறிவும் கணினியும் 22-23
அறிவும் பின்னமைப்புவாதமும் 94
அறிவொளி 28, 97, 118-119
அவநம்பிக்கைவாதம் 56
ஆடியோஅனிமேட்ரானிக் பாப்பராஜி 135
ஆதிக்கத்தின் மாதிரிகள் 95
ஆந்திரயேவிச், மில்லெட், அப்போலாவும் டாஃப்னியும் 92
ஆப்பிரிக்கச் சிற்பம் 13
இசை, 24
இஜனூர், ஸ்டீவன், 85
இடைக்காலம் 117
இணையதளம் (இண்டர்நெட்), 114
இண்டிபெண்டண்ட் குழு, 78
இந்துமதம், 156, 157
இரட்டைச் சங்கேதம் 81-83, 89, 126, 138, 150
இருத்தலியம் 99
இருமை எதிர்வுகள் 52, 53, 57, 63, 101-103, 105-107, 130, 139, 147
இருமைக் கட்டுப்பாடு 52-53
ஈகோ (சுயம்) 38
ஈக்கோ, உம்பர்ட்டோ 80
ஈடிபஸ் சிக்கல் 110-13
உடோபியாக்கள், 36, 77, 79, 83, 119, 147, 148, 152
உருவகக் கதைச் செவ்வியல் 92
எதிர்க்கலை 18
எந்திரயுகக் கட்டுக்கதைகள் 15
எம்டீவி 39, 57, 143, 144, 155, 156
எலியர், டீ.எஸ். 14, 16
தி வேஸ்ட்லேண்ட் 16
ஏகபோக முதலாளித்துவம் 35
ஐன்ஸ்டைன், ஆல்பர்ட் 121
ஒவ்வாத்தன்மை, 21-22, 150
ஓனிஸ், பெடரிகோ டி 78
ஃபிராய்டு, சிக்மண்ட் 14
ஃபிளாபேர், குஸ்தாவ் 121
ஃபுல்லர், பக்மினிஸ்டர், 78, 79
ஃபூக்கோ, மிஷேல், 93, 94-96
கட்டடக்கலை 72-82, 84-88
கட்டடக்கலையில் பின்நவீனத்துவம் 78-90
கணினிகளும் அறிவும் 22-23
கணினிவெளி 3-4, 134-36
கதம்பம், 38-39, 82, 89, 126, 127
கதையாடல் செவ்வியல் 91
கனவுகள் 20, 112
கலை கலைக்காகவே 13
கலைகளில் பின்நவீனத்துவம் 5
கலையின்மை, 18
கள்ளமற்ற யதார்த்தவாதம் 92
கவிதை உருவகம் 22
காஃப்கா, ஃபிரன்ஸ், 112-13
த டிரையல் 113
த மெடமார்ஃபசிஸ் 16, 112-13
லெட்டர் டு ஹிஸ் ஃபாதர் 112
கத்தாரி, ஃபெலிக்ஸ், 93, 108-14
காண்டின்ஸ்கி, வாஸிலி, 72
காலப் பிரக்ஞைமுறைகள் 116-22
கிப்சன், வில்லியம், 132, 134, 136
நியூரொமேன்சர், 123, 132-34
கியூபிசம் 12-14
கிரேவ்ஸ், மைக்கேல், 82-83

போர்ட்லண்ட் பொதுப்பணிக் கட்டடம், 82
கிரையர், லியோன் 91
கிறித்துவம் 11, 12, 29
கிறிஸ்தவா, ஜூலியா 93
கீழ் கலாச்சாரம், 16
குரோபியர், வால்டர், 72
குறித்தல் கூற்று 26
கேஜ், ஜான் 18, 78, 79
கேம்பெல், ஜோசப் 155
கோ, வின்சண்ட் வான், விவசாயியின் காலணிகள், 36, 37
கோயோட் (ஸ்னைடர்) 147, 148
க்ளீ, பால், 72
சசூர், ஃபொர்டினாண்ட் டி 43-44
சந்தைப் பொருளாதாரம் 35, 45, 46
சந்தைப்பொருள்களாகப் பொருள்கள் 45-47
சரிபார்த்தல் விதி 27
சர்வதேசப் பாணி 72, 77, 84
சார்த்தர், ழான் பால் 42, 98
சிஸெரி ரோனே, இஸ்தவான் 137
சுதந்திரம், 9, 10, 29, 30, 78, 91, 103, 105, 106, 107, 119, 132
சூழலியம், 147-48
செழான், பால் 21, 121
மோன்த் செயின்த் விக்டோய்ரே 21
செவ்வியல் கூருணர்வு 90, 92
சேட், மார்க்கியூஸ் தெ, 9
சைபர்பங்க் 123, 128, 130-138, 149, 156
சைபோர்குகள் 128-30, 134
டன், ஜான் 118
டயோனிசிஸ் 10
டர்க்ஹீம், எமில், எலிமெண்டரி ஃபார்ம்ஸ் ஆஃப் ரிலிஜியஸ் லைஃப், 121
டாயின்பீ, ஆர்னால்ட் 78
டிரம்ஹெல்லர், கிராண்ட், லைட்னிங் த்ரோயர் 92

டெலிடில்டானிக்ஸ் 134, 135
தெலூராஸ், ஜில் 93, 108-15
டோக்வில், அலெக்சிஸ் டி, டிமாக்ரசி இன் அமெரிக்கா, 67
தகர்ப்பமைப்பு 96, 99-107, 157
தடைசெய்யும் மாதிரி 53
தத்துவ எடுத்துரைப்பு 28-29
தர்க்கம் 9
தளையிடப்பட்டவன் (ஓயர்ட்) 136
தாலமியின் வரைபடமாக்கல் 117
திரைப்படம் 145-46
தெரிதா, ழாக் 93, 96, 99-107
மானிட அறிவியல்களின் சொல்லாடல்களில் அமைப்பு, குறி, ஆட்டம் 99
தொன்மங்கள் 24-27, 32, 59
தொலைக்காட்சி 37, 39, 41, 48, 52, 53, 58, 59, 63-65, 68, 69, 78, 96, 97, 133, 134, 144, 155
தொழிற்புரட்சி 50, 51, 132
நகரமையவாதம் (அர்பனிசம்) 88
நனவிலி 14, 20, 36
நவீனத்துவ நாவல் × பின்நவீனத்துவ நாவல் 144, 145
நவீனத்துவ யுகம், பின்நவீனத்துவ யுகம், யதார்த்தக்காலம் (ஜேம்சன்) 36-37
நவீனத்துவத்தின் அர்த்தம் 8-16
நவீனத்துவத்தில் கலைப்பாணிகள் 13-16
நவீனத்துவம் 17-18
நவீனத்துவம் × பின்நவீனத்துவம் 17-18
நாஜிகள் 20, 30
நானோ-ரோவர் 29, 134, 135
நிகழ்த்துதன்மை 31
நிலவுடைமைக் காலம் 48-49, 116-17
நீட்சே, ஃபிரெடெரிக் 10-11, 12-13
நுகர்வு 45-47
நுண்கதையாடல்கள் 32-33
நையாண்டி 38-39, 82, 89, 92, 127
பகவத் கீதை 155

161

பகுத்தறிவு, 9, 28-29
பகுத்தறிவுக் காலம் 8-13, 15, 28-29
படிநிலை / படிநிலையற்ற (படர்தண்டு) சிந்தனை 108-15
பன்மைத்தன்மை, 88
பயன் மதிப்பு 45
பரிமாணங்கள், அதிகாரத்தின் 95
பரிமாற்ற மதிப்பு 46
பரோக் காலம் 118
பரோஸ், வில்லியம் 78
பர்க், எட்மண்ட் 9
பலப்படுத்த காங்க்ரீட், 50, 74
பல்கலாச்சாரத்துவம் 1-4
பவுண்டு, எஸ்ரா 13, 15, 74
 கேண்டோக்கள் 16
பாப் கலை 37, 78
பார்த், ரோலான் 93
பார்த்தினான், 75
பார்பீ விடுதலை அமைப்பு 144
பாலியல் பங்குவகிப்பு, 139-42
பாஷ், ஜே. எஸ். 118
பிஞ்சன், தாமஸ், கிரேவிடீஸ் ரெயின்போ 22
பின்அமைப்புவாதம் 93-121
பின்நவீனத்துவக் கட்டடக்கலையில் அர்த்தம் 89-90
பின்நவீனத்துவச் செவ்வியல் 90-93
பின்நவீனத்துவத்தின் அர்த்தம் 7, 148-57
பின்நவீனத்துவத்தின் தொடக்கம் 78
பின்நவீனத்துவத்தின் மொழி 6-7
பின்நவீனத்துவம் × நவீனத்துவம் 17-18
பிம்ப உடைப்பு 56
பியாஜாக்கள் 91
உணர்ந்தறிந்து வரைபடமாக்கலின் அழகியல் 40
பிரவுன், டெனைஸ் ஸ்காட் 85
பிரெஞ்சு புத்திஜீவிகள், 9, 28
பிரெஞ்சுக் கோட்பாட்டின் புதிய அலை 42
பிளேடு ரன்னர் (திரைப்படம்) 122-28, 133

பிளோட்டோ, 74, 110
பிஷல், எரிக், பேட் பாய், 91
புதிய உலக இயக்கங்கள் 154
பூத்ரியார், ழான் 41-71, 95, 114, 123-24, 136, 149
 அமெரிக்கா, 67-69
 உடலுறவுக்கு ஈர்தல் பற்றி, 65-67
 சமிக்ஞையின் அரசியல் பொருளாதார விமரிசனத்திற்காக, 45
 தொடர்பின் களிப்பு, 69-71
 நிழலுருக்களின் படிநிலைகள், 48-64
 நுகர்வுச் சமூகம், 45
 பொருள்களின் ஒழுங்கமைவு 45
 மௌனப் பெரும்பான்மையினரின் நிழல், 64-65
பெக்கெட், சாமுவேல் 79
பெருங்கதையாடல்கள், பார்க்க மீக்கதையாடல்கள் (லியோதார்த்)
பேக்கன், ஃபிரான்சிஸ் 9
பேர்ல்ஸ்டைன், ஃபிலிப், டூ ஃபீமேல் மாடல்ஸ் ஆன் பிரெண்ட்வுட் லவ்சீட் அண்ட் ரக் 92
பொதுவுடைமை 19, 98
பொய்யாக்கிக் காட்டுதல் விதி 27
போனாவென்ச்சர் ஹோட்டல் (லாஸ் ஏஞ்சல்ஸ்) 37-38
போர்ஹே, ஜோர்ஜ் லூயி, 58
பௌத்தம் 147-48, 156-57
பௌஹாஸ் கட்டடக்கலைப் பற்றி 72
ப்ரூஸ்ட், மார்சல் 121
மசாக்கியோ, டிரினிடி 21
மஞ்ச், எட்வர்ட், த ஸ்கிரீம் 36
மடோனாவின் அதிகாரம் 141-42
மடோன்னா 138-42, 156
 ஜஸ்டிஃபை மை லவ் (வீடியோ) 140-41
மனச்சோர்வுச் செவ்வியல் 91
மனித உருவியம் 88-89
மறுமலர்ச்சி, 50, 117-18
மற்றது 150
மாவோ சே துங் 11

மாதிரிகள் 51-52
மானே, எடுவர்டு 14, 121
மாண்டோ 2000 136
மாரிசன், ஜிம் 155
மார்க்சியம் 19, 29, 40, 42, 43, 45-47, 98
மார்க்ஸ், கார்ல் 9
மீக்கதையாடல், பெருங்கதையாடல் (லியோதார்) 29-33, 94, 148-157
மீமெய்யியல் செவ்வியல், 91
மீயதார்த்தம், 60-64, 138
முதலாளித்துவம் 35, 116
முன்னேற்றம் பற்றிய சிந்தனை 8-13, 15, 29-30
முரண்கூற்று, 31, 88
முஸோலினி, 15
மெக்லுஹான், மார்ஷல் 78
மேக் இட் நியூ (பவுண்ட்) 13, 74
மேட்டிமைக் கலாச்சாரம், 16, 37
மேண்டல், எர்னஸ்ட், லேட் கேபிடலிசம் 35-36
மையக் குறியீடுகள், 100-104, 106
மொழி × நனவிலி 20
மொழியின் வகைகள் 26, 32
மொழியில் அர்த்தம் 43-47
மொழியும் அறிவியல் தேடலும் 22-23
மொழியும் பின்அமைப்புவாதமும் 94
மோசஸ், கிராண்மா 92
மோனே, கிளாட் 14
நிஜத்தின் மரணம் (பூத்ரியார்) 59-64
யதார்த்தச் செவ்வியல் 92
யாவற்றினின்றும் நல்லதை ஏற்றல் 81-83, 84, 88
யேட்ஸ், வில்லியம் பட்லர், 8, 14
ரீகன், ரொனால்டு 95
ரெனூர, கேமில் 50
லக்கான், ழாக் 20
லாரன்ஸ் டி.எச். 14
லாஸ் வேகாஸிலிருந்து கற்றுக் கொள்ளுதல் (வென்சுரி, பிரவுன், இஜனூர்) 85-86
லாஸ்கோ குகைகளின் நிழலுருக்கள் 60

லிகாரே, டேவிட், வுமன் இன் ஏ கிரீக் சேர், 92
லியரி, டிமோதி 155
லியோதார், ழான் ஃபிரான்ஷுவா, 19-33, 148
டிஸ்கோர்ஸ்/ஃபிகர் 20
பின்னவீனத்துவநிலை: அறிவு பற்றிய ஓர் அறிக்கை 22
லெ கார்பூசியர் 36, 73-76
வரலாற்றுப் பிரக்ஞை, 40
வார்ஹோல், ஆண்டி 37, 78
டயமண்ட் டஸ்ட் ஷூக்கள் 37
விட்ஜென்ஸ்டைன், லுட்விக் 26
வில்லியம், வில்லியம் கார்லோஸ், 15
விளம்பரப்படுத்தல் 144
வுட், கிராண்ட் 92
வுல்ஃப், ரிடோ 91
வெகுஜனக் கலாச்சாரம் 41, 78
வெண்டர்ஸ், விம், 'விங்ஸ் ஆஃப் டிஸையர்' (திரைப்படம்) 145-46
வென்சுரி, ராபர்ட் 85
வெபர், மாக்ஸ் 9
வெறுமைக்கு நவீனத்துவ எதிர்வினை யாகக் கலை 13-14
வெற்றிடம், 8, 11-13, 32
ஜனநாயகம், 119
ஜான்சன், பிலிப், ஏடி&டி கட்டடம் (நியூ யார்க்), 88
ஜாய்ஸ், ஜேம்ஸ் 14, 79, 121
ஃபினிகன்ஸ் வேக், 16, 79
போர்ட்ரெய்ட் ஆஃப் தி ஆர்டிஸ்ட் அஸ் ஏ யங் மேன், 15, 144
யுலிசஸ், 16
ஜார்ஜ், பால், மை கெண்ட் மாநிலம், 91
ஜுராஸிக் பார்க் (திரைப்படம்) 54
ஜெங்க்ஸ், சார்லஸ், 78-84, 88, 90, 92, 149, 150
தி லேங்வேஜ் ஆஃப் போஸ்ட்மாடர்ன் ஆர்க்கிடெக்சர், 78
ஜெனரேஷன் X, 155
ஜெனே, ழான் 78

ஜேம்சன், பிரடெரிக், 34-40, 148-49
போஸ்ட்மாடர்னிசம் ஆர் தி
கல்ச்சுரல் லாஜிக் ஆஃப் லேட்
கேபிடலிசம், 35-38
ஷீயர், லியோ 114
ஹசன், இஹப், 17-18
போஸ்ட்மாடர்னிசம், எ பாராகிரிடிகல்
பிப்லியோகிராஃபி, (கட்டுரை) 79
ஹாட்ஒயர்டு 136
ஹாராவே, டோனா 128-30

சிமியன்ஸ், சைபோர்க்ஸ், அண்ட்
விமென்: த ரூ இன்வன்சன்
ஆஃப் நேச்சர் 129
ஹார்வி, டேவிட், த கண்டிஷன் ஆஃப்
போஸ்ட்மாடர்னிஸம், 116-122
ஹாலோகாஸ்ட், 15, 20-21, 30
ஹிட்லர், அடால்ஃப், 11, 15
ஹெகல், ஜி.டபிள்யூ.எஃப், 29-30
ஹெடிரோடோபியா, 148, 151
ஹெமிங்வே, எர்னஸ்ட், 12, 34, 38-39

ஜென்

தொடக்கநிலையினருக்கு

ஜூடித் பிளாக்ஸ்டோன்
ஸோரன் ஜோசிபோவிச்

விளக்கப்படங்கள்
நவோமி ரோஸன்பிளாட்

தமிழில்
சேஷையா ரவி

ஜென், கி.பி.6ஆம் நூற்றாண்டில் சீனாவில் உருவான காலத்திலிருந்தே, அது மதத்தைக் கடந்த ஒன்றாக இருந்து வருகிறது. ஒவ்வொரு தனிமனிதனுக்கும் ஒரு வினாடியிலும் குறைவான நேரத்தில், அழிவிலா அனுபவத்தை வழங்கு கிறது. இறைநிலையின் அறிவை அனைத்துயிர்களுக்கும் தரும் விதமாக, கோட்பாடுகளையும் பயிற்சிகளையும் உள்ளடக்கிய ஆவலைத் தூண்டும் அமைப்பை உடையது.

ஜென் பற்றிய ஒரு நூலை உருவாக்குவது பெரும் சாகசம்தான். புத்தத்தின் இந்த வசீகரமான மரபு பற்றிய தகவல்களை வரலாறாக விவரிப்பது எளிய வழி; ஆனால் ஜென் குருக்களின் விநோதமான ஞானத்தையும், விந்தையான நகைச்சுவை உணர்வையும், ஞானம் பெறும் அனுபவத்தை மாணவர்களுக்குக் கடத்தும் அதீத இயல்பையும் தெளிவுபடுத்துவது அசாத்தியமான வழி.

ஜென்: தொடக்கநிலையினருக்கு என்னும் இந்த நூலை எழுதிய ஆசிரியர்கள் கடினமான இந்த சாகசத்தைச் செய்துமுடித்திருக்கிறார்கள். தெளிவான தகவல், செறிந்த எழுத்து, அருமையான விளக்கப்படங்கள் ஆகியவற்றின் அற்புதமான சேர்க்கையைப் பயன்படுத்தி சீன, ஜப்பானியப் பண்பாட்டின்மீது ஜென் ஏற்படுத்திய பாதிப்பையும் ஆலன் கின்ஸ்பர்க், ஜாக் கெருவாக், கேரி ஸ்னைடர் போன்ற அமெரிக்க எழுத்தாளர்கள் மீது உண்டாக்கிய தாக்கத்தையும் இந்நூல் பதிவு செய்கிறது. உள்முரண்கொண்ட போதனைக் கதைகள், ஜென் குருவின் பாணி ஆகியவை கீழ்த்திசை ஓவியம், இலக்கியம், கட்டடக்கலை, பிறப்பு, இறப்பு பற்றிய மனநிலைகள் முதலியவற்றைப் புரிந்துகொள்வதற்கான மிக முக்கியமான திறவுகோல்களாக அமைகின்றன.

பக்கம்: 176 விலை: ரூ 160

புவி வெப்பமயமாதல்

தொடக்கநிலையினருக்கு

டீன் குட்வின்

விளக்கப்படங்கள்
ஜோ லீ

தமிழில்
க. பூரணச்சந்திரன்

அறிவியல் சொல்கிறது – புவி வெப்பமயமாதல் நிஜம். ஆனால் உண்மையில் இது என்ன? இதற்கு நாம் என்ன செய்ய முடியும் அல்லது செய்ய வேண்டும்? முன்னணி அறிவியலாளரும் கல்வியாளருமான இந்நூலாசிரியர் தம் எளிய, ஆற்றொழுக்கான நடையில், வாசகருக்கு உலகப் பருவநிலைக் கண்காணிப்பு-மாற்றம் குறித்தும், மனிதச் செயல்களுக்கும் உலகப் பருவநிலையின் சமீபத்தியப் போக்குகளுக்கு உள்ள தொடர்பு குறித்தும் யார், எப்படி, என்ன, எப்போது, எங்கே, ஏன் எனும் கேள்விகளை எழுப்பி சமநிலை வழுவாத அணுகுமுறையில் விளக்குகிறார்.

'தொடக்கநிலையினருக்கான' புவி வெப்பமயமாதல் ஐந்து இன்றியமையா இயல்களாகப் பகுக்கப்பட்டுள்ளது:

புவி வெப்பமயமாதல்: ஓர் அறிமுகம்
காரணங்கள்
தொடர்விளைவுகள்
தீர்வுகள்
நான் என்ன நடவடிக்கைகள் எடுக்கலாம்?

எவரும் எல்லாவற்றையும் செய்துவிட முடியாது; ஆனால் எல்லாரும் ஏதேனும் செய்ய இயலும் என்ற முற்கோளின் அடிப்படையில் தொடங்கி, குட்வின் நம் கிரகத்தை எதிர்நோக்கும் பிரச்சினைகளுக்குப் பின்னாலிருக்கும் அறிவியலை நன்றாகப் புரிந்து கொள்ளத் தேவையான சோதனைகளை, வாசகர்களே செய்துபார்க்குமாறு ஆவலைத் தூண்டுகிறார். புவி வெப்பமயமாதலைத் தடுக்க அல்லது குறைக்க மக்கள் தாங்களே எடுக்க வேண்டிய நடவடிக்கைகளாக ஐம்பது எளிய செயல்பாடுகளைச் சொல்கின்றார்.

தொடக்கநிலையினருக்கான நூல்வரிசையில், இது முழுவதும் மகிழ்விக்கும் படங்களோடு வருகின்றது. இப்படங்கள் குட்வினின் உயிரோட்டமான, சுருக்கமான நூலின் தகவல்களை வாசகர்கள் புரிந்துகொள்ளவும் மனத்தில் இருத்திக்கொள்ளவும் ஏற்ற முறையில் அமைந்துள்ளன.

பக்கம்: 144 | விலை: ரூ 160

மொழியியல்

தொடக்கநிலையினருக்கு

டெரன்ஸ் கோர்டொன்

விளக்கப்படங்கள்
சூசன் வில்மார்த்

தமிழில்
நாகேஸ்வரி அண்ணாமலை

மொழியியல்: தொடக்கநிலையினருக்கு என்னும் இந்த நூல் மொழியியல் சொல்லும் சிக்கலான செய்திகளை எளிதில் விளங்கும்படி நகைச்சுவையோடு சரளநடையில் சாதாரண வாசகர்களுக்கு எடுத்துச் செல்லும் முதல் நூல். மொழி என்பது என்ன என்று சொல்லிவிட்டு, அது எவ்வாறு மொழியியலின் கருப் பொருளாக உருப்பெறுகின்றது என்பதை இந்நூல் விளக்குகிறது. எழுத்து மொழிக்கும் பேச்சு மொழிக்கும் உள்ள வேறுபாடு, ஒலிகளில் தொடங்கி வாக்கியங்கள்வரை, ஒரு மொழியை மொழியிலாளர்கள் அலசும் முறை முதலிய மொழியியலின் அடிப்படைக் கருத்துகளை இந்த நூல் எடுத்துரைக்கிறது. எக்ஸிமோ மொழியில் பனி என்னும் சொல்லுக்கு வார்த்தைகள் பல இருப்பதாகக் கூறிய கற்பனைக் கதை மொழியியல் மோசடி என்று மொழியியலாளர்கள் சுட்டிக்காட்டியதையும் இந்தப் புத்தகம் சொல்கிறது. மொழியியலுக்கும் தத்துவவியலுக்கும் உள்ள நெருங்கிய தொடர்பையும் இதில் பார்க்கலாம்.

மொழியைக் கற்றல், பழம்பெரும் மொழிகள், பலரும் அறியாத சிறு மொழிகள், எடுத்தலோசை, சீழ்க்கை ஆகிய அபூர்வ ஒலிகளைக் கொண்ட மொழிகள், மொழியை நெறிப்படுத்தி வளர்த்தல்,மொழியின் அமைப்பு முறை, மொழி களின் பிறப்பு, மானிடவியலாளர்கள் மொழியை அணுகும் வித்தியாசமான முறைகள், அவர்கள் ஆராயும் உறவுப் பெயர்கள், நிறப்பெயர்கள், இடம் சார்ந்த மொழிக் கூறுகள் ஆகிய பல செய்திகளை இதிலிருந்து தெரிந்துகொள்ளலாம். மொழிகள், மொழியியலாளர்களைப் பற்றிப் பல சுவையான துணுக்குச் செய்திகள் இந்நூலில் இடம்பெற்றுள்ளன.

மொழியியல்: தொடக்கநிலையினருக்கு என்னும் இந்த நூல் மொழியியில் ஆர்வமுள்ள எல்லாருக்கும் துணைபோகும் ஒரு கைப்பிடி; மொழியியல் படிக்க விரும்புபவர்களுக்கு முதல்படி.

பக்கம்: 144 விலை: ரூ 160

கீழைத் தத்துவம்

தொடக்கநிலையினருக்கு

ஜிம் பவல்

விளக்கப்படங்கள்
ஜோ லீ

தமிழில்
க. பூரணச்சந்திரன்

19ஆம் நூற்றாண்டின் சித்திரச் செதுக்கல்களை வரைந்துள்ள ஜோ லீயின் வியப்பூட்டும் படங்களால் நிரம்பியுள்ள இந்த நூலில் கிழக்கத்தியத் தத்துவத்தின் ஆன்மிகப் பயன்களும் அறிவார்ந்தச் சவால்களும் வெளிப்படுத்தப்பட்டுள்ளன.

கீழைத் தத்துவம் ஓர் அறிவார்ந்த தேடல் மட்டுமல்ல, ஒருவரின் முழு இருப்பையும் தனக்குள் அடக்கக்கூடியது. அறிவுக்கு அப்பாற்பட்ட கலையான தியானத்தில் அதன் பெரும்பகுதி கலந்துள்ளது. இவ்விரண்டையும் பிரிப்பது சாத்தியமல்ல. இந்தியா, சீனா, திபெத், ஜப்பான் ஆகிய நாடுகளின் முதன்மையான தத்துவங்களை எளிதாக அறிமுகப் படுத்தும் இந்த நூலில், ஜிம் பவல், தம்முடைய சம்ஸ்கிருத, சீன மொழியறிவையும் பல பத்தாண்டுகாலத் தியான அறிவையும் பயன்படுத்துகிறார். புத்தர், கன்ஃபூசியஸ், லா ட்சூ, டோகென், தலாய் லாமா, பதஞ்சலி முதலியோர் யாராயினும் அவர்களின் தத்துவங்கள் பவலின் அகப்பார்வைகளால் ஆழமான வெளிச்சம் தருபவையாக அமைகின்றன. இந்தியா, சீனா, திபெத், ஜப்பான் ஆகியவற்றின் முக்கியமான தத்துவங்கள் விளக்கப்பட்டுள்ளன. தொடக்கநிலையினரிலிருந்து வல்லுநர்வரை எவருக்கும் *கீழைத் தத்துவம்: தொடக்கநிலையினருக்கு* என்னும் இந்நூல் அழகான, உள்நோக்குள்ள மேற்பார்வையாக அமையும்.

பக்கம்: 192 விலை: ரூ 160